ಪರದೆ ಹಿಂದಿನ ಅನಾಮಧೇಯರು

ತ ವಿ ಶ್ರೀನಿವಾಸ

INDIA · SINGAPORE · MALAYSIA

Notion Press

No.8, 3rd Cross Street
CIT Colony, Mylapore
Chennai, Tamil Nadu – 600004

First Published by Notion Press 2020

ISBN 978-1-63633-586-5

ಪರದೆ ಹಿಂದಿನ ಅನಾಮಧೇಯರು

ತಳುಕಿನ ವಿಶ್ವೇಶ್ವರಯ್ಯನವರ ಜನುಮದ 100ನೆಯ ವರ್ಷ ಮತ್ತು ಅವರ ಧರ್ಮಪತ್ನಿ ಗಂಗ ಭಾಗೀರಥಮ್ಮನವರ 90 ವರ್ಷಗಳು ತುಂಬಿದ ಸಂದರ್ಭಕ್ಕೆ ಅವರ ನೆನಪಿಗಾಗಿ

ಅಮ್ಮ ಭಾಗೀರಥಿ

(ಕೆಲವು ಹೆಚ್ಚಿನ ಮಾಹಿತಿಯನ್ನಿತ್ತು ಇದನ್ನು ಬರೆಯಲು ಸಹಾಯಿಸಿದವರು - ಅಣ್ಣ ಹನುಮಂತರಾಯ, ಅಕ್ಕ ಲಕ್ಷ್ಮೀದೇವಿ, ಚಿಕ್ಕಮ್ಮ ಪ್ರಭಾ ಮತ್ತು ತಂಗಿ ಮಂಜುಳ)

ಕೆಲವು ಕಡೆ ಬರಹಗಾರನ ಸ್ವಂತ ಅನುಭವಗಳನ್ನು ಅವನ ಮಾತುಗಳ ಮೂಲಕ ವ್ಯಕ್ತಪಡಿಸಲಾಗಿದೆ)

[ಆಕೆ ಕಂಡ ಕನಸಿನಂತೆ ಮಕ್ಕಳೆಲ್ಲರೂ ಉತ್ತಮ ಸ್ಥಿತಿಯಲ್ಲಿದ್ದಾರೆ. ಮೊದಲ ಮಗ ಈಗಿಲ್ಲವಾದರೂ ಆತನ ಕುಟುಂಬ ಸುಸ್ಥಿತಿಯಲ್ಲಿದೆ. ಎರಡನೆಯವನು ಕೂಡಾ ಮೂರು ಹೆಣ್ಣು ಮಕ್ಕಳನ್ನೂ ಉತ್ತಮ ಮನೆಗಳಿಗೆ ಮದುವೆ ಮಾಡಿಕೊಟ್ಟು, ಸುಸ್ಥಿತಿಯಲ್ಲಿದ್ದಾನೆ. ಇನ್ನು

ಮೂರನೆಯ ಮಗ ಕುಟುಂಬಕ್ಕಾಗಿ ಅಪ್ಪ ಅಮ್ಮನಂತೆ ಜೀವ ತೇಯ್ದವನು, ಟೆಲಿಫೋನ್ ಡಿಪಾರ್ಟ್ ಮೆಂಟಿನಲ್ಲಿ ಅಸಿಸ್ಟೆಂಟ್ ಇಂಜಿನಿಯರಾಗಿ ನಿವೃತ್ತಿ ಹೊಂದಿ ನೆಮ್ಮದಿ ಜೀವನ ಸಾಗಿಸುತ್ತಿದ್ದಾನೆ. ನಾಲ್ಕನೆಯವನು ಭಾರತೀಯ ರಿಜರ್ವ್ ಬ್ಯಾಂಕಿನಲ್ಲಿ ಜನರಲ್ ಮ್ಯಾನೇಜರ್ ಆಗಿ ಈಗ ನಿವೃತ್ತಿ ಹೊಂದಿದ್ದಾನೆ. ಆತನ ಕುಟುಂಬವೂ ಸುಸ್ಥಿತಿಯಲ್ಲಿದೆ. ಮಗಳು ಮಂಜುಳೆ ಸುಸ್ಥಿತಿಯಲ್ಲಿದ್ದು ಆಕೆಯ ಪತಿ ಸರ್ಕಲ್ ಇನ್‌ಸ್ಪೆಕ್ಟರ್ ಆಗಿ ನಿವೃತ್ತಿ ಹೊಂದಿದ್ದಾರೆ]

ಗೃಹಿಣೀ ಗೃಹ ಮುಚ್ಯತೇ - ಒಂದು ಹೆಣ್ಣಿನಿಂದ ಮನೆ ಉತ್ತುಂಗಕ್ಕೇರುವುದು, ಹಾಗೆಯೇ ಒಂದು ಮನೆಯನ್ನೂ ಹಾಳು ಮಾಡಬಲ್ಲದು. ಭಾಗೀರಥಿಯ ತ್ಯಾಗ, ನಿಷ್ಕಳಂಕ ಸೇವಾ ಮನೋಭಾವ ತನ್ನತನವ ಬಿಟ್ಟು, ಮನೆಯ ಮತ್ತು ಮಕ್ಕಳ ಏಳಿಗೆಯೇ ಧ್ಯೇಯವಾಗಿಟ್ಟುಕೊಂಡು ಜೀವಿಸಿದುದು, ಒಂದು ಕುಟುಂಬ ಹೇಗೆ ಎತ್ತರಕ್ಕೇರಿತೆಂಬುದೇ ಇಲ್ಲಿನ ಬರಹ, ಇದೊಂದು ಸತ್ಯ ಜೀವನ ಚರಿತೆ. ಇಲ್ಲಿನ ಕಥಾ ನಾಯಕಿ, ಜೀವನದ ಬೇಗುದಿಯಲ್ಲಿ ಬೆಂದು ಬೆಂದು ಪಕ್ವವಾಗಿ, ಮಾಗಿ, ಉದುರಿ ಹೋದ ಜೀವಿ, ಭಾಗೀರಥಿ, ನನ್ನಮ್ಮ.

ಸೌಮ್ಯ ಮೂರ್ತಿ, ಸುಂದರ ವದನೆ ನಮ್ಮ ಭಾಗೀರಥಿ (ಪ್ರೀತಿಯಿಂದ ಬಾತಕ್ಕ ಅಂತ ಕರೆಯುತ್ತಿದ್ದರು), ಸೂರ್ಯನಾರಾಯಣ ರಾವ್ ಮತ್ತು ವೆಂಕಮ್ಮ ಅವರ ಮೊದಲ ಮಗಳು. ನರಸಪ್ಪ ಶಾಸ್ತ್ರಿಗಳ ಮುದ್ದಿನ ಮೊಮ್ಮಗಳು. ಹುಟ್ಟಿದ್ದು ಮಾರ್ಚ್ 9, 1930.

ತಂದೆ ತಾಯಿಯರಿಗಿಂತ ತಾತನದ್ದೇ ನಿಕಟತೆ ಜಾಸ್ತಿ. ಅವಳೇನೇ ಕೇಳಲಿ, ಎಷ್ಟು ಹೊತ್ತಿನಲ್ಲೇ ಆಗಲಿ ನೆರವೇರಿಸಲು ಸಿದ್ಧರಿದ್ದವರು ನರಸಪ್ಪ

ಶಾಸ್ತ್ರಿಗಳು. ಚಿಕ್ಕ ವಯಸ್ಸಿನಲ್ಲಿ ಆಕೆಗೆ ಸಂಗೀತ ಪಾಠವಾಗಿತ್ತು. ಅವಳ ಹಿಂದೆಯೇ ಐದು ವರುಷಗಳ ಅಂತರದಲ್ಲಿ ಇನ್ನಿಬ್ಬರು ತಂಗಿಯರು, ತ್ರಿಪುರಾಂಬ (ಮೂರು ವರ್ಷ ಚಿಕ್ಕವರು) ಮತ್ತು ನರಸಮ್ಮ (ಮತ್ತಿನ್ನೆರಡು ವರ್ಷ ಚಿಕ್ಕವರು) ಎಂಬುವರು ಹುಟ್ಟಿದ್ದರು. ಈ ಮೂರು ದೇವಿಗಳು ಯಾವಾಗಲೂ ಒಟ್ಟಿಗೇ ಇರುತ್ತಿದ್ದರು. ಭಾಗೀರಥಿಯ ಕೊನೆಯ ಉಸಿರುವವರೆವಿಗೂ ಅವರು ಮೂವರೂ ಒಂದೇ ಜಡೆಯ ಮೂರು ಹೆಣಿಗೆಗಳಿದ್ದ ಹಾಗೆ ಇದ್ದರು. ಅಕ್ಕ ಹೇಳಿದ್ದೇ ವೇದ ವಾಕ್ಯ, ಅವಳಂತೆಯೇ ನಡೆಯುತ್ತಿದ್ದರು, ತಂಗಿಯರು. ಒಮ್ಮೆ ಅವರಮ್ಮ, 'ದೊಡ್ಡವಳಾಗ್ತಿದ್ದೀಯೆ, ಮದುವೆ ವಯಸ್ಸಾಗ್ತಿದೆ, ಇನ್ಮೇಲೆ ಸೀರೆ ಉಡಬೇಕಮ್ಮ, ನಾನು ಹೇಳಿಕೊಡ್ತೀನಿ, ನೀವು ಕಲಿತುಕೊಳ್ಳಿ' ಎಂದಿದ್ದರು. ಅದೇನು ತಲೆಗೆ ಹೊಳೆಯಿತೋ, ಏನೋ, ಅಮ್ಮನ ಜರಿ ಸೀರೆಯನ್ನು ಭಾಗೀರಥಿ ಮೂರು ತುಂಡು ಮಾಡಿ, ತಂಗಿಯರೊಂದಿಗೆ ಸೇರಿ ಉಟ್ಟುಕೊಂಡು ಅವರಮ್ಮನಿಗೆ ತೋರಿಸಿದ್ದಳಂತೆ. ಆಗ ಅವರು ಚಿತ್ರದುರ್ಗದಲ್ಲಿದ್ದರು.

ಭಾಗೀರಥಮ್ಮ - ತ್ರಿಪುರಾಂಬ

ಹದಿನಾರು ವರುಷ ತುಂಬುವಷ್ಟರಲ್ಲಿ, ಭಾಗೀರಥಿಯ ಮದುವೆಯ ತಯಾರಿಯಾಯಿತು. ವಾವೆಯಲ್ಲಿ ಅಜ್ಜಿಯಾದ ಲಕ್ಷ್ಮೀದೇವಮ್ಮನವರು, 'ಸೀನಪ್ಪನ (ಶ್ರೀನಿವಾಸರಾಯರು) ಮಗ ವಿಶ್ವಣ್ಣ ಗುಂಡಾಗೋವಿಯಂತೆ ಇದ್ದಾನೆ, ಅವನಿಗೆ ಸೂರಣ್ಣನ ಮಗಳು ಭಾಗೀರಥಿಯನ್ನು ತಂದುಕೊಳ್ಳಲಿ' ಅಂದಿದ್ದರಂತೆ. ಅವರು ಹೇಳಿದ್ದೇ ವೇದವಾಕ್ಯ. ಮನೆಯಲ್ಲಿ ಎಲ್ಲರೂ ಪಾಲಿಸಲೇಬೇಕು. ಇನ್ನು ಸಂಬಂಧದ ಬಗ್ಗೆ ಹೇಳಬೇಕು ಅಂದ್ರೆ, ವೆಂಕಣ್ಣಯ್ಯನವರ ಕಡೆಯಿಂದ ವಿಶ್ವಣ್ಣ ಭಾಗೀರಥಿಗೆ ತಾತ ಆಗಬೇಕು, ಆತ ವೆಂಕಣ್ಣಯ್ಯನವರ ಚಿಕ್ಕಪ್ಪನ ಮಗ. ಶಾಮರಾಯರು-ಹನುಮಂತರಾಯರ ಕಡೆಯಿಂದ ಚಿಕ್ಕಪ್ಪ ಆಗ್ಬೇಕು. ಆದರೆ ಹುಡುಗ ಹುಡುಗಿ ಇಬ್ಬರಲ್ಲೂ ಒಂಭತ್ತು ವರ್ಷಗಳ ಅಂತರವಷ್ಟೇ.

ವಿಶ್ವಣ್ಣ ಹುಟ್ಟಿದ್ದು 1921ರಲ್ಲಿಯಾದರೆ, ಭಾಗೀರಥಿ ಹುಟ್ಟಿದ್ದು 1930ರಲ್ಲಿ.

ವಿಶ್ವಣ್ಣ ಅಷ್ಟಾಗಿ ಓದಿರಲಿಲ್ಲ. ತಾಯಿಯನ್ನು ಕಳೆದುಕೊಂಡ ಮೇಲೆ ತಂದೆ ಇನ್ನೊಂದು ಮದುವೆ ಆದರು. ಮಲತಾಯಿಯ ಬಾಧೆ ಮಗನಿಗೆ ತಟ್ಟಬಾರದು ಅನ್ನುವ ಕಾರಣಕ್ಕೋಸ್ಕರ, ವಿಶ್ವಣ್ಣನ ಅಕ್ಕ

ರಂಗಮ್ಮನೊಂದಿಗೆ ಅಂದರೆ ತಮ್ಮ ಮಗಳೊಂದಿಗೆ, ಅವರುಗಳ ತಾಯಿಯ (ಸುಬ್ಬಮ್ಮ) ಮನೆಯಲ್ಲಿಯೇ ಬೆಳೆಯಲು ಬಿಟ್ಟಿದ್ದರು. ಆತನ ದೊಡ್ಡಮ್ಮ ಅಂದ್ರೆ ತಾಯಿಯ ಅಕ್ಕ, ನರಸಮ್ಮನವರು ಇವರಿಬ್ಬರನ್ನೂ ಸಾಕಿದ್ದರು. ಆಕೆಗೂ ಚಿಕ್ಕ ವಯಸ್ಸಿನಲ್ಲಿಯೇ ಮದುವೆ ಮಾಡಿ, ವರ್ಷ ಕಳೆಯುವುದರೊಳಗೆ ಗಂಡ ತೀರಿಹೋಗಿದ್ದರು. ವಿತಂತುವಾದ ಆಕೆಗೆ ಮಕ್ಕಳಿರಲಿಲ್ಲ. ಹಾಗಾಗಿ ವಿಶ್ವಣ್ಣ ದೊಡ್ಡಮ್ಮನ ಮುದ್ದಿನಲ್ಲಿ ಬೆಳೆದು, ಸರಿಯಾಗಿ ಶಾಲೆಗೆ ಹೋಗಲಿಲ್ಲ, ವಿದ್ಯೆ ಕಲಿಯಲಿಲ್ಲ. ಭಾಗೀರಥಿ ಅವನಿಗಿಂತ ಹೆಚ್ಚಿಗೆ ಅಂದರೆ ಫೋರ್ಥ್ ಫಾರಂ ಪರೀಕ್ಷೆ ಪಾಸು ಮಾಡಿದ್ದಳು.

ಒಂದು ಬೆಳಗಿನ ಜಾವ, ಭಾಗೀರಥಿ ಮನೆಯ ಮುಂದೆ ರಂಗೋಲಿ ಇಡುತ್ತಿರುವಾಗ, ಎತ್ತರದ ಒರಟು ಮನುಷ್ಯ ಒಬ್ಬ ಬಂದದ್ದು ನೋಡಿ, ಮನೆಯೊಳಗೆ ಓಡಿದಳು. ಯಾರು, ಏನು ಎಂದು ತಿಳಿಯದು, ಮಾತನಾಡಿಸಲೂ ಭಯ. ಆತ ಮನೆಯೊಳಗೆ ಬಂದ ನಂತರ ತಿಳಿಯಿತು, ತನ್ನನ್ನು ಮದುವೆಯಾಗಲು ನೋಡಲು ಬಂದ ಗಂಡು ಅವರು ಎಂದು. ತಂದೆ ತಾಯಿ ಯಾರನ್ನೂ ಕರೆತರದೇ ಒಬ್ಬನೇ ಮನೆಗೆ ಬಂದಿದ್ದ. ನೋಡಲೂ ಒರಟೊರಟಾಗಿದ್ದ. ತಂದೆ ಆತನನ್ನು ಒಳಗೆ ಕರೆಸಿದ ನಂತರವೇ ವಿಷಯ ಗೊತ್ತಾಗಿದ್ದು.

1945ರಲ್ಲಿ ಭಾಗೀರಥಿಯ ಮದುವೆ ವಿಶ್ವೇಶ್ವರಯ್ಯನೊಂದಿಗೆ ಮದಕರಿನಾಯಕನ ಕೋಟೆಯಲ್ಲಿ ನಡೆದಿತ್ತು. ಅಂದು ಮದುವೆಯ ದಿನ ಬೆಳಗ್ಗೆ ಮದುವಣಗಿತ್ತಿಯನ್ನು ಎಬ್ಬಿಸಲು ಆಕೆಯ ತಂದೆ ಹೋಗುತ್ತಿರುವಾಗ, ಆಕೆಗೆ ತೊಡಿಸಲು ಇಟ್ಟಿದ್ದ ಬಳೆಗಳನ್ನು ತುಳಿದಿದ್ದರು.

ಒಂದು ಬಳೆಯೂ ಉಳಿಯದಂತೆ ಎಲ್ಲವೂ ಒಡೆದು ಹೋಗಿದ್ದವು. ಅಂದಿನಿಂದಲೂ ಆಕೆ, ತನ್ನ ನಿಕಟರ ಹತ್ತಿರ ಹೇಳ್ತಿದ್ದಳಂತೆ, ತನಗೆ ಮುತ್ತೈದೆ ಸಾವು ಬರುವುದಿಲ್ಲ ಅಂತ. ಆ ಸಂಕೇತ ಆಕೆಯ ಮನದಲ್ಲಿ ಅಚ್ಚಳಿಯದಂತೆ ಉಳಿದಿತ್ತು. ಆಕೆಗೆ ಗಂಡಿನ ಕಡೆಯಿಂದ ಹೆಚ್ಚಿನದ್ದೇನೂ ಒಡವೆಗಳನ್ನು ಮದುವೆಯಲ್ಲಿ ಸಿಗಲಿಲ್ಲ. ತಂದೆಯ ಕಡೆಯಿಂದ ತಾತ ಮಾಡಿಸಿದ್ದ ಮೂಗುಬೊಟ್ಟು, ಓಲೆ, ಸರ ಮಾತ್ರವೇ ಸಿಕ್ಕಿದ್ದು. ಮುದ್ದು ಮೊಮ್ಮಗಳ ಮದುವೆಯಲ್ಲಿ ತಾತ ನರಸಿಂಹ ಶಾಸ್ತ್ರಿಗಳದ್ದೇ ಹೆಚ್ಚಿನ ಓಡಾಟ. ಆಕೆಯನ್ನು ಪುಟ್ಟಾ ಎಂದೇ ಸಂಬೋಧಿಸುತ್ತಿದ್ದರು.

ಮದುವೆಯಾದ ಮೊದಲ ವರಮಹಾಲಕ್ಷ್ಮಿ ಹಬ್ಬಕ್ಕೆ ಬೆಳ್ಳಿ ತಟ್ಟೆ, ಬಟ್ಟಲುಗಳು ಬೇಕು ಅಂತ ತಾತನಿಗೆ ದುಂಬಾಲು ಬಿದ್ದಿದ್ದಳು, ಭಾಗೀರಥಿ. ತಾತ ಮುದ್ದು ಮೊಮ್ಮಗಳ ಮನಸ್ಸಿಗೆ ಎಂದೂ ನೋವುಂಟು ಮಾಡದವರು, ಪೌರೋಹಿತ್ಯ ಒಂದೇ ದುಡಿಮೆಯ ಆಧಾರವಾಗಿದ್ದವರು, ಆಕೆಯ ಅಂದಿನ ಆಸೆ ಹೇಗೋ ಪೂರೈಸಿದ್ದರು. ಪೌರೋಹಿತ್ಯದಲ್ಲಿ ಬರುವ

ಸೀರೆ ಕಣಗಳೆಲ್ಲಾ ಮೊಮ್ಮಳಿಗೇ ಕೊಡುತ್ತಿದ್ದರು. ಆಕೆ ಮದುವೆಯಾದ ನಂತರ ಅವುಗಳನ್ನು ಶೇಖರಿಸಿಟ್ಟು, ಆಕೆ ಮನೆಗೆ ಬಂದಾಗ ಕೊಡುತ್ತಿದ್ದರು. ಎಲ್ಲವನ್ನೂ ಪಡೆದುಕೊಂಡಿದ್ದವಳು ಮುಂದೆ ಎಲ್ಲವನ್ನೂ ಕಳೆದುಕೊಂಡಳು. ಹಾಗೆಯೇ ಎಲ್ಲವನ್ನೂ ಪಡೆದುಕೊಳ್ಳುವ ವೇಳೆಗೆ ಆಕೆಯೇ ಇಲ್ಲವಾದಳು.

15ನೆಯ ವರ್ಷಕ್ಕೇ ಭಾಗೀರಥಿಗೆ ಮದುವೆಯಾಗಿ, 16ನೆಯ ವರ್ಷದಲ್ಲಿ ಮೊದಲ ಮಗ ಹುಟ್ಟಿದ್ದ. ಚೊಚ್ಚಲ ಮಗನಾದ್ದರಿಂದ, ಹೆಸರಿಡುವ ಮುನ್ನ ಮಾವನ ಮನೆಗೆ ಕರೆದೊಯ್ದಿದ್ದರು. ಶ್ರೀನಿವಾಸರಾಯರು ಅರ್ಥಾತ್ ಭಾಗೀರಥಿಯ ಮಾವನವರು. ಆ ಹೊತ್ತಿಗಾಗಲೇ ಮೂವರು ಹೆಂಡಿರನ್ನು ಕಳೆದುಕೊಂಡು ನಾಲ್ಕನೆಯವಳು ನಂಜಮ್ಮನನ್ನು ಮದುವೆಯಾಗಿದ್ದರು. ಮೊದಲ ಇಬ್ಬರು ಹೆಂಡಿರಿಗೆ ಮಕ್ಕಳಿರಲಿಲ್ಲ. ಮೂರನೆಯಾಕೆ ಸುಬ್ಬಮ್ಮನಿಗೆ ಇಬ್ಬರು ಮಕ್ಕಳು. ಮೊದಲನೆಯದು ಹೆಣ್ಣು ಮಗಳು ರಂಗಮ್ಮ. ನಂತರದವ ಗಂಡು ವಿಶ್ವಣ್ಣ. ವಿಶ್ವಣ್ಣನಿಗೆ ಮೂರು ವರುಷಗಳು ತುಂಬುವ ವೇಳೆಗೆ ಸುಬ್ಬಮ್ಮನ ಸಾವಾಗಿತ್ತು. ತಾಯಿಯಿಲ್ಲದ ತಬ್ಬಲಿಗಳನ್ನು ಸಾಕುವುದು ಕಷ್ಟ ಎಂದು ಸುಬ್ಬಮ್ಮನ ತವರಿಗೆ ಅಂದರೆ ಕೋಟಗುಡ್ಡಕ್ಕೆ ರಂಗಮ್ಮ ಮತ್ತು ವಿಶ್ವಣ್ಣನನ್ನು ಕಳುಹಿಸಿದ್ದರು. ಅವರುಗಳ ಜೀವಿತಕ್ಕೆ ಆಗಾಗ್ಯೆ ಹಣವನ್ನೂ ಕಳುಹಿಸುತ್ತಿದ್ದರು. ಇದರ ಸ್ವಲ್ಪ ವಿವರವನ್ನು ಓದುಗರಿಗೆ ಕೊನೆಯಲ್ಲಿ ಕೊಡಲಾಗಿದೆ.

ಬಹಳ ಕಾಲದ ಮೇಲೆ, ಮೊದಲ ಮೊಮ್ಮಗನನ್ನು ನೋಡಬೇಕೆಂಬ ಆಸೆಯಿಂದ ಶ್ರೀನಿವಾಸರಾಯರು ಮಗನಿಗೆ ಬಾ ಎಂದು

ಪತ್ರ ಬರೆದಿದ್ದರು. ವಿಶ್ವಣ್ಣ ಮಗನನ್ನು ತಂದೆಯ ಮಡಿಲಲ್ಲಿಟ್ಟು, ಅವನಿಗೆ ಹೆಸರಿಡಬೇಕೆಂದು ಕೇಳಿಕೊಳ್ಳಲು, ವಿಶ್ವಣ್ಣನ ತಾಯಿಯ ಹೆಸರೇ ಇಡೋಣ ಎಂದು ಸುಬ್ಬಣ್ಣ ಅಂತ ಹೆಸರಿಸಿದ್ದರು. ನಂಜಮ್ಮ ವಿಶ್ವಣ್ಣನಿಗಿಂತ ಸ್ವಲ್ಪ ದೊಡ್ಡವಳು, ಅಂದ್ರೆ ಶ್ರೀನಿವಾಸರಾಯರಿಗಿಂತ 32-33 ವರ್ಷಗಳಷ್ಟು ಚಿಕ್ಕವಳು. ಅವಳಮ್ಮನೂ ಮಗಳೊಂದಿಗೆ ಅಳಿಯನ ಮನೆಯಲ್ಲಿಯೇ ಇದ್ದರು. ಜೊತೆಗೆ ತನ್ನ ಇನ್ನೊಬ್ಬ ಮಗನನ್ನೂ ಅಲ್ಲಿಯೇ ಇರಿಸಿಕೊಂಡಿದ್ದರು. ಆತನ ಹೆಸರು ವೆಂಕಟರಾಮು. ಮುಂದೆ ಆತ ನಂಜಮ್ಮನ ಮೊದಲ ಮಗಳಾದ ಸುಬ್ಬಮ್ಮನನ್ನು ಮದುವೆಯಾಗಿದ್ದ. ನಂಜಮ್ಮನ ತಾಯಿಯನ್ನು ಎಲ್ಲರೂ ಅಮ್ಮಮ್ಮ (ಲಕ್ಷ್ಮಮ್ಮ) ಎಂದೇ ಕರೆಯುತ್ತಿದ್ದರು. ನಂಜಮ್ಮನಿಗೆ ಮೂವರು ಹೆಣ್ಣು ಮಕ್ಕಳ ನಂತರ ಒಬ್ಬ ಗಂಡು ಮಗನಾಗಿದ್ದನು. ಅವನಿಗಾಗ 4 ವರ್ಷ ವಯಸ್ಸು. ಇಷ್ಟು ದೊಡ್ಡ ಅಣ್ಣನನ್ನು ಮೊದಲ ಬಾರಿ ನೋಡಿದಾಗ ಅವನಿಗೇನೋ ಆನಂದ. ಬಂದ ಕೆಲಸ ಆಯ್ತು ಅಂತ ವಿಶ್ವಣ್ಣ ಹೊರಟು ನಿಂತಾಗ, ತಮ್ಮ ತಾನೂ ಬರ್ತೀನಿ ಅಂದಿದ್ದ. ತಮ್ಮನಿಗೆ ಅಣ್ಣನ ಮೇಲೆ ಅಭಿಮಾನ ಮತ್ತು ಅಣ್ಣನಿಗೆ ತಮ್ಮನ ಮೇಲೆ ಪ್ರೀತಿ. ತಮ್ಮನಿಗೆ ಅಣ್ಣನಲ್ಲಿ ತಂದೆಯ ವ್ಯಕ್ತಿತ್ವವನ್ನು ಕಂಡುಕೊಂಡಿದ್ದ ಅನ್ಸತ್ತೆ. ಬಹುಶಃ ಅದೇ ಮೊದಲ ಬಾರಿಗೆ ಅಣ್ಣ ತಮ್ಮನ ಭೇಟಿ ಇರಬೇಕು. ಆಗ ಅಮ್ಮಮ್ಮ, ಅವನ ಜೊತೆ ಹೋಗ್ಬೇಡ್ವೋ, ದುಷ್ಟ ಅವನು, ಸಾಯಿಸಿಹಾಕ್ಬಿಡ್ತಾನೆ ಎಂದು ಕೂಗಿದ್ದಳು. ಶ್ರೀನಿವಾಸರಾಯರಿಗೆ ಅತ್ತೆಗೂ ಏನೂ ಹೇಳಲಾಗಲಿಲ್ಲ, ಬಹಳ ದಿನಗಳ ನಂತರ ಬಂದಿದ್ದ ಮಗನಿಗೂ ಏನೂ ಹೇಳಲಾಗದೆ ಸುಮ್ಮನಿದ್ದರು. 'ಈ ನಂಜಮ್ಮ ಜೊತೆಗೆ ತನ್ನ ತಮ್ಮ ಮತ್ತು ಅವರಮ್ಮನನ್ನು ಈ ಮನೆಗೆ ಕರೆತಂದದ್ದೇ ನನಗೆ

ಮುಳಿವಾದದ್ದು. ಈ ಮನೆಯ ಮಗ ಎಂಬ ಸ್ಥಾನವೇ ನನಗಿಲ್ಲ, ಅಲ್ಲದೇ ಚಿಕ್ಕ ವಯಸ್ಸಿನಲ್ಲಿ ತನಗೆ ಮತ್ತು ತನ್ನಕ್ಕನಿಗೆ ಇವರೆಲ್ಲ ಮಾಡಿದ ಮೋಸ' ಎಲ್ಲವೂ ಒಮ್ಮೆಲೇ ತಲೆಯೊಳಗೆ ನುಸುಳಿ, ದೇಹದಲ್ಲಿದ್ದ ರಕ್ತವೆಲ್ಲಾ ಒಮ್ಮೆಲೇ ತಲೆಯೊಳಗೆ ನುಗ್ಗಿ, ಅಲ್ಲಿಯವರೆವಿಗೆ ಅದುಮಿಟ್ಟಿದ್ದರೋಷ ಒಮ್ಮೆಲೇ ಭುಗಿಲೆದ್ದು, ಕೋಪದಿಂದ ವಿಶ್ವಣ್ಣ, ಕೆಲ ಕಾಲದ ಹಿಂದೆ ಕಾಶೀಯಾತ್ರೆ ಮುಗಿಸಿ ಬಂದಿದ್ದ ಅಮ್ಮಮ್ಮನ ಮಗ್ಗುಲಲ್ಲಿದ್ದ ಕೃಷ್ಣಾಜಿನವನ್ನು ಮೋರಿಗೆ ಎಸೆದಿದ್ದ. ಅವಳನ್ನು ಹೊಡೆಯಲೂ ಉದ್ಯುಕ್ತನಾಗಿದ್ದ. ಇತರರ ಮಧ್ಯಸ್ಥಿಕೆಯಿಂದ ಎಲ್ಲವೂ ಶಾಂತವಾಯಿತು. ಭಾಗೀರಥಿಗೆ ಇದು ಹೊಸ ಅನುಭವ. ಮುಂಗೋಪಿ ವಿಶ್ವಣ್ಣ ಕೋಪದಲ್ಲಿ ದೂರ್ವಾಸ ಮುನಿಯ ಅಪರಾವತಾರ.

ಆಗ ಘಟಪರ್ತಿಯ ಸೊಸೈಟಿಯಲ್ಲಿ ಗುಮಾಸ್ತಗಿರಿ ಮಾಡುತ್ತಿದ್ದು, ಕೈಯಲ್ಲಿ ಚೆನ್ನಾಗಿ ಕಾಸು ಆಡುತ್ತಿತ್ತು. ಒಮ್ಮೆ ಸೊಸೈಟಿಗೆ ಮಗನನ್ನೂ ಕರೆದುಕೊಂಡು ಹೋಗಿದ್ದನು. ಅಲ್ಲಿ ಸಕ್ಕರೆ ಆಸೆಗೆ ಮಗ ಮೂಟೆಯ ಹತ್ತಿರವೇ ಕುಳಿತುಬಿಟ್ಟಿದ್ದ. ಈತ ಕೆಲಸ ಮುಗಿದ ಕೂಡಲೇ ಮಗನನ್ನೂ ಮರೆತು ಮನೆಗೆ ಬಂದಿದ್ದ. ಈತ ಮನೆಗೆ ಬಂದ ಕೂಡಲೇ, ಸುಬ್ಬಣ್ಣ ಎಲ್ಲಿ ಅಂತ ಕೇಳಿದ್ದಳು. ಅಯ್ಯೋ ಮಗು ಎಲ್ಲಿ ತಪ್ಪಿಸಿಕೊಂಡು ಬಿಡ್ತೋ ಅಂತ ಊರೆಲ್ಲಾ ಹುಡುಕಿದ್ದರು. ವಿಶ್ವಣ್ಣನಿಗೆ ಆಗ ನೆನಪಾಯ್ತು, ಮಗ ಸೊಸೈಟಿಗೆ ಬಂದಿದ್ದ ಅಂತ. ಅಲ್ಲಿ ಹೋಗಿ ನೋಡಲು, ಈ ಮಗು ಸಕ್ಕರೆ ತಿಂದು ಅಲ್ಲಿಯೇ ಮಲಗಿಬಿಟ್ಟಿದ್ದ. ಸಕ್ಕರೆ ಮೂಟೆ ನೋಡಿ ಖುಷಿಯಾಗಿದ್ದ ಮಗ ಅಲ್ಲಿಯೇ ಕುಳಿತು ಸದ್ದಿಲ್ಲದೇ ಸಕ್ಕರೆ ತಿನ್ನುತ್ತಿದ್ದನಂತೆ. ಸದ್ದಾಗದಿದ್ದರಿಂದ

ಮಗು ಅಲ್ಲಿರುವುದು ತಿಳಿಯದೇ ವಿಶ್ವಣ್ಣ ಸೊಸೈಟಿ ಬಾಗಿಲು ಹಾಕಿಕೊಂಡು ಮನೆಗೆ ಹೊರಟು ಬಂದಿದ್ದ.

ಭಾಗೀರಥಿಯ ಗಂಡನಿಗೆ ಊರೆಲ್ಲಾ ಸ್ನೇಹಿತರು. ಅವರುಗಳೂ ಭಾರೀ ಕುಳಗಳು. ಎಲ್ಲ ದುರ್ವಿದ್ಯೆಯೂ ಅವರಲ್ಲಿತ್ತು. ಈತನೂ ಅವರಿಂದ ಕೆಟ್ಟು ಹೋಗಿದ್ದ. ಆಗಾಗ್ಯೆ ಇವರ ಮನೆಯ ಜಗುಲಿಯ ಮೇಲೆ ಕುಳಿತು ಇಸ್ಪೀಟು ಆಡುತ್ತಿದ್ದಾಗ, ಅವರಲ್ಲೊಬ್ಬ ಸಕ್ರಿಯ ರಾಜಕಾರಣಿ ಈಕೆಯನ್ನು ಚುಡಾಯಿಸುತ್ತಿದ್ದ ಮತ್ತು ಅವನ ಕೆಟ್ಟ ಕಣ್ಣು ಬಿದ್ದಿತ್ತು. ಆ ವ್ಯಕ್ತಿ ದುಷ್ಟ ಕೂಡ. ಈ ವಿಷಯ ತಿಳಿದ ವಿಶ್ವಣ್ಣನಿಗೂ ಅವನಿಂದ ದೂರ ಇರಬೇಕೆಂದೆನಿಸಿತ್ತು. ಇದ್ದ ಬದ್ದ ದುಡ್ಡನ್ನೆಲ್ಲಾ ತೆಗೆದುಕೊಂಡು ಕುಟುಂಬ ಸಮೇತ ಬೆಂಗಳೂರಿಗೆ ಮಾವನ ಮನೆಗೆ ಹೋಗಿದ್ದನು.

ಆಗಲೇ ಬೆಂಗಳೂರಿನ ಎಚ್.ಎ.ಎಲ್.ನಲ್ಲಿ ಕೆಲಸ ಸಿಕ್ಕಿತ್ತು. ಒಮ್ಮೆ ತಾನು ಓದುತ್ತಿದ್ದ ಪುಸ್ತಕವನ್ನು ಅಲ್ಲಿಯೇ ಮೇಜಿನ ಮೇಲೊಟ್ಟಿದ್ದಾಗ, ಅವನ ಮಗ ಅದನ್ನೆತ್ತಿಕೊಂಡು ಒಳ ಓಡಿದ. ಹಾಗೆ ಓಡುವಾಗ ಆ ಪುಸ್ತಕದೊಳಗಿಂದ ನೂರರ ಒಂದು ನೋಟು ಬಿದ್ದಿತು. ಪುಸ್ತಕದ ಯಾವುದೋ ಪುಟವನ್ನು ಓದುತ್ತಿರುವಾಗ ಗುರುತಿಗೆ ಅಂತ 100ರ ನೋಟು ಇಟ್ಟಿದ್ದ ವಿಶ್ವಣ್ಣ. ಹಣದ ಮಹತ್ವ ಅರಿಯದವನ ಬಗ್ಗೆ ಇದೊಂದು ಉದಾಹರಣೆ ಆದರೆ ಇನ್ನೊಂದು ಸಂಗತಿ ನೋಡಿ. ಭಾಗೀರಥಿಯ ತಂಗಿಯ (ತ್ರಿಪುರಾಂಬ) ಮದುವೆ ಆಗಿನ್ನೂ ಆಗಿತ್ತು. ವರ ಅವರ ಸಂಬಂಧಿಯೇ ಆದ ಜಗನ್ನಾಥಶಾಸ್ತ್ರಿ. ಶಾಲೆಯೊಂದರಲ್ಲಿ ಮಾಸ್ತರಿಕೆಯ ಉದ್ಯೋಗ. ಹೊಸದಾಗಿ ಮದುವೆ ಆದವರೊಂಗಿದೆ ಭಾಗೀರಥಿ ಮತ್ತು ಕುಟುಂಬ ಫೋಟೋ ತೆಗೆಸಿಕೊಳ್ಳಬೇಕೆಂಬ ಹಂಬಲ ಉಂಟಾಯಿತು.

ಮೆಜೆಸ್ಟಿಕ್‌ನಲ್ಲಿನ ಸ್ಟುಡಿಯೋ ಹೋಗೋಣವೆಂದು ತಯಾರಾದರು. ಅದಕ್ಕಾಗಿ ಹೊಸ ಬಟ್ಟೆ ಬೇಕೆಂದು, ಅಂಗಡಿಯಲ್ಲಿ ರೆಡಿಮೇಡ್ ಪ್ಯಾಂಟ್, ಕೋಟು, ಷರಟು, ಶೂ ಎಲ್ಲವನ್ನೂ ಎಲ್ಲರಿಗೂ ಕೊಡಿಸಿದ ವಿಶ್ವಣ್ಣ. ನಾಳೆಯ ಬಗ್ಗೆ ಯೋಚಿಸದೆ ದುಂದು ವೆಚ್ಚ ಮಾಡುವುದರಲ್ಲಿ ಎತ್ತಿದ ಕೈ. ಆತನ ಮುಂಗೋಪ, ಬೇಕಾಬಿಟ್ಟಿತನದಿಂದಾಗಿ ಸಿಕ್ಕಿದ್ದ ಹೆಚ್.ಎ.ಎಲ್.ನ ಕೆಲಸವೂ ಕೈ ಬಿಟ್ಟು ಹೋಯಿತು.

ವಿಶ್ವೇಶ್ವರಯ್ಯ, ಭಾಗೀರಥಮ್ಮ, ನರಸಮ್ಮ, ತ್ರಿಪುರಾಂಬ, ಜಗನ್ನಾಥಶಾಸ್ತ್ರಿ, ಸುಬ್ಬಣ್ಣ, ಕಿಟ್ಟಪ್ಪ, ರುಕ್ಕಮ್ಮ. ವತ್ಸಲಮ್ಮ

ಮುಂದೆ ಅವರುಗಳು ತಿಮ್ಮಣ್ಣನಾಯಕನ ಕೋಟೆಗೆ ಹೋಗಿ ನೆಲೆಸಿದರು. ಅಲ್ಲಿಯೇ ಎರಡನೆ ಮಗ ಶ್ರೀನಿವಾಸ ಹುಟ್ಟಿದ್ದು. ಮಗುವಿಗೆ ಒಂದು ವರ್ಷ ತುಂಬುವದರೊಳಗೆ ಕಣ್ಣಲ್ಲಿ ಹೂವಾಗಿ, ಮಗು ಉಳಿಯಲಿಲ್ಲ. ಅದೇನೋ ಮಾರಣಾಂತಿಕ, ಆಗಿನ್ನೂ ಔಷಧ ಕಂಡು ಹಿಡಿಯದಿಹ ರೋಗ. ನಂತರ ಅವನ ಹಿಂದೆಯೇ ಸತ್ಯನಾರಾಯಣ ಹುಟ್ಟಿದ. ಆಗ ಅಲ್ಲಿಯ ಸೊಸೈಟಿಯಲ್ಲಿ ವಿಶ್ವಣ್ಣ ಗುಮಾಸ್ತಗಿರಿ ಮಾಡುತ್ತಿದ್ದು, ಚಿಂತೆಯಿಲ್ಲದ

ಜೀವನ ನಡೆಸುತ್ತಿದ್ದರು. ಎರಡು ವರುಷಗಳ ತರುವಾಯ ಆ ಕೆಲಸವೂ ಹೋಯಿತು. ವಿಶ್ವಣ್ಣನ ಕೋಪಕ್ಕೆ, ನಿಷ್ಕಲ್ಮಷ ವೃತ್ತಿಗೆ ಯಾರೊಂದಿಗೂ ಹೊಂದಾಣಿಕೆ ಆಗುತ್ತಿರಲಿಲ್ಲ. ಜೀವನ ಸಾಗಿಸಲು ಮತ್ತೆ ಅಲ್ಲಿಂದ ಹೊಸಹಳ್ಳಿಗೆ ಪ್ರಯಾಣ ಬೆಳೆಸಿದರು.

ಅವನ ಹಿಂದೆಯೇ ಹನುಮಂತರಾಯ ಹುಟ್ಟಿದ. ಆಗ ದರಿದ್ರ ಅವರ ಮನೆಯಲ್ಲಿ ಕಾಲೊಕ್ಕರಿಸಿತ್ತು. ಏನೇ ಕೆಲಸ ಹಿಡಿದರೂ, ಮಣ್ಣಾಗುತ್ತಿತ್ತು.

ಅವರ ಅದೃಷ್ಟವೋ ದುರಾದೃಷ್ಟವೋ, ಕೆಲಸವಿಲ್ಲದ ಅವರು ಮತ್ತೆ, ಬೇರೆ ಊರಿಗೆ ಹೋಗಿ, ಬೇರೆ ಏನಾದರೂ ಕೆಲಸ ಮಾಡಿ ಬದುಕೋಣ ಎಂದು ಹತ್ತಿರದಲ್ಲೇ ಇದ್ದ ಹೊಸಹಳ್ಳಿಗೆ ಬಂದಿದ್ದರು. ಇಲ್ಲಿಯವರೆವಿಗೆ ದುಡಿದದ್ದನ್ನೆಲ್ಲಾ ದುಂದುವೆಚ್ಚ ಮಾಡಿ ಕಳೆದುಕೊಂಡು ಬಿಟ್ಟಿದ್ದರು ಕೂಡಾ. ಆ ಸಮಯದಲ್ಲಿಯೇ ಅವರ ನಾಲ್ಕನೆಯ ಮಗ ಹುಟ್ಟಿದ್ದ. ದೊಡ್ಡಪ್ಪನ ಮಕ್ಕಳು ಇವನಿಗೇ ಅಂತ ಬಿಟ್ಟಿದ್ದ ಎರಡೂವರೆ ಎಕರೆಯ ಒಂದು ಸಣ್ಣ ಜಮೀನು ಬಿಟ್ಟರೆ ಬೇರೇನೂ ಇರಲಿಲ್ಲ. ಬೇಸಾಯ ಮಾಡಿ ಜೀವನ ಹೊರೆಯುವ ಅಭಿಲಾಷೆಯಿಂದ, ಆ ಜಮೀನಿನಲ್ಲಿ ಬದನೆ ಮತ್ತು ಮೆಣಸಿನ ಸಸಿ ಹಾಕಿದ್ದರು. ಬೆಳಿಗ್ಗೆಯಿಂದ ಹೊಲದಲ್ಲಿದ್ದು ಸಂಜೆ ಮನೆಗೆ ಬಂದರೆ ಅವರ ಉದ್ದನೆಯ ಅಣ್ಣ ಲಕ್ಷ್ಮಣರಾವ್ ರಾತ್ರಿಯ ಹೊತ್ತಿನಲ್ಲಿ ದನಗಳನ್ನು ಬಿಟ್ಟು ಮೇಯಿಸಿದ್ದರು. ಜಮೀನಿನ ವಿಷಯ ಆಗಿ ಬರದೇ, ಮೋಸ ತಟವಟ ವ್ಯಾಪಾರೀ ಬುದ್ಧಿ ಇರದ ಅವರು ರಸ್ತೆ ಬದಿಯಲ್ಲಿ ಬೋಂಡ-ಆಂಬೊಡೆ ಮಾಡಿ ಮಾರುತ್ತಿದ್ದರು. ಹಾಗಾದರೂ ಜೀವನ ಮುಂದುವರೆಸೋಣ ಎಂದರೆ ಅಲ್ಲಿಗೆ ಬರುವವರೆಲ್ಲರೂ ಉದ್ದರೀ

ಗಿರಾಕಿಗಳೇ. ಸ್ವಲ್ಪವೇ ದಿನದಲ್ಲಿ ಕೈನಲ್ಲಿ ಇದ್ದದ್ದನ್ನೆಲ್ಲಾ ಕಳೆದುಕೊಂಡು, ಜೀವನ ಮಾಡುವುದಕ್ಕೂ ಕಷ್ಟ ಆಗಿತ್ತು. ಮನೆಯಲ್ಲಿ ಮೂರು ಮಕ್ಕಳಿಗೆ ಹೊಟ್ಟೆಗೆ ಹಾಕಲೂ ಕಷ್ಟವಾದಂತಹ ಪರಿಸ್ಥಿತಿ. ಪಕ್ಕದ ಮನೆ ಕರಡಪ್ಪಜ್ಜ ಅಕ್ಕ ಪಕ್ಕದ ಹಳ್ಳಿಗಳಿಗೆ ಭಿಕ್ಷೆಗೆ ಹೋಗುತ್ತಿದ್ದವನು, ಈಕೆಯನ್ನು ನೋಡಿ, 'ಅಮ್ಮಾ, ನೀನು ಸ್ಥಿತಿವಂತ ಕುಟುಂಬದಿಂದ ಬಂದಿರುವೆಯಂತೆ ತೋರುವೆ. ನಿನಗೆ ಬೇಡುವುದು ಅಸಹನೀಯವಾದೀತು. ಆದರೇನು, ಪುಟ್ಟ ಕಂದಮ್ಮಗಳು ಇನ್ನೂ ಬೆಳೆಯಬೇಕು. ಅವುಗಳ ಕಷ್ಟ ನನ್ನ ಕಣ್ಣಿಂದ ನೋಡಲಾಗಲ್ಲ. ನಾನು ತಂದ ಭಿಕ್ಷೆಯಲ್ಲೇ ಸ್ವಲ್ಪ ಕೊಡುವೆ, ಮಕ್ಕಳಿಗಾದರೂ ತಿನ್ನಿಸು', ಎಂದಿದ್ದನು. ಆತ ಆಕೆಯ ಪಾಲಿಗೆ ದೇವರ ಹಾಗೆ ಬಂದಿದ್ದನು. ಆಗಿನ ಸಮಯದಲ್ಲಿ ಭಾಗೀರಥಿಯ ಹತ್ತಿರ ಇದ್ದದ್ದು ಒಂದೇ ಸೀರೆ. ಕಾಲುವೆಯಲ್ಲಿ ಅರ್ಧ ಭಾಗವನ್ನು ಒಗೆದು ಒಣಗಿಸಿ ಅದನ್ನು ಉಟ್ಟುಕೊಂಡು ನಂತರ ಇನ್ನರ್ಧ ಒಗೆದು ಒಣಗಿಸಿ ಉಟ್ಟುಕೊಳ್ಳುತ್ತಿದ್ದಳು. ಆದರೆ ಅದೆಷ್ಟು ದಿನಗಳು ಇನ್ನೊಬ್ಬರ ಹಂಗಿನಲ್ಲಿ ಜೀವಿಸಲಾದೀತು. ಈ ದುಸ್ತರ ಜೀವನದಿಂದಾಗಿ ಇನ್ನೂ ಭೂಮಿಗಿಳಿಯುವರೇ ಹೊರತು ಮೇಲೆ ನೋಡಲೂ ಶಕ್ತಿ ಉದ್ಭವವಾಗುತ್ತಿರಲಿಲ್ಲ. ತನ್ನ ಕಾಲ ಮೇಲೆ ನಿಂತು ಕುಟುಂಬವನ್ನು ಪಾಲಿಸಬೇಕೆಂಬ ನಿರ್ಧಾರ ವಿಶ್ವಣ್ಣನಲ್ಲಿ ಗಟ್ಟಿಯಾಗತೊಡಗಿತು. ಆ ಊರನ್ನೂ ಬಿಟ್ಟರು.

ಇತ್ತ ಗಂಡನಿಗೆ ಸರಿಯಾದ ನೆಲೆ ಇಲ್ಲ, ಸರಿಯಾದ ಕೆಲಸವಿಲ್ಲವಾದ್ದರಿಂದ ಭಾಗೀರಥಿ ಮಕ್ಕಳೊಂದಿಗೆ, ತನ್ನ ತಂದೆಯ ಮನೆಯಲ್ಲಿ ಬೆಂಗಳೂರಿನಲ್ಲಿದ್ದಳು. ಅಲ್ಲಿಯೇ ಐದನೆಯ ಮಗ ನಾಗಣ್ಣ ಹುಟ್ಟಿದ್ದ. ವಿಶ್ವಣ್ಣನ ದೊಡ್ಡಪ್ಪನ ಮಗ ಅಂದರೆ ಅಣ್ಣ ಹನುಮಂತರಾವ್,

ಪಿಡಬ್ಲ್ಯುಡಿಯಲ್ಲಿ ಇಂಜಿನಿಯರ್ ಆಗಿ ಮಲೆನಾಡಿನಲ್ಲಿ ಕೆಲಸ ಮಾಡುತ್ತಿದ್ದರು. ಆತನ ಪತ್ನಿ ಕಮಲಮ್ಮ ಭಾಗೀರಥಿಗೆ ಚಿಕ್ಕಮ್ಮನೇ ಆಗಬೇಕಿತ್ತು. ಅಣ್ಣನ ಅಣತಿಯ ಮೇರೆಗೆ, ವಿಶ್ವಣ್ಣನು ಅದೇ ಜಾಗದಲ್ಲಿ ಪಿಡಬ್ಲ್ಯುಡಿಯಲ್ಲಿ (ಶರಾವತಿ ಪ್ರಾಜೆಕ್ಟ್ - ಎಡಮನೆ) ಮೇಸ್ತ್ರಿಯಾಗಿ ಕೆಲಸಕ್ಕೆ ಸೇರಿದನು. ಕೆಲಸ ಇರುವವರೆವಿಗೆ ಸಂಬಳ, ಇಲ್ಲದಿದ್ದರೆ ಮನೆಗೆ ಅನ್ನುವ ಹಾಗಿತ್ತು, ಅಲ್ಲಿನ ಕೆಲಸ. ನೆಲೆಯೂರಲು ಅವರುಗಳಿಗೆ ಸ್ಥಳವಿಲ್ಲದ್ದರಿಂದ, ಮಕ್ಕಳಿಗೆ ಶಾಲೆಯೂ ಇಲ್ಲ. ಸ್ವಲ್ಪ ಕಾಲದ ನಂತರ ಎಡಮನೆಯಲ್ಲಿನ ಸುಬ್ಬಯ್ಯ ಎಂಬುವವರು ತಮ್ಮ ಅಡಕೆ ತೋಟದೊಳಗೆ ತಡಿಕೆಗಳನ್ನು ಕಟ್ಟಿ ಒಂದು ಸಣ್ಣ ಮನೆಯನ್ನು ಮಾಡಿಕೊಟ್ಟಿದ್ದರು. ಅಲ್ಲಿಗೆ ಮಕ್ಕಳೊಂದಿಗೆ ಬರಲು ವಿಶ್ವಣ್ಣನು ತನ್ನ ಹೆಂಡತಿಗೆ ಪತ್ರ ಬರೆದಿದ್ದನು. ಭಾಗೀರಥಿಯು ಮಕ್ಕಳೊಂದಿಗೆ ತನ್ನ ಸೋದರ ಮಾವ ಶಿವರಾಮನ ಜೊತೆ ಮಾಡಿಕೊಂಡು ಕಡೆಯ ರೈಲ್ವೇ ನಿಲ್ದಾಣವಾಗಿದ್ದ ದೂರದ ತಾಳಗುಪ್ಪಕ್ಕೆ ಟ್ರೈನ್‌ನಲ್ಲಿ ಬಂದಿಳಿದಿದ್ದಳು. ಅವರನ್ನು ಕರೆದೊಯ್ಯಲು ರೈಲ್ವೇ ಸ್ಟೇಷನ್ನಿಗೆ , ವಿಶ್ವಣ್ಣ ಬಂದಿದ್ದನು. ಆಕೆಯ ಜೊತೆಗೆ ಬಂದಿದ್ದ, ಶಿವರಾಮನನ್ನು ನೋಡಿ, 'ನುವ್ವು ಇಂಕ ಮಳ್ಳಿ ಪೋಪ್ಪಾ' ಅಂದಿದ್ದ. ಅಲ್ಲಿಯವರೆವಿಗೆ ಬಂದಿದ್ದ ಆತನನ್ನು ಮನೆಗೆ ಬಾ ಅಂತ ಕೂಡಾ ಕರೆದಿರಲಿಲ್ಲ. ಇತ್ತ ಶಿವರಾಮ, ವಾಪಸ್ಸು ಬಂದು, ಮನೆಯವರಿಗೆ ಬಂದು ಹೇಳಿದ್ದೇನೆಂದರೆ, 'ವಿಶ್ವಣ್ಣ ಸ್ಟೇಷನ್ನಿಗೆ ಬಂದು, ಭಾಗೀರಥಿ ಮತ್ತು ಮಕ್ಕಳನ್ನು ಕರೆದುಕೊಂಡು ಅದೆಲ್ಲೋ ಅಡವಿಯೊಳಗೆ ಹೊರಟುಹೋದನು'. ಈ ಮಾತುಗಳನ್ನು ಕೇಳಿ, ಮನೆಯವರಿಗೆಲ್ಲಾ ಘಾಬರಿ ಆಗಿತ್ತು. ಎಲ್ಲಿ ಹೋದರೋ, ಏನು ಮಾಡ್ತಿದ್ದಾರೋ. ಮೊದಲೇ

ವಿದ್ಯೆ ನೆಲೆ ಇಲ್ಲದ ಈತನಿಗೆ, ಮದುವೆ ಮಾಡಿಕೊಟ್ಟಿದ್ದೇವೆ. ಈಗ ಅವರನ್ನೂ ಇನ್ನೇನು ಮಾಡುವನೋ ಎಂದು ಮನೆಯವರು ಚಿಂತಿತರಾಗಿದ್ದರು. ಸ್ವಲ್ಪ ಕಾಲದ ನಂತರ ಆಕೆಯಿಂದ ಕ್ಷೇಮಕ್ಕೆ ಪತ್ರ ಬಂದ ಮೇಲೆಯೇ ಮನೆಯಲ್ಲಿ ಎಲ್ಲರಿಗೂ ಸಮಾಧಾನ. ಕೊನೆಯ ರೈಲು ನಿಲ್ದಾಣ ಆದ ತಾಳಗುಪ್ಪದಿಂದ ಎಡಮೆನೆಗೆ ಬಂದು ಸೇರಿದ್ದರು. ಮಲೆನಾಡಿನ ಕಾಡಿನ ಮಧ್ಯೆ ಸೊಪ್ಪು ಸದೆ ತಿಂದು ನೆಮ್ಮದಿಯ ಜೀವನ ಮಾಡಲು ಪ್ರಯತ್ನಿಸುತ್ತಿದ್ದರು. ಬಂದದ್ದರಲ್ಲೇ, ಇದ್ದದರಲ್ಲೇ ಸುಖ ಪಡುತ್ತಿದ್ದರು. ನಾಗರಾಜ ಒಂದು ವರುಷದ ಮಗು ಗುಂಡು ಗುಂಡಾಗಿ ಬೆಳೆಯುತ್ತಿದ್ದ. ಅವನ ಉಪಟಳ ಮನೆಯಲ್ಲಿ ಬಹಳವಾಗುತ್ತಿತ್ತು. ಬಾಗಿಲ ಹಿಂದೆ ನಿಂತು ಮುಷ್ಟಿ ತೋರಿಸಿ ಗುದ್ದುವೆ ಅಂತ ಕೂಗಿದರೆ, ಮೂರು ವರ್ಷಣ್ದ ಅಣ್ಣ ಹನುಮಂತರಾಯ ಹೆದರುತ್ತಿದ್ದ. ಹಾಗಿದ್ದ ಮಗುವಿಗೆ ಒಮ್ಮಿಂದೊಮ್ಮೆಲೇ ಹುಷಾರು ತಪ್ಪಿತು. ಆ ಅರಣ್ಯದಲ್ಲಿ ಯಾವ ವೈದ್ಯರೂ ಇಲ್ಲದೆಯೇ, ಮನೆ ಮಂದಿಗೆ ಕೈ ಕಾಲು ಆಡದಂತಾಗಿತ್ತು. ಪಕ್ಕದ ಮನೆಯವರು ಹೇಳಿದ ಕಾಡಿನ ಮದ್ದನ್ನೇ ಕೊಟ್ಟರೂ, ಆ ಮಗು ಮಾತ್ರ ಉಳಿಯಲಿಲ್ಲ.

1957ರಲ್ಲಿ ಹೆಣ್ಣು ಮಗುವಿನ ಜನನದಿಂದ ಮನೆಯ ಬೆಳಕು ಬೆಳಗಿತ್ತು. ವಿಶ್ವಣ್ಣನಿಗೆ ಮೊದಲಿನಿಂದಲೂ ಹೆಣ್ಣು ಮಕ್ಕಳೆಂದರೆ ಪಂಚ ಪ್ರಾಣ. ತನ್ನದೇ ಮನೆಯಲ್ಲಿ ಹೆಣ್ಣು ಮಗು ಹುಟ್ಟಿದ ಮೇಲೆ ಅವನನ್ನು ಹಿಡಿಯುವವರು ಯಾರು? ಮಗು ಅತ್ತರೆ ಎಲ್ಲಿ ಉಸಿರು ಹಿಡಿಯಬಹುದೆಂದು ಅಂಗೈಯಲ್ಲಿ ಬೆಣ್ಣೆ ಇಟ್ಟುಕೊಂಡಂತೆ ಬಹಳ ಸೂಕ್ಷ್ಮದಿಂದ ಸಾಕುತ್ತಿದ್ದರು. ಮಗು ಶುಕ್ಲ ಪಕ್ಷದ ಚಂದ್ರಮನಂತೆ ಬಹಳ

ಮುದ್ದಾಗಿ, ಚೆನ್ನಾಗಿ ಬೆಳೆಯುತ್ತಿತ್ತು. ಮಗುವಿಗೆ ಇಂದಿರೆ ಎಂದು ನಾಮಕರಣ ಮಾಡಿದ್ದರು. ಆ ಮಗು ಹುಟ್ಟಿದಾಗಲೇ ಮನೆಯ ಮುಂದೆ ಮಲ್ಲಿಗೆಯ ಬಳ್ಳಿಯನ್ನು ಬೆಳೆಸುತ್ತಿದ್ದರು. ಸುತ್ತಮುತ್ತಲೆಲ್ಲಾ ಅದರ ಸುಗಂಧ ಬೀರುತ್ತಿತ್ತು. ಆ ಮಗು ಹುಟ್ಟುವವರೆವಿಗೂ ಪ್ರತಿ ಸಂಕ್ರಾಂತಿ ಹಬ್ಬದಲ್ಲಿಯೂ ಮನೆಯ ಗಂಡು ಮಕ್ಕಳೇ ಹೆಣ್ಣು ಮಕ್ಕಳಂತೆ ಎಳ್ಳು ಬೀರಲು ಹೋಗಿ ಬರುತ್ತಿದ್ದರು. ಹೆಣ್ಣು ಮಗು ಹುಟ್ಟಿದ ಮೇಲೆ ಆ ಕರ್ತವ್ಯ ತಪ್ಪಿತು ಅಂತ ಆ ಗಂಡು ಮಕ್ಕಳ ಮನದಲ್ಲಿ ಭಾವನೆ ಮೂಡಿತು. ಒಟ್ಟಿನಲ್ಲಿ ಬರಡಾಗಿದ್ದ ಆ ಮನೆ ನಂದಗೋಕುಲವಾಗಿತ್ತು.

ಪ್ರತಿನಿತ್ಯ ವಿಶ್ವಣ್ಣ ಸಂಜೆ ಕೆಲಸದಿಂದ ಬಂದೊಡನೆ ಮಗುವಿನೊಡನೆ ಆಡುವುದರಲ್ಲಿ, ಆತನು ದಿನದ ಕಷ್ಟ ಕೋಟಲೆಗಳೆಲ್ಲವನ್ನೂ ಮರೆಯುತ್ತಿದ್ದ. ಮಗಳು ಇಂದಿರೆ ಮನೆಯಲ್ಲಿರುವವರೆಲ್ಲರಿಗೂ ಚೈತನ್ಯದ ಚಿಲುಮೆಯಾಗಿದ್ದಳೆಂದರೆ ಅತಿಶಯೋಕ್ತಿಯಲ್ಲ. ತಾಯಿಯ ಕೈಗಂತೂ ಮಗು ಸಿಗುತ್ತಲೇ ಇರಲಿಲ್ಲ. ಅಣ್ಣಂದಿರು ಅವಳನ್ನು ಕೆಳಗೆ ಬಿಡದೇ ಒಬ್ಬರಲ್ಲದೇ ಒಬ್ಬರು ಸದಾ ಕಾಲವೂ ಅವಳನ್ನು ಎತ್ತಿಕೊಂಡೇ ಇರುತ್ತಿದ್ದರು. ಹೀಗೆ ಯಾರಾದರೂ ಎತ್ತಿಕೊಂಡಿರುವಾಗಲೇ ಮಗುವಿಗೆ ಅವರಮ್ಮ ಊಟ ಮಾಡಿಸುತ್ತಿದ್ದರು. ಸಂಜೆ ವಿಶ್ವಣ್ಣ ಮನೆಗೆ ಬಂದೊಡನೆ ಆತ ಅವಳನ್ನು ಬೇರೆ ಯಾರೂ ಮುಟ್ಟಗೊಡುತ್ತಿರಲಿಲ್ಲ. ಮಗುವಿಗೂ ಅಪ್ಪ ಎಂದರೆ ಬಲು ಪ್ರಾಣ. ಅವರ ಹೆಗಲ ಮೇಲೆಯೇ ನಿದ್ರೆ ಮಾಡಿಬಿಡುತ್ತಿದ್ದಳು. ನಿದ್ರೆಯಲ್ಲಿಯೂ ಅವಳಿಗೆ ಅಪ್ಪನ ವಾಸನೆ ಇರಬೇಕಿತ್ತೇನೋ ಅದಕ್ಕೇ ನಿದ್ರೆಯಲ್ಲಿರುವ ಮಗುವಿನ

ಕೈನಲ್ಲಿ ಎಂದಿಗೂ ಅವರಪ್ಪನ ಒಂದು ಷರ್ಟಿನ ತುಂಡು ಇದ್ದೇ ಇರುತ್ತಿತ್ತು. ಅದಿಲ್ಲದಿದ್ದರೆ ಅರ್ಧ ನಿದ್ರೆಯಲ್ಲಿಯೇ ಮಗು ಎದ್ದು, ಗಲಾಟೆ ಮಾಡುತ್ತಿತ್ತು.

ಆ ಮಗುವೂ ಮೂರು ವರುಷ ಕಳೆಯುವವರೆವಿಗೆ ಯಾವಾಗಲೂ ಒಂದಲ್ಲ ಒಂದು ಸಣ್ಣ ಪುಟ್ಟ ಕಾಹಿಲೆಯಿಂದ ನರಳುತ್ತಲೇ ಇತ್ತು. ಆ ಕಾಡಿನ ನಾಡಿನಲ್ಲಿ ಮಳೆಗಾಲದಲ್ಲಿ ವಿಪರೀತ ಥಂಡಿ. ಸೂರ್ಯನ ಬೆಳಕು ನೋಡೋದೇ ಕಷ್ಟ ಆಗಿತ್ತು. ಆಗ ಲಿಂಗನಮಕ್ಕಿಯ ಅಣೆಕಟ್ಟೆಗಾಗಿ ಕೆಲಸ ಮಾಡುತ್ತಿದ್ದರು. ಅಂದೊಂದು ದಿನ (1960ರ ಮೇ 1ನೇ ತಾರೀಖು) ಮಗುವಿಗೆ ಸಣ್ಣದಾಗಿ ಜ್ವರ ಕಾಣಿಸಿಕೊಂಡಿತು. ಆಗ ಭಾಗೀರಥಿ ತುಂಬಿದ ಬಸುರಿ. ಈ ಮಗುವಿನೆಡೆಗೆ ಸಾಕಷ್ಟು ಗಮನ ಕೊಡಲಾಗುತ್ತಿರಲಿಲ್ಲ. ಮನೆಯಲ್ಲಿರುವ ಗಂಡು ಮಕ್ಕಳಿಗೆ ಜ್ವರ ತಪ್ತ ಮಗುವಿಗೆ ಏನು ಮಾಡಬೇಕೆಂಬುದು ತಿಳಿಯದು. ವಿಶ್ವಣ್ಣ ಮನೆಗೆ ಬಂದ ಕೂಡಲೇ ಮಗುವಿಗೆ ಜ್ವರ ಬಂದಿರುವ ವಿಷಯ ತಿಳಿಸಿದರು. ಇವರಿದ್ದ ಹಳ್ಳಿ ಕೊಂಪೆಯಲ್ಲಿ ವೈದ್ಯರೇ ಇರಲಿಲ್ಲ. ಹತ್ತಿರದಲ್ಲೇ ವಾಸವಾಗಿದ್ದ ಕಂಪೌಂಡರ್ ಆಗಿದ್ದ ಅಂತೋಣಿಯೇ ಈ ಊರಿನವರಿಗೆ ವೈದ್ಯನಂತೆ ತೋರುತ್ತಿದ್ದ. ವಿಶ್ವಣ್ಣ ಸಂಜೆ ಕೆಲಸದಿಂದ ಬಂದೊಡನೆ ಮಗುವಿಗೆ ಜ್ವರ ಬಂದಿರುವ ವಿಷಯ ತಿಳಿದು ನಿಂತಲ್ಲಿ ನಿಲಲಾರದೇ ಅಂತೋಣಿಯೆಡೆಗೆ ಓಡಿದ. ಅವನ್ಯಾವುದೋ ಮಾತ್ರೆಯನ್ನು ಕೊಟ್ಟು ಜೇನುತುಪ್ಪದೊಡನೆ ಸೇರಿಸಿ ಮಗುವಿಗೆ ನೆಕ್ಕಿಸಿ ಎಂದು ಹೇಳಿದ. ಸರಿ ಹಾಗೆಯೇ ಮಾಡಿದರು. ಅಂತಹ ಸಮಯದಲ್ಲಿ ಯಾರು ಏನೇ ಸಲಹೆ ಕೊಟ್ಟರೂ ನಾವು ಸ್ವೀಕರಿಸುತ್ತೇವೆ. ನಮ್ಮ ಪರಿಸ್ಥಿತಿ ಹಾಗಿರುತ್ತೆ. ಮಗುವಿನ ಜ್ವರ ಮಾತ್ರ ಕಡಿಮೆಯಾಗದೇ ಇನ್ನೂ ಹೆಚ್ಚುತ್ತಲೇ ಹೋಯಿತು. ರಾಯರು ಪಕ್ಕದಲ್ಲೇ

ವಾಸವಿದ್ದ ಜೀಪಿನ ಪಿಡಬ್ಲ್ಯುಡಿ ಡ್ರೈವರ್ ರಾಮಣ್ಣನ ಮೊರೆ ಹೊಕ್ಕರು. ರಾಮಣ್ಣನ ಹೆಂಡತಿ ವಿಶಾಲಾಕ್ಷಮ್ಮ, ಮಗುವಿಗೆ ವಿಷಮಸೀತ ಜ್ವರ ಬಂದಿರಬಹುದೆಂದೂ ತಕ್ಷಣ ಕಾರ್ಗಲ್ಲಿನ ಆಸ್ಪತ್ರೆ ಕರೆದೊಯ್ಯಿರೆಂದೂ ತಿಳಿಸಿದರು. ರಾಮಣ್ಣನೊಂದಿಗೆ ಜೀಪಿನಲ್ಲಿ ವಿಶ್ವಣ್ಣ ಮಗುವನ್ನು ಕರೆದುಕೊಂಡು ಕಾರ್ಗಲ್ಲಿಗೆ ಹೊರಟನು. ಆಗ ಸಮಯ ರಾತ್ರಿಯ ೧೧ ಘಂಟೆ. ಕಾರ್ಗಲ್ ಆಸ್ಪತ್ರೆಯಲ್ಲಿ ಏನೋ ಮದ್ದು ಕೊಟ್ಟರು. ನಂತರ ಮನೆಗೆ ವಾಪಸ್ಸು ಹೊರಡುವಾಗ ಆಸ್ಪತ್ರೆಯ ಎದುರಿನ ಕಟ್ಟೆ ಗಣೇಶನಿಗೆ ಮಗು ನಮಸ್ಕರಿಸಿತು. ವಾಪಸ್ಸು ಮನೆಗೆ ಹೊರಟರು. ಸರಿರಾತ್ರಿಯ ಆ ಸಮಯದಲ್ಲಿ ಮಗು 'ಕಾಫಿ ಕೊಡಿಸಪ್ಪ' ಎಂದು ಕೇಳಿತು. ಆ ಕಾಡಿನಲ್ಲಿ ಕಾಫಿ ಎಲ್ಲಿ ಸಿಗಬೇಕು. ವಿಶ್ವಣ್ಣ, 'ಆಗ್ಲಮ್ಮ, ಇನ್ನೇನು ಊರು ಬಂದೇ ಬಿಡ್ತು. ಕೊಡಿಸ್ತೀನಿ ಅಂದ'. ಮನೆಯ ಬಾಗಿಲಲ್ಲೇ ಅಣ್ಣಂದಿರಾದ ಸತ್ಯಣ್ಣ ಮತ್ತು ಹನುಮಂತರಾಯ ಅಕ್ಕಿ ಆರಿಸುತ್ತಿದ್ದರು. ಮನೆ ತಲುಪಿ ಇನ್ನೇನು ಹೊಸ್ತಿಲು ದಾಟಬೇಕು, ಆಗ ಮಗು ಪ್ರಾಣ ಬಿಟ್ಟಿತ್ತು. ಹೊಸ್ತಿಲು ದಾಟಿ ಒಳಗೆ ಬಂದ ವಿಶ್ವಣ್ಣ, ಭಾಗೀರಥಿಯನ್ನು ಕೂಗಿ "ಪಾಯ್ ನೇ, ಹುಹ್!" ಎಂದದ್ದು ಮಕ್ಕಳಿಗೆ ಕೇಳಿಸಿತ್ತು. ಅವರು ಅಮ್ಮನಲ್ಲಿಗೆ ಒಳಓಡಿದ್ದರು. ಏನು, ಎಲ್ಲಿ ಎಂಬ ಸಂಶಯಕ್ಕೆ ಉತ್ತರವೆಂದರೆ ಭಾಗೀರಥಿ ತನ್ನ ಮಕ್ಕಳನ್ನು ಬರಸೆಳೆದು ತಬ್ಬಿಕೊಂಡದ್ದು, ಮಾತ್ರವೇ. ಮಗಳನ್ನು ಉಳಿಸಿಕೊಳ್ಳಲಾಗದ 'ಸದ್ದಿಲ್ಲದ ಅಳು'. ಸ್ವಲ್ಪ ಹೊತ್ತಿನಲ್ಲೇ ಆಚೆ ಮನೆಯ ವೆಂಕಮ್ಮನವರು ಮನೆಯ ಒಳಗಿನಿಂದ ಬಂದು, ಹೊಸ್ತಿಲಲ್ಲಿದ್ದ ವಿಶ್ವಣ್ಣನನ್ನು ಕಂಡು ಒಳಗೆ ಗಂಡು ಮಗು ಹುಟ್ಟಿದೆ ಎಂದರು. ಆತನ ಬಾಯಿಯಿಂದ ಮತ್ತೊಮ್ಮೆ ಬಂದದ್ದು ಹ್ಹುಹ್! ಎನ್ನುವ ಉದ್ಗಾರ ಮಾತ್ರ.

ಮನೆಯ ಲಕ್ಷ್ಮಿ ಆಚೆಗೆ ಹೋಗಿ ಇನ್ನೊಬ್ಬ ಕೃಷ್ಣ ಮನೆಯ ಒಳ ಸೇರಿದ್ದ. ಅವನೇ ಶ್ರೀನಿವಾಸ (ಸೀನ).

ದೊಡ್ಡ ಮಗ ಸುಬ್ಬಣ್ಣನಿಗೆ ಆಗ 14 ವರ್ಷ. ತನ್ನ ಮೊದಲನೆಯ ಚಿಕ್ಕಮ್ಮ-ಚಿಕ್ಕಪ್ಪ ಅಂದರೆ ತ್ರಿಪುರಾಂಬ ಮತ್ತು ಜಗನ್ನಾಥಶಾಸ್ತ್ರಿಗಳಿಗೆ ಮಕ್ಕಳಿನ್ನೂ ಇರದ ಕಾರಣ ಅವರ ಮನೆಯಲ್ಲಿ (ಬೆಂಗಳೂರು ಹತ್ತಿರದ ಚಿಕ್ಕಮದುರೆಯಲ್ಲಿದ್ದರು) ಬಂದಿರಲು ಹೇಳಿದ್ದರು. ಏಳನೆಯ ಇಯತ್ತೆ ಪಾಸಾದ ನಂತರ ಅವನು ಮರಳಿ ಲಿಂಗನಮಕ್ಕಿಗೆ ಬಂದಿದ್ದನು. ಆಗ ಪಿಡಬ್ಲ್ಯುಡಿಯ ಚೀಫ್ ಇಂಜಿನಿಯರ್ ಪರಮೇಶ್ವರಯ್ಯನವರು ಇವರ ಮನೆಯ ಕಷ್ಟಗಳನ್ನು ಚೆನ್ನಾಗಿ ಅರಿತಿದ್ದವರು, ದೊಡ್ಡ ಮಗನನ್ನೂ ಕೆಲಸಕ್ಕೆ ಕಳುಹಿಸಿ, ಅವನೇನೂ ಮಾಡದೇ ಮರಳಿನಲ್ಲಿ ಆಟ ಆಡಿಕೊಂಡಿದ್ದರೂ ಸಾಕು, ಅವನು ಪೇರೋಲ್‌ನಲ್ಲಿರಲಿ, ನಿಮಗೆ ಅಲ್ಪ ಸ್ವಲ್ಪ ಹಣಕಾಸಿನ ಅನುಕೂಲ ಆದರೂ ಆಗತ್ತೆ, ಎಂದಿದ್ದರು. ಪರಮೇಶ್ವರಯ್ಯನವರ ಮಕ್ಕಳು ಕೂಡಾ ಎರಡನೆಯ ಮಗ ಸತ್ಯಣ್ಣನ ಓರಗೆಯವರು. ಆತನ ಹೆಚ್ಚಿನ ಆಟ ಪಾಟಗಳೆಲ್ಲ ಅವರೊಂದಿಗೆಯೇ ಆಗಿತ್ತು. ಆ ಸಮಯದಲ್ಲೇ ಪರಮೇಶ್ವರಯ್ಯನವರು ಕಾರನ್ನು ಹೊಂದಿದ್ದರು. ಅವರ ಮಕ್ಕಳ ಜೊತೆಗೆ ಸತ್ಯಣ್ಣನೂ ಕಾರಿನಲ್ಲಿ ಓಡಿಯಾಡಿಕೊಂಡಿದ್ದನು. ಹಾಗಾಗಿ ಮನೆಯ ಬಡತನದ ಬೇಗೆ ಅವನನ್ನು ಅಷ್ಟಾಗಿ ತಟ್ಟಿರಲಿಲ್ಲ. ಅಕ್ಕ ಪಕ್ಕದಲ್ಲೂ ಇವರದ್ದೇ ಸ್ಥಿತಿಯ ಸಂಸಾರಗಳು ಇದ್ದು, ಕಾಲ ಕಳೆಯೋದು, ಜೀವನ ಮಾಡೋದು ಕಷ್ಟವೆನಿಸಲಿಲ್ಲ. ಪಕ್ಕದ ಮನೆಯ ಮೀನಾಕ್ಷಮ್ಮ ಮತ್ತು ಸಾವಿತ್ರಮ್ಮನವರು ಭಾಗೀರಥಿಯೊಂದಿಗೆ ಅಕ್ಕ ತಂಗಿಯರಂತೆಯೇ ಇದ್ದರು. ಇವರುಗಳು ಆಗಾಗ್ಯೆ ಪಕ್ಕದ

ಕಾರ್ಗಿಲ್‌ಗೆ ಸಿನೆಮಾ ನೋಡಲು ಕೂಡಾ ಹೋಗುತ್ತಿದ್ದರು. ಹಬ್ಬ ಹರಿದಿನಗಳಲ್ಲದೆಯೇ ಬೇರೆಯ ದಿನಗಳಲ್ಲೂ ಆಗಾಗ ಇವರ ಮಕ್ಕಳನ್ನು ತಮ್ಮ ಮನೆಗೆ ಕರೆದು ಊಟವನ್ನು ಕೊಡುತ್ತಿದ್ದರು. ಇನ್ನೆರಡು ವರುಷಗಳು ಕಳೆಯುವುದರಲ್ಲಿ, ಇನ್ನೊಬ್ಬ ಮಗಳು, ಮಂಜುಳೆ ಹುಟ್ಟಿದಳು. ಹೆಣ್ಣು ಮಗಳು ತಮ್ಮ ಬಾಳಿನಲ್ಲಿ ಬಂದ ನಂತರ ಅವರ ಬಾಳಿನಲ್ಲಿ ಮತ್ತೆ ಚಿಗುರೊಡೆಯ ಹತ್ತಿತು. ಅಷ್ಟೊತ್ತಿಗಾಗಲೇ ಗಂಡ- ಹೆಂಡತಿ ಜೀವನದಲ್ಲಿ ಬಹಳ ಇಳಿದುಹೋಗಿದ್ದರು. ಈ ಒಬ್ಬಳೇ ಮಗಳನ್ನು ಬಹಳ ಮುಚ್ಚಟೆಯಿಂದ ಬೆಳೆಸುತ್ತಿದ್ದರು. ಎಂದುರೋ ಮಹಾನುಭಾವುಲು ಎಂದಂತೆ ಇವರ ಜೀವನದಲ್ಲಿಯೂ ಕೂಡಾ ಯಾರ್‍ಯಾರೋ ಸಹಾಯ ಮಾಡಿದವರು, ಹಾಗೆಯೇ ಮುಂದೆಯೂ ಮಾಡಿದವರು.

ಮಗಳು ಮಂಜುಳೆ 1962ರಲ್ಲಿ ಹುಟ್ಟಿದಳು. ಈಗಾಗಲೇ ಬಹಳ ಮುದ್ದು ಮಾಡುತ್ತಿದ್ದ ಒಂದು ಹೆಣ್ಣು ಮಗುವನ್ನು ಕಳೆದುಕೊಂಡವರು, ಈ ಮಗಳನ್ನು ಬಹಳ ಜಾಗರೂಕತೆಯಿಂದ ನೋಡಿಕೊಳ್ಳುತ್ತಿದ್ದರು. ಒಂದು ವರುಷದ ಮಗು ಬಹಳ ಬೇಗ ಅಂದ್ರೆ 10-11 ತಿಂಗಳಿಗೇ ನಡಿಗೆ ಕಲಿತಿದ್ದಳು. ಮನೆ ಪೂರಾ ಅವಳದ್ದೇ ಓಡಾಟ. ಇಷ್ಟು ಮಕ್ಕಳನ್ನು (6 ಗಂಡು ಮತ್ತು 1 ಹೆಣ್ಣು) ಸಾಕಿ ಸಲುಹಿದ್ದ ದಂಪತಿಗಳಿಗೆ, ಈ ಕೂಸನ್ನು ಹಿಡಿಯುವುದೇ ಕಷ್ಟ ಆಗಿತ್ತು. ಅವಳು ಹುಟ್ಟಿದ ಮೇಲೆ ಮನೆಯಲ್ಲಿ ಒಂದು ಮಂಚ ಮಾಡಿಸಿದ್ದರು. ಈ ಮಗು ಅದರ ಮೇಲೆ ಹತ್ತಿ ಕೆಳಕ್ಕೆ ನೆಗೆಯುತ್ತಿತ್ತು. ಆ ಆಟದ ಚಂದದಿಂದ ಮುದನಾದ ವಿಶ್ವಣ್ಣ ತಾನೂ ಮಗುವಿನ ಹಾಗೆ ಆಕೆಯೊಂದಿಗೆ ಆಡುತ್ತಿದ್ದ. ಹಾಗೆ ನೆಗೆಯುವಾಗ ಕೇಕೆ ಹಾಕಿಕೊಂಡು ನಗುತ್ತಿದ್ದಳು, ಅವಳ ಕೆನ್ನೆಯಲ್ಲಿ ಬೀಳುವ ಗುಳಿಯ

ನೋಡುವುದೇ ಚೆನ್ನ. ಒಮ್ಮೆ ಹಾಗೆ ನೆಗೆಯುವ ಸಮಯದಲ್ಲಿ ನಾಲಗೆ ಕಚ್ಚಿಕೊಂಡು ಬಾಯಿಯಿಂದ ರಕ್ತ ಹರಿಯತೊಡಗಿತು. ಪತಿ ಪತ್ನಿ ಇಬ್ಬರೂ ಮಗುವಿನ ಬಾಯಿಯಿಂದ ರಕ್ತ ನೋಡಿಯೇ ಅಧೀರರಾಗಿದ್ದರು. ತಕ್ಷಣದಲ್ಲಿ ಸಾವರಿಸಿಕೊಂಡು ಬಾಯಿಗೆ ಸಕ್ಕರೆ ಹಾಕಿ, ವೈದ್ಯರ ಬಳಿಗೆ ಕರೆದೊಯ್ದಿದ್ದರು. ಒಂದೇ ಸಮನೆ ಅಳುತ್ತಿದ್ದ ಮಗು ಸ್ವಲ್ಪ ದಿನಗಳಲ್ಲಿಯೇ ಸರಿ ಹೋಗಿತ್ತು. ಘಾಬರಿಯಾಗಿದ್ದ ಅಪ್ಪ ಮತ್ತಿನ್ನೆಂದೂ ಆ ತರಹದ ಆಟವನ್ನು ಆಡಿಸುತ್ತಲೇ ಇರಲಿಲ್ಲ.

1964ರ ಅದೊಂದು ದಿನ ಕೆಲಸ ಮುಗಿಸಿ ಸಂಜೆ ವಿಶ್ವಣ್ಣ ಮನೆಗೆ ಬಂದ. ಭಾಗೀರಥಿ ಅಡುಗೆ ಮನೆಯಿಂದ ಕಾಫಿ ಲೋಟ ಹಿಡಿದು ಹಜಾರಕ್ಕೆ ಬಂದು ನೋಡಿದ್ರೆ, ಗಂಡನ ಮೂತಿ ಓರೆಯಾಗಿ ತಿರುಗಿದೆ. ಮಾತನಾಡಿದ್ದೇನೂ ಅರ್ಥ ಆಗ್ತಿಲ್ಲ. ಕೈಗೆ ಕಾಫಿ ಲೋಟ ತಗೊಂಡ ವಿಶ್ವಣ್ಣ ಬಾಯಿಗೆ ಇಡಲಾಗ್ತಿಲ್ಲ. ಒಂದು ಕೈ ಕಾಲು ಸಂಪೂರ್ಣ ಸ್ವಾಧೀನ ತಪ್ಪಿ ಹೋಗಿದೆ. ಮೂತಿ ತಿರುಗಿ ಹೋಗಿದೆ. ಕಾಫಿ ಕುಡಿಯೋಕ್ಕೆ ಆಗ್ತಿಲ್ಲಾಂತ ಅಂತ ಹೆಂಡತಿ ಮೇಲೆ ಸಿಟ್ಟು ಬೇರೆ. ಅಕ್ಕ ಪಕ್ಕದ ಮನೆಯವರೆಲ್ಲಾ ಬಂದು ನೋಡಿದರೆ, ವಿಶ್ವಣ್ಣನಿಗೆ ಶರೀರದ ಎಡ ಭಾಗಕ್ಕೆ ಪಾರ್ಶ್ವವಾಯು ಆಗಿದೆ ಎಂದು ತಿಳಿಯಿತು. ಆಗ ವೈದ್ಯರನ್ನು ಕರೆಸಿ ಔಷಧಿ ಕೊಡಿಸಿದರು. ಭಾಗೀರಥಿ ತಂದೆ ಬೆಂಗಳೂರಿನಲ್ಲಿ ಹೆಲ್ತ್ ಇನ್ಸ್-ಪೆಕ್ಟರ್ ಆಗಿದ್ದವರು, ಜೋಗದ ವೈದ್ಯಾಧಿಕಾರಿಗಳಿಗೆ ತಿಳಿಸಿ, ಔಷಧೋಪಚಾರದ ವ್ಯವಸ್ಥೆ ಮಾಡಿದ್ದರು. ಆದರೆ, ಅಲೋಪತಿಯಲ್ಲಿ ಇದಕ್ಕೆ ಸರಿಯಾದ ಔಷಧಿ ಇಲ್ಲವೆಂದು, ಪಕ್ಕದ ಮನೆಯ ಸೂರ್ಯನಾರಾಯಣರಾಯರು, ಅಂಕೋಲೆಯ ಪೊಕ್ಕ ಮಾನು ಗೌಡನಲ್ಲಿ ನಾಟಿ ಔಷಧಿಗಾಗಿ ವ್ಯವಸ್ಥೆ

ಮಾಡಿದರು. ಅಲ್ಲಿಗೆ ಹೋಗಿ, ಅವನು ಕೊಡುವ ಎಣ್ಣೆ, ಸೊಪ್ಪನ್ನು ಮನೆಗೆ ತಂದರು. ಸ್ವತಃ ರೋಗಿಯೇ ಅವರು ಕೊಟ್ಟ ಎಣ್ಣೆಯನ್ನು ಮೈಗೆ ಹಚ್ಚಿ ಚೆನ್ನಾಗಿ ನೀವಿಕೊಳ್ಳಬೇಕು. ಇತರರು ಯಾರೂ ಅದನ್ನು ಮುಟ್ಟಬಾರದು. ಹಾಗೆಯೇ ಮೈಯನ್ನು ಬಿಸಿಲಿಗೆ ಚೆನ್ನಾಗಿ ಒಣಗಿಸಿಕೊಳ್ಳಬೇಕು. ಸ್ವಲ್ಪ ಹೊತ್ತಿನ ನಂತರ, ಅರಿಶಿನದ ಜೊತೆ ಆ ಸೊಪ್ಪನ್ನು ಚೆನ್ನಾಗಿ ಅರೆದು ಮೈಗೆಲ್ಲಾ ಹಚ್ಚಿಕೊಂಡು ಮತ್ತೆ ಬಿಸಿಲಿಗೆ ಒಣಗಿಸಿಕೊಳ್ಳಬೇಕು. ಮರುದಿನ ಬೆಳಗ್ಗೆ ಸ್ನಾನ ಮಾಡುವವರೆವಿಗೆ ಹಾಗೆಯೇ ಇರಬೇಕು. ಸ್ನಾನ ಮಾಡಿದ ನಂತರ ಮತ್ತೆ ಎಣ್ಣೆಯನ್ನು ಹಚ್ಚಿಕೊಂಡು ಬಿಸಿಲಿಗೆ ಒಣಗಿಸಿಕೊಳ್ಳಬೇಕು. ಸುಮಾರು ಒಂದು ತಿಂಗಳ ಔಷಧೋಪಚಾರದಿಂದ ಸಂಪೂರ್ಣವಾಗಿ ಚೇತರಿಸಿಕೊಂಡರು. ಆ ಸಮಯದಲ್ಲಿ ನಂಜುಂಡ ಶಾಸ್ತ್ರಿಗಳ ಆರೈಕೆ ಎಂದಿಗೂ ಯಾರೂ ಮರೆಯಲಾಗದ್ದು. ವಿಶ್ವಣ್ಣನಿಗೆ ಸ್ವತಃ ತಮ್ಮನಾಗಿಯೇ ಹೆಗಲು ಕೊಟ್ಟಿದ್ದರು. ಭಾಗೀರಥಿಯೂ ಅತ್ತ ಗಂಡನನ್ನೂ ನೋಡಿಕೊಳ್ಳಬೇಕು, ಮಕ್ಕಳನ್ನೂ ನೋಡಿಕೊಂಡು ಮನೆಯನ್ನೂ ತೂಗಿಸಿಕೊಂಡು ಹೋಗುವುದು ಕಷ್ಟವಾಗುತ್ತಿತ್ತು. ಆದರೂ ಧೃತಿಗೆಡದೆ ಕಲ್ಲಿನಂತೆ ನಿಂತು ಪರಿಸ್ಥಿತಿಯನ್ನು ಎದುರಿಸಿದಳು. ದುರ್ಭಿಕ್ಷದಲ್ಲಿ ಅಧಿಕ ಮಾಸ ಎನ್ನುವಂತೆ ಅವಳಿಗೆ ಒಂದರ ಮೇಲೊಂದು ಕಷ್ಟಗಳು ಬರುತ್ತಲೇ ಇದ್ದವು. ಎಂದುರೋ ಮಹಾನುಭಾವುಲು, ಅನ್ನದಾತರು, ಜೀವಿಗಳ ಉಳಿಸಿದವರು.

ಅದೇ ವೇಳೆಯಲ್ಲಿ ನಾಲ್ಕು ವರ್ಷದ ಕೊನೆಯ ಮಗ, ಸೀನ ಹಣೆಗೆ ಪೆಟ್ಟು ಮಾಡಿಕೊಂಡಿದ್ದ. ಅಂದು ದೀಪಾವಳಿಯ ನರಕ ಚತುರ್ದಶಿ, ಹಬ್ಬದ ದಿನ. ಮನೆಯ ಹೊರಗೆ ಮರದ ದಿಮ್ಮಿ ಬಿದ್ದಿತ್ತು. ಅದರ ಒಂದು ಕೊನೆ

ಚೂಪಾಗಿತ್ತು. ಇನ್ನೊಂದು ಕೊನೆಯ ಮೇಲೆ ಕುಳಿತು, ಮೇಲೆ ಕೆಳಗೆ ಉಯ್ಯಾಲೆಯಂತೆ ಆಡುತ್ತಿದ್ದ. ಸ್ವಲ್ಪ ವೇಗದ ಗತಿಯಲ್ಲಿ ಆಡುವಾಗ ಮೇಲೆ ಹೋದಾಗ ಒಂದು ಕೊನೆಯಿಂದ ಇನ್ನೊಂದು ಕೊನೆಗೆ ಜಾರಿದ. ಜಾರಿದಾಗ ಚೂಪಾಗಿದ್ದ ಆ ಕೊನೆ ಕಣ್ಣಿನ ಕೆಳಕ್ಕೆ ನಾಟಿಕೊಂಡು ವಿಪರೀತ ರಕ್ತಸ್ರಾವವಾಗತೊಡಗಿತು. ಅಳ್ತಾ ಮನೆಯೊಳಗೆ ಬಂದವನಿಗೆ, ಗಾಯದ ಜಾಗಕ್ಕೆ ಅರಿಶಿನ ಹಚ್ಚಿ ಕಾರ್ಗಲ್ಲಿನ ಆಸ್ಪತ್ರೆಗೆ ಕರೆದೊಯ್ದು ಪಟ್ಟಿ ಹಾಕಿಸಿದ್ದಾಯ್ತು. ಸಧ್ಯ ಕಣ್ಣಿಗೇನೂ ಅಪಾಯವಾಗಿರಲಿಲ್ಲ. ಆಗಲೇ ಮೂರು ಮಕ್ಕಳನ್ನು ಕಳೆದುಕೊಂಡಿದ್ದ ಭಾಗೀರಥಿಗೆ ಇಂತಹ ಸನ್ನಿವೇಶಗಳಲ್ಲಿ ಬಹಳ ಧಾವಂತವಾಗುತ್ತಿತ್ತು. ಆದರೂ ಮಕ್ಕಳ ಪುಂಡಾಟಿಕೆ ಮಾತ್ರ ಸ್ವಲ್ಪವೂ ಕಡಿಮೆ ಆಗುತ್ತಿರಲಿಲ್ಲ. ಮೊದಲನೆಯ ಮಗ ಸುಬ್ಬಣ್ಣ ಎಂದಿಗೂ ಮಗನಾಗಿರಲಿಲ್ಲ. ವಯಸ್ಸಿನಲ್ಲಿ 16 ವರ್ಷ ಚಿಕ್ಕವನಾದರೂ ಕಟ್ಟು ಮಸ್ತಾದ ದೇಹ ಹೊಂದಿದ್ದವನು ತಮ್ಮನಂತೆಯೇ ಇದ್ದ. ನೋಡಿದವರು ತಕ್ಷಣಕ್ಕೆ ಈತ ನಿಮ್ಮ ತಮ್ಮನಾ ಅಂತ ಕೇಳುತ್ತಿದ್ದರು. ಎರಡನೆಯವನು ಸತ್ಯಣ್ಣ ಸ್ವಲ್ಪ ಅಳುಮುಂಜಿ, ಅಮ್ಮನ ಮಗನಂತಾದರೆ, ಮೂರನೆಯವನು ಹನುಮಂತರಾಯ ಅವನಿಗೆ ತದ್ವಿರುದ್ಧ. ಎಲ್ಲ ಅವನ ತಂದೆಯಂತೆ. ಯಾವ ಕೆಲಸಕ್ಕೂ ಹಿಂಜರಿಯದವನು, ಎಲ್ಲ ಕಡೆಯೂ ಎಲ್ಲರಿಗೂ ಹಿರಿದಾಳು (ಕ್ಯಾಪ್ಟನ್). ಬಲು ಮೊಂಡ. ಹಿಡಿದ ಹಟ ಸಾಧಿಸದೇ ಬಿಡದವನು. ಇನ್ನೆರಡು ಚಿಕ್ಕ ಚಿಕ್ಕ ಕೂಸುಗಳು. ಅವರ ಕುಟುಂಬದಲ್ಲಿ ಎಲ್ಲ ಇದ್ದರೂ, ಏನೂ ಇರಲಿಲ್ಲ. ಮನೆಯಲ್ಲಿ ಎಲ್ಲ ರೀತಿಯ ಬಲವಿದ್ದರೂ, ತಾಂಡವವಾಡುತ್ತಿದ್ದ ಬಡತನದ ಮುಂದೆ ಅವೆಲ್ಲವೂ ಕ್ಷೀಣಿಸುತ್ತಿದ್ದುವು.

1966ರಲ್ಲಿ ಶರಾವತಿಯ ಅಣೆಕಟ್ಟು ನಿರ್ಮಾಣ ಪೂರ್ಣಗೊಳ್ಳುತ್ತಿದ್ದಂತೆ, ವಿಶ್ವಣ್ಣನಿಗೆ ಕೆಲಸ ಹೋಯ್ತು. ಮಕ್ಕಳು ಬೆಳೆಯಹತ್ತಿದ ಕುಟುಂಬಕ್ಕೆ ಅದೊಂದು ಆಘಾತ. ಆಗ ಮತ್ತೆ ಸಹಾಯಕ್ಕೆ ಬಂದವರೆಂದರೆ ಅವನಣ್ಣ ಆದ ಹನುಮಂತರಾಯರು. ಅವರು ಅದೇ ಪಿಡ್ಬ್ಲ್ಯುಡಿಯಲ್ಲಿ ಚಾಮರಾಜನಗರದಲ್ಲಿ ಕೆಲಸ ಮಾಡುತ್ತಿದ್ದರು. ಇವನನ್ನೂ ಅಲ್ಲಿಯೇ ಹತ್ತಿರದ ಸುವರ್ಣಾವತಿ ಅಣೆಕಟ್ಟು ನಿರ್ಮಾಣದ ಕಾರ್ಯದಲ್ಲಿ ಸೇರಲು ಹೇಳಿದ್ದರು. ಆಗಾಗಲೇ ಸುಬ್ಬಣ್ಣ ಮನೆಯ ಪರಿಸ್ಥಿತಿಯನ್ನು ನೋಡಲಾಗದೇ 18 ವರ್ಷಕ್ಕೇ ಬೆಂಗಳೂರಿನಲ್ಲಿ ಪೋಸ್ಟ್ ಮ್ಯಾನ್ ಆಗಿ ಕೆಲಸಕ್ಕೆ ಸೇರಿದ್ದನು. ಸತ್ಯಣ್ಣ ಹತ್ತನೆ ತರಗತಿ ಬಂದಿದ್ದರೆ, ಹನುಮಂತರಾಯ ಏಳನೆಯ ತರಗತಿ ಪಾಸಾಗಿ ಎಂಟನೆಯ ತರಗತಿಗೆ ಬಂದಿದ್ದ. ಕೊನೆಯವನು 2ನೆಯ ತರಗತಿ ಮತ್ತು ಮಗಳನ್ನಿನ್ನೂ ಶಾಲೆಗೆ ಸೇರಿಸಬೇಕಿತ್ತು. ತಾಳಗುಪ್ಪದಿಂದ ಟ್ರೈನಿನಲ್ಲಿ ಚಾಮರಾಜನಗರ ತಲುಪಿ, ಅಣ್ಣನ ಮನೆಯಲ್ಲಿ ಸ್ವಲ್ಪ ದಿನ ಕುಟುಂಬವನ್ನು ಬಿಟ್ಟು, ಅಲ್ಲಿಂದ ಮೂರು ಮೈಲು ದೂರವಿದ್ದ, ಸುವರ್ಣಾವತಿ ಕಾಮಗಾರಿಗೆ ಹತ್ತಿರವಾದ ಹರದನಹಳ್ಳಿಯಲ್ಲಿ ಮನೆ ಮಾಡಿದ. ಸತ್ಯಣ್ಣನನ್ನು ಇನ್ನೂ ಮಕ್ಕಳಿಲ್ಲದ ತನ್ನ ನಾದಿನಿ ಅಂದರೆ ಭಾಗೀರಥಿಯ ಎರಡನೆಯ ತಂದೆ ನರಸಮ್ಮ ಮತ್ತು ಎಂಬಿಎಲ್ ಮೂರ್ತಿಯವರ ಮನೆಯಿದ್ದ ಪರಶುರಾಮಪುರದಲ್ಲಿ ಬಿಟ್ಟಿದ್ದರು. ಹನುಮಂತರಾಯನನ್ನು ಹರದನಹಳ್ಳಿಯ ಹತ್ತಿರದ ವೆಂಕಟಯ್ಯನ ಛತ್ರದ ಹೈಸ್ಕೂಲಿಗೆ 8ನೆಯ ತರಗತಿಗೆ ಸೇರಿಸಿದರು. ಸೀನಿಯನ್ನು ಅಲ್ಲಿಯೇ ಇದ್ದ ಪ್ರೈಮರಿ ಶಾಲೆಗೆ ಸೇರಿಸಿದರೆ, ಮಗಳನ್ನಿನ್ನೂ ಶಾಲೆಗೆ ಸೇರಿಸಬೇಕಿತ್ತು.

ಚಾಮರಾಜನಗರಕ್ಕೆ ಬಂದಿಳಿದ ನಂತರ ಮೊದಲಿಗೆ ಅಣ್ಣನ ಮನೆಯಲ್ಲಿ ವಾಸವಾಗಿದ್ದರು. ವಿಶ್ವಣ್ಣನ ಅತ್ತಿಗೆ ಕಮಲಮ್ಮ, ಭಾಗೀರಥಿಗೆ ತಾಯಿಯ ತಂಗಿ ಅಂದರೆ ಚಿಕ್ಕಮ್ಮ. ಎರಡೂ ಕಡೆಯಿಂದ ಸಂಬಂಧಿಗಳಾದ್ದರಿಂದ ವಾಡಿಕೆ ಹೆಚ್ಚಾಗಿಯೇ ಇತ್ತು. ಅವರಿದ್ದದ್ದು ಸಂದೀಬೀದಿಯ ಮನೆಯಲ್ಲಿ. ಆ ಬೀದಿಯ ಎದುರಿನಲ್ಲೇ ಒಂದು ದೊಡ್ಡ ಉದ್ಯಾನವನ ಮತ್ತು ಪ್ರಸಿದ್ಧವಾದ ಚಾಮರಾಜೇಶ್ವರ ದೇವಸ್ಥಾನ. ಒಂದು ಸಂಜೆ ವಿಶ್ವಣ್ಣನ 4 ವರ್ಷದ ಮಗಳು ಮನೆಯ ಇತರ ಮಕ್ಕಳೊಂದಿಗೆ ಆ ಉದ್ಯಾನವನಕ್ಕೆ ಆಟವಾಡಲು ಹೋಗಿದ್ದಳು. ಆ ಉದ್ಯಾನವನದ ಮಧ್ಯ ಭಾಗದಲ್ಲೊಂದು ಸುತ್ತಲೂ ಕಟ್ಟೆ ಇರುವ ಬಾವಿ ಇದ್ದಿತ್ತು. ಕತ್ತಲಾಗುತ್ತಿದ್ದಂತೆಯೇ ಎಲ್ಲ ಮಕ್ಕಳೂ ಮನೆಗೆ ಬಂದರೆ, ಈ ಮಗು ಮಾತ್ರ ಮನೆಗೆ ಬರಲಿಲ್ಲ. 'ಎಲ್ಲಿ ಮಂಜಿ', ಅಂತ ಎಲ್ಲರೂ ಅಲ್ಲಿ ಇಲ್ಲಿ ಹುಡುಕುತ್ತಿದ್ದರೂ, ಮಗು ಎಲ್ಲಿಯೂ ಕಾಣುತ್ತಿಲ್ಲ. ಉದ್ಯಾನವನದಲ್ಲೂ ಎಲ್ಲ ಕಡೆ ಹುಡುಕಿದ್ದಾಯ್ತು, ಮಗು ಕಾಣಿಸ್ತಿಲ್ಲ. ಹೊಸ ಸ್ಥಳ ಬೇರೆ. ಈಗಾಗಲೇ ಒಂದು ಹೆಣ್ಣು ಮಗುವನ್ನು ಕಳೆದುಕೊಂಡ ಭಾಗೀರಥಿಗೆ, ಭೂಮಿಯೇ ಬಾಯಿ ಬಿರಿದಂತಾಗಿತ್ತು. ಹನುಮಂತರಾಯರ ಎರಡನೆಯ ಮಗ ನಾಗರಾಜ, ನಗರದಲ್ಲಿ ಶಾಲಾ ಮಾಸ್ತರರಾಗಿದ್ದವರು, ಬಾವಿಗೇನಾದರೂ ಬಿದ್ದು ಹೋಗಿದ್ದಾಳೇನೋ ಎಂದು ಭಯಭೀತರಾಗಿ, ಪೊಲೀಸರಿಗೆ ದೂರು ನೀಡಿ, ಬಾವಿಗೆ ಇಳಿದು ಹುಡುಕಲು ಯಾರಾದರೂ ಸಿಗುತ್ತಾರೇನೋ ಅಂತ ನೋಡುತ್ತಿರಲು, ಯಾರೋ ಅಪರಿಚರೊಬ್ಬರು ಒಂದು ಕಡೆಯ ಗೇಟಿನಿಂದ ಕೂಗಿದರು, 'ಇಲ್ಯಾವುದೋ ಮಗು ಅಳ್ತಾ ನಿಂತಿದೆ'. ದೀಪವಿರದ ಆ ಉದ್ಯಾನವನದ ಕತ್ತಲಲ್ಲಿ 'ಯಾರದು ಮಂಜೀನಾ' ಅಂತ

ಕೂಗಿದಾಗ 'ಹಾಂ!' ಎಂಬ ಧ್ವನಿ ಕೇಳಿ ಭಾಗೀರಥಿಗೆ ಹೋದ ಜೀವ ಮರಳಿ ಬಂದಂತಾಗಿತ್ತು. ಈ ಮಗುವೂ ಹೋಗಿಬಿಟ್ಟರೇ, ನನ್ನ ಜೀವನದ ಒಂದು ನಂದಾದೀಪವೂ ನಂದಿಹೋಗುವುದೇ ಅಂತ ಮನದಲ್ಲಿ ಏನೇನೋ ಪರಿಕಲ್ಪಿಸಿಕೊಂಡಿದ್ದಳು.

ಹರದನಹಳ್ಳಿಯೊಂದು ಪುಟ್ಟ ಹಳ್ಳಿ. ಚಾಮರಾಜನಗರದಿಂದ ಸತ್ಯಮಂಗಲ ಕಡೆಗೆ ಹೋಗುವ ರಸ್ತೆಯಲ್ಲಿ 3 ಮೈಲು ದೂರದಲ್ಲಿದ್ದ ಊರು. 8-10 ರಸ್ತೆಗಳಲ್ಲಿ ಮಾತ್ರ ಮನೆಗಳಿದ್ದವು. ಮೂರು ದೇವಸ್ಥಾನಗಳಿದ್ದವು, ಒಂದು ಬಸವನ ದೇಗುಲವಾದರೆ, ಇನ್ನೊಂದು ಕೃಷ್ಣನ ದೇಗುಲ ಮತ್ತೊಂದು ಶಿವನ ದೇವಾಲಯ. ಹೆಚ್ಚಿನ ಜನರ ಜೀವಾಂಶ ಅಂದ್ರೆ ಬೇಸಾಯ. ಆ ಊರಲ್ಲೊಂದು ಪೋಸ್ಟ್ ಆಫೀಸ್ ಕೂಡಾ ಇತ್ತು. ಮೊದಲಿಗೆ ಮರಿ ಅಯ್ಯನ ಸಿದ್ದಯ್ಯ ಎನ್ನುವವರ ಮನೆಯ ಮುಂಭಾಗದಲ್ಲಿ ಬಾಡಿಗೆಗೆ ಇದ್ದರು. ಆತ ಹಿಂದುಗಡೆ ಒಂದು ಸಣ್ಣ ಕೋಣೆಯಲ್ಲಿದ್ದು, ಹೊಟ್ಟೆ ಹೊರೆಯಲು ಪ್ರತಿ ನಿತ್ಯ ಇತರರ ಮನೆಗಳಿಗೆ ಭಿಕ್ಷೆಗಾಗಿ ಹೋಗುತ್ತಿದ್ದನು. ಒಂದು ರೀತಿಯಲ್ಲಿ ನೋಡಿದರೆ ಆತ, ಹೊಸಹಳ್ಳಿಯಲ್ಲಿ ಇದ್ದ ಕರಡಪ್ಪಜ್ಜನಂತಹವನೇ. ಪ್ರತಿ ನಿತ್ಯ ಹೊರ ಹೋಗುವಾಗ ಇವರ ಮನೆ ಮಕ್ಕಳಿಗೆ ತಾಳ ಹಾಕಿಕೊಳ್ಳಿ ಅಂತಿದ್ದ. ಮೊದಲಿಗೆ ಇದೇನಿದು ತಾಳ ಹಾಕು ಅಂತಿದ್ದಾನೆ ಅಂತ ಚಪ್ಪಾಳೆ ತಟ್ಟುತ್ತಿದ್ದರು. ಆ ಕಡೆ ಬಾಗಿಲ ಚಿಲಕಕ್ಕೆ ತಾಳ ಅನ್ನುತ್ತಿದ್ದರು. ಇಲ್ಲಿಯವರೆವಿಗೂ ಮಲೆನಾಡಿನಲ್ಲಿ ಬೆಳೆದು ಬಂದ ಮಕ್ಕಳಿಗೆ, ತಮಿಳು ಮಿಶ್ರಿತ ಕನ್ನಡದ ಅರ್ಥ ಆಗುವುದು ಸ್ವಲ್ಪ ಕಷ್ಟವೇ ಆಗಿತ್ತು. ರಸ್ತೆಯ ಕೊನೆಯಲ್ಲಿದ್ದ ಬಾವಿಯಿಂದ ಕುಡಿಯುವ ನೀರನ್ನು ಭಾಗೀರಥಿ ಪ್ರತಿನಿತ್ಯ

ತರುತ್ತಿದ್ದಳು. ವಿಶ್ವಣ್ಣ ಪ್ರತಿ ದಿನ 8 ಕಿಲೋಮೀಟರ್ ನಡೆದು ಕೆಲಸದ ಜಾಗಕ್ಕೆ ಹೋಗುತ್ತಿದ್ದ. ಅದೊಂದು ನಾಡ ಹೆಂಚಿನ ಮನೆ. ಮಳೆಗಾಲದಲ್ಲಿ ಹೊರಗಿದ್ದರೂ ಒಂದೇ ಮನೆಯೊಳಗಿದ್ದರೂ ಒಂದೇ ಅಂತ ಎಲ್ಲ ಕಡೆಯೂ ನೀರು ಸೋರುತ್ತಿತ್ತು.

ಅಲ್ಲಿದಾಗೊಮ್ಮೆ ನಡೆದ ಘಟನೆ. ವಿಶ್ವಣ್ಣ ಪ್ರತಿನಿತ್ಯ ಬೆಳಗ್ಗೆ ಮತ್ತು ಸಂಜೆ ನಡೆದು ಕೆಲಸದ ಜಾಗಕ್ಕೆ ಹೋಗಿ ಬರುತ್ತಿದ್ದ. ಆತನಿಗೆ ಸರಿಯಾಗಿ ಊಟ ಇಲ್ಲ, ಅದರ ಮೇಲೆ ಬಡತನದಿಂದ ಮನೆಯಲ್ಲಿ ಯಾವಾಗಲೂ ಏನಾದರೂ ಒಂದು ಗೋಳು ಇರುತ್ತಿತ್ತು. ಮನೆಯಲ್ಲಿ ಏನೇ ಸಣ್ಣ ತಪ್ಪು ನಡೆದರೂ ಹೊಡೆಯೋಕ್ಕೇ ಮುಂದಾಗುತ್ತಿದ್ದ. ಮೊದಲಿಗೆ ತಪ್ಪು ಮಾಡಿದ ಮಕ್ಕಳಿಗೆ ಏಟು ಬಿದ್ದರೆ, ಕೊನೆ ಕೊನೆಗೆ ಸುಸ್ತಾಗಿ ಹೆಂಡತಿಗೇ ಹೊಡೆದು ಸುಮ್ಮನಾಗುತ್ತಿದ್ದ. ಇಷ್ಟೆಲ್ಲಾ ಆದರೂ ಸಂಯಮಿ ಭಾಗೀರಥಿ ಹೊಂದಿಕೊಂಡೇ ಹೋಗುತ್ತಿದ್ದಳು. ಹಾಗಂತ ಅವಳಿಗೆ ಕೋಪವೇ ಬರುತ್ತಿರಲಿಲ್ಲ ಅಥವಾ ಮೊದ್ದು ಅಂತ ಅಂದುಕೋಬೇಡಿ. ಒಮ್ಮೆ ಗಂಡನ ಮೇಲೆ ಕೂಗಿದ್ದೂ ಇದೆ. ಒಂದು ಸಲ ಸೀನ ಏನೋ ತರಲೆ ಮಾಡಿದ ಅಂತ ವಿಶ್ವಣ್ಣ ಒಲೆಗೆ ಹಾಕುವ ಸೌದೆ ತಗೊಂಡು ಮಗನಿಗೆ ಹೊಡೆಯುತ್ತಿದ್ದ. ಆಗ ಅವನಿಗಿನ್ನೂ 7 ವರ್ಷ ವಯಸ್ಸು. ಏಟಿನ ನೋವು ತಡೆಯಲಾಗದ ಮಗ ಚೀರಿಡಲು, ಮಧ್ಯೆ ಬಂದ ಭಾಗೀರಥಿ, 'ಏನು ಮಗೂನ ಸಾಯಿಸಿಬಿಡ್ಬೇಕಂತ ಮಾಡಿದ್ದೀಯಾ (ಅದೇ ಮೊದಲ ಬಾರಿಗೆ ಗಂಡನಿಗೆ ಏಕವಚನ ಉಪಯೋಗಿಸಿದ್ದು)? ಈಗಾಗಲೇ ಮಕ್ಕಳನ್ನು ಕಳ್ಕೊಂಡಿದ್ದು ಸಾಕು. ಹಾಗೇನಾದ್ರೂ ನಿನ್ನ ಕೋಪ ಇದ್ರೆ, ಶಕ್ತಿ ಇದ್ರೆ ಮನೆಯಿಂದಾಚೆ ತೋರಿಸು, ನಮ್ಮನ್ನು ಸರಿಯಾಗಿ ಸಾಕು' ಎಂದು

ಕೂಗಿದ್ದಳು. ಮುಂದಿನ ಏಟು ಹೆಂಡತಿ ಮೇಲೆ ಬಿದ್ದರೂ, ಆಕೆಯ ಮಾತಿನ ಪೆಟ್ಟಿನಿಂದ ವಿಶ್ವಣ್ಣ ತಣ್ಣಗಾಗಿದ್ದ. ಆಕೆಯೂ ಮತ್ತೆ ಆ ಸ್ಥಿತಿಗೆ ಹೋಗಲಿಲ್ಲ. ಅದೇ ಮೊದಲ ಬಾರಿ ಇರ್ಬೇಕು, ಆಕೆ ಮಾನಸಿಕ ಸ್ಥೈರ್ಯ ಕಳೆದುಕೊಂಡಿದ್ದು.

ಸ್ವಲ್ಪ ದಿನದಲ್ಲೇ ಆ ಮನೆ ಸರಿ ಇಲ್ಲ ಅಂತ ಇನ್ನೊಂದು ಮನೆಗೆ ಬಾಡಿಗೆಗೆ ಹೋದರು. ಆ ಮನೆ ಕಂ ಪೋಸ್ಟ್ ಆಫೀಸ್, ಸಂಪತ್ ಅಯ್ಯಂಗಾರ್ ಅವರದ್ದು. ಅವರ ಮಕ್ಕಳ್ಯಾರೂ ಅಲ್ಲಿರಲಿಲ್ಲ. ಎಲ್ಲ ದೊಡ್ಡವರಾಗಿ ಮೈಸೂರು, ಬೆಂಗಳೂರುಗಳಲ್ಲಿ ಕೆಲಸದಲ್ಲಿದ್ದರು. ಅಲ್ಲಿದ್ದವರು ಕೃಷ್ಣಸ್ವಾಮಿ ಅಯ್ಯಂಗಾರ್ ಮತ್ತು ಅವರ ಧರ್ಮ ಪತ್ನಿ ರುಕ್ಮಿಣಿಯಮ್ಮ. ಕೃಷ್ಣಸ್ವಾಮಿ ಅಯ್ಯಂಗರ್ ಅವರು ಪೋಸ್ಟ್ ಆಫೀಸ್ ನಡೆಸುವುದರ ಜೊತೆ ಜೊತೆಗೆ ಬಡ ಮಕ್ಕಳಿಗೆ ಪಾಠವನ್ನೂ ಹೇಳಿಕೊಡುತ್ತಿದ್ದರು. ರುಕ್ಮಿಣಿಯಮ್ಮ ಯಾವಾಗಲೂ ಅಡುಗೆ ಮನೆಯಲ್ಲೇ ಇದ್ದರೂ, ಜ್ಯೋತಿಷ್ಯ ಶಾಸ್ತ್ರ ಪಾರಂಗತರು. ಅದು ಆಕೆಯ ತಂದೆಯಿಂದ ಬಂದ ಬಳುವಳಿಯಂತೆ. ಬಹಳ ಕರಾರುವಕ್ಕಾಗಿ ಜಾತಕದಲ್ಲಿರುವುದನ್ನು ನೋಡಿ ಹೇಳುತ್ತಿದ್ದರು. ಅವರದ್ದೊಂದು ದೊಡ್ಡದಾದ ತೊಟ್ಟಿ ಮನೆ. ಮನೆಯ ಮುಂಭಾಗದಲ್ಲಿ ಒಂದು ಕೋಣೆಯನ್ನು ಪೋಸ್ಟ್ ಆಫೀಸ್ ಆಗಿ ಮಾಡಿಕೊಂಡಿದ್ದರು. ಮಧ್ಯೆ ತೊಟ್ಟಿಯ ಸುತ್ತಲೂ ಕಲ್ಲು ಹಾಸಿತ್ತು. ಬಲ ಮುಂಭಾಗದಲ್ಲಿ ಎರಡು ಕೋಣೆಗಳಿದ್ದು ಅಲ್ಲೊಂದು ಪುಟ್ಟ ಅಡುಗೆ ಕೋಣೆ ಮಾಡಿ, ಸಣ್ಣ ಮನೆಯಂತಿತ್ತು. ಅದನ್ನೇ ಇವರಿಗೆ ಬಾಡಿಗೆಗೆ ಕೊಟ್ಟಿದ್ದರು.

ಅವರ ಮನೆಗೆ ಬಾಡಿಗೆಗೆ ಬಂದ ಮೇಲೆ ಪ್ರತಿನಿತ್ಯ ಮಧ್ಯಾಹ್ನದ ಹೊತ್ತು ಭಾಗೀರಥಿಗೆ ಜ್ಯೋತಿಷ್ಯ ಶಾಸ್ತ್ರದ ಬಗ್ಗೆ ತಿಳುವಳಿಕೆ

ಕೊಡುತ್ತಿದ್ದರು. ಸಂಜೆ ಹೊತ್ತಿನಲ್ಲಿ ಭಾಗೀರಥಿಯ ಇಬ್ಬರು ಪುಟ್ಟ ಮಕ್ಕಳಿಗೆ ಕೈ ತುತ್ತನ್ನೂ ಹಾಕುತ್ತಿದ್ದರು. ಸ್ವಲ್ಪ ದಿನಗಳಲ್ಲಿ ಅವರ ಮೊದಲ ಮಗ ಅಲ್ಲಿಗೆ ಬರುತ್ತಾನೆ ಎಂದು ತಿಳಿದು ಆ ಮನೆಯನ್ನು ತೊರೆಯಬೇಕಾಯಿತು. ಅಲ್ಲಿಂದ ಊರಿನ ಮುಂಭಾಗದಲ್ಲಿದ್ದ ಇನ್ನೊಂದು ಮನೆಗೆ ಬಾಡಿಗೆಗೆ ಬಂದಿದ್ದರು. ಆ ಮನೆ ದೊಡ್ಡದಿದ್ದರೂ ಪಾಳು ಮನೆಯ ತರಹ ಇತ್ತು. ಹಿಂದೆ ಯಾರದ್ದೋ ಒಂದು ತೋಟವಿತ್ತು. ಯಥಾಪ್ರಕಾರ ಎಲ್ಲೇ ಹೋಗಲಿ, ದೂರದ ಬಾವಿಯಿಂದ ಕುಡಿಯುವ ನೀರು ತರಬೇಕಿತ್ತು. ಆ ಮನೆಗೆ ಸೂರು ಎನ್ನುವುದು ಒಂದು ನೆಪವಷ್ಟೇ. ಮಳೆ ಬಂದಾಗ ಎಲ್ಲೆಲ್ಲೂ ನೀರು ಸುರಿಯುತ್ತಿತ್ತು. ಅಂತಹ ಸಮಯದಲ್ಲಿ ಒಮ್ಮೆ ಆಲಿಕಲ್ಲು ಮಳೆ ಕೂಡಾ ಬಂದು, ವಿಪರೀತ ಅವ್ಯವಸ್ಥೆಯಾಗಿತ್ತು. ಕಡಿಮೆ ಬಾಡಿಗೆಗೆ ಅಂತಹ ಮನೆಯಲ್ಲದೇ ಇನ್ನೆಂತಹದ್ದು ಸಿಕ್ಕೀತು ಅಲ್ವಾ! ವಿದ್ಯುತ್ ಇಲ್ಲದ ಮನೆಗಳು, ಬುಡ್ಡಿ ದೀಪದ ಕೆಳಗೆ ಮಕ್ಕಳ ಓದು ಸಾಗುತ್ತಿತ್ತು. ಸೌದೆ ಒಲೆಯದ್ದೇ ಅಡುಗೆ. ಮನೆಯ ಎಲ್ಲ ಕೆಲಸಗಳೊಂದಿಗೆ ಮಕ್ಕಳ ಓದನ್ನೂ ನೋಡಿಕೊಳ್ಳುತ್ತಿದ್ದುದು, ಭಾಗೀರಥಿಯೇ. ಅದೇ ವೇಳೆಯಲ್ಲಿ ಸತ್ಯಣ್ಣ ಕೂಡಾ (ಪರಶುರಾಮಪುರದಲ್ಲಿ ಓದುತ್ತಿದ್ದವನು) ಇವರಲ್ಲಿಗೆ ಬಂದು ಸೇರಿದನು. ಅವನು ಮತ್ತು ಹನುಮಂತರಾಯ ಸುತ್ತ ಮುತ್ತಲಿನ ಮಕ್ಕಳಿಗೆ ಪಾಠವನ್ನೂ ಹೇಳಿಕೊಡುತ್ತಿದ್ದರು. ಅಲ್ಲಿದ್ದ ಮೂರು ವರುಷಗಳಲ್ಲಿ ಮೂರು ಮನೆಯನ್ನು ಬದಲಿಸಿದ್ದರು.

ಪ್ರತಿ ತಿಂಗಳೂ ಮನೆಗೆ ಬೇಕಿದ್ದ ಸಾಮಾನು ಸರಂಜಾಮು ತರಲು ಭಾಗೀರಥಿ ಮಕ್ಕಳನ್ನೂ ಕರೆದುಕೊಂಡು 3 ಮೈಲು ದೂರವಿದ್ದ ಚಾಮರಾಜನಗರಕ್ಕೆ ನಡೆದೇ ಹೋಗುತ್ತಿದ್ದಳು. ಪೇಟೆ ಬೀದಿಯಲ್ಲಿ ಒಂದು

ಜೈನರ ಅಂಗಡಿಯಲ್ಲಿಯೇ ಯಾವಾಗಲೂ ಕೊಳ್ಳುತ್ತಿದ್ದುದು. ಅದರ ಮಾಲೀಕ ನಾಗೇಂದ್ರ ಬಹಳ ಒಳ್ಳೆಯ ಮನಸ್ಸಿನವನು. ಯಾವಾಗ ಬೇಕಾದರೂ ಎಷ್ಟು ಬೇಕಾದರೂ ಸಾಮಾನುಗಳನ್ನು ಸಾಲದ ರೂಪದಲ್ಲಿ ತೆಗೆದುಕೊಂಡು ಹೋಗುವಂತೆ ತಿಳಿಸಿದ್ದನು. ಎಲ್ಲ ಸಾಮಾನುಗಳ ಜೊತೆ ಗಂಡನ ದುಶ್ಚಟವ ತೀರಿಸಲು ಒಂದು ಬಂಡಲ್ ಬೀಡಿಯನ್ನೂ ಕೊಳ್ಳುತ್ತಿದ್ದಳು. ಕಡೆಯ ಇಬ್ಬರು ಚಿಕ್ಕ ಮಕ್ಕಳಿಗೆ ಮಿಠಾಯಿ ಕೊಡಿಸುತ್ತೇನೆಂದು ಪುಸಲಾಯಿಸಿ ನಡೆಸಿ ಕರೆದುಕೊಂಡು ಹೋಗುತ್ತಿದ್ದರೆ, ಎಲ್ಲ ಸಾಮಾನುಗಳನ್ನೂ ಹನುಮಂತರಾಯ ಹೊತ್ತುಕೊಂಡು ಬರುತ್ತಿದ್ದನು.

ಹನುಮಂತರಾಯ ಹತ್ತನೆಯ ತರಗತಿ ಮುಗಿಸಿದ ನಂತರ ಹೆಚ್ಚಿನ ಓದಿಗೆ ಅಲ್ಲಿ ಅವಕಾಶವಿರಲಿಲ್ಲ. ಹಾಗಾಗಿ ಚಾಮರಾಜನಗರಕ್ಕೆ ಕುಟುಂಬವನ್ನು ವರ್ಗಾಯಿಸಿಯಾಯಿತು. ಅಷ್ಟು ಹೊತ್ತಿಗಾಗಲೇ ಅಣ್ಣ ಹನುಮಂತರಾಯರು ನಿವೃತ್ತಿ ಹೊಂದಿದ್ದು, ಅವರ ಬಲ ಸಿಗದಂತಾಯಿತು. ಹಳ್ಳಿಗಿಂತ ದೊಡ್ಡದಾದ ಊರಿನಲ್ಲಿ ಜೀವನ ಮಾಡುವುದು ಸ್ವಲ್ಪ ಕಷ್ಟವೇ ಅನಿಸಿತ್ತು. ಅಲ್ಲದೇ ಚಾಮರಾಜನಗರದಿಂದ ಕೆಲಸಕ್ಕೆ ದಿನಂಪ್ರತಿಯ ಓಡಾಟ ಇನ್ನೂ ಆರು ಮೈಲು ಜಾಸ್ತಿಯಾಗಿತ್ತು. ಆದರೊಂದು ಸಮಾಧಾನವೆಂದರೆ ಯಾವಾಗ ಗೂಡ್ಸ್ ಗಾಡಿಯಲ್ಲಿ ಸಿಮೆಂಟ್ ಬರುವುದೋ ಆವಾಗ ಅನ್ಲೋಡಿಂಗ್ ಮತ್ತು ಲಾರಿಗಳಿಗೆ ಲೋಡಿಂಗ್ ಕೆಲಸದ ಉಸ್ತುವಾರಿ ಮಾಡುವ ಸಲುವಾಗಿ ನಗರದಲ್ಲೇ ಇದ್ದುದರಿಂದ ಆ ನಡಿಗೆಯ ಕಷ್ಟ ತಪ್ಪುತ್ತಿತ್ತು. ಅದೂ ಅಲ್ಲದೇ ಸಿಮೆಂಟ್ ಸಾಗಿಸುವ ಕಂಟ್ರಾಕ್ಟರ್ ಆಗಾಗ್ಯೆ ಬಿಡಿಗಾಸು ಕೊಡುತ್ತಿದ್ದ. ನಗರದಲ್ಲಿ

ಚಾಮರಾಜೇಶ್ವರ ದೇವಸ್ಥಾನದ ಅರ್ಚಕರಾದ ದೀಕ್ಷಿತರ ಮನೆಯಲ್ಲಿಯೇ ಬಾಡಿಗೆಗೆ ವಾಸ ಹೂಡಿದ್ದರು. ಸತ್ಯಣ್ಣ ಮತ್ತು ಹನುಮಂತರಾಯ ಚಾಮರಾಜನಗರದ ಜೆ.ಎಸ್.ಎಸ್. ಕಾಲೇಜಿಗೆ ಸೇರಿದರು. ಸೀನ 2 ಕಿಲೋಮೀಟರ್ ದೂರದ ಕನ್ನಡ ಸರಕಾರೀ ಶಾಲೆಗೆ ಸೇರಿದರೆ, ಮಗಳು ಮನೆಯ ಹತ್ತಿರವೇ ಇದ್ದ ಪೇಟೆ ಪ್ರೈಮರಿ ಶಾಲೆಗೆ ಸೇರಿದಳು.

ಅವರ ಮನೆ ಎದುರುಗಡೆ ನಾಗಮ್ಮ ಎನ್ನುವವರ ಒಂದು ಕುಟುಂಬವಿತ್ತು. ಆಕೆಯ ಪತಿ ಸ್ಟೇಟ್ ಬ್ಯಾಂಕ್ ಆಫ್ ಮೈಸೂರಿನಲ್ಲಿ ಮ್ಯಾನೇಜರ್ ಆಗಿದ್ದರು. ಅವರ ಮನೆಯಲ್ಲೂ ಮೂರು ಮಕ್ಕಳಿದ್ದರು. ಅವರುಗಳು ಭಾಗೀರಥಿಯ ಕೊನೆಯ ಎರಡು ಮಕ್ಕಳ ಓರಗೆಯವರೇ. ನಾಗಮ್ಮನವರೂ ಭಾಗೀರಥಿಯಂತೆಯೇ ತೆಲುಗು ಮಾತನಾಡುವವರು (ನಂದ ವೈದಿಕರು). ಈಕೆಗೆ ತಂಗಿಯಂತೆ ಇದ್ದರು. ಪ್ರತಿನಿತ್ಯವೂ ಮಧ್ಯಾಹ್ನದ ಹೊತ್ತು ಅವರುಗಳ ಮನೆಯ ವಿಷಯ ಮಾತನಾಡುತ್ತಿದ್ದರು. ಆಗಾಗ್ಯೆ ಸಂಜೆ ಎಲ್ಲ ಮಕ್ಕಳಿಗೂ ಕೈ ತುತ್ತು ಹಾಕುತ್ತಿದ್ದರು. ಹಾಗೆ ಕೈ ತುತ್ತು ಹಾಕಿದ ದಿನ ಇವರ ಮನೆಯಲ್ಲಿ ಮಕ್ಕಳಿಗೆ ರಾತ್ರಿಯ ಊಟವಿಲ್ಲ. ಎಂದುರೋ ಮಹಾನುಭಾವುಲು, ಅನ್ನದಾತರು, ಜೀವಿಗಳ ಉಳಿಸಿದವರು.

ಹರದನಹಳ್ಳಿ-ಚಾಮರಾಜನಗರಗಳಲ್ಲಿದ್ದಾಗ ಅವರ ಜೀವನದಲ್ಲಿ ಬಂದ ಒಂದು ವೈಶಿಷ್ಟ್ಯವೆಂದರೆ, ರಸ್ತೆ ಬದಿಯಲ್ಲಿ ಬಿಡುತ್ತಿದ್ದ ತಂಗಡಿ ಹೂವಿನಲ್ಲಿ ಚಹಾ ಮಾಡುತ್ತಿದ್ದರು. ಹಾಗೆಯೇ ರಸ್ತೆ ಬದಿಗಳಲ್ಲಿದ್ದ ಹುಣಸೆ ಮರದ ಚಿಗುರನ್ನು ಒಣಗಿಸಿ, ಸಾರು ಮಾಡಲು ಅದನ್ನು ಉಪಯೋಗಿಸುತ್ತಿದ್ದರು. ಹುಣಿಸೆಹಣ್ಣು, ತರಕಾರಿಯ ಖರ್ಚಿಲ್ಲ. ಹುಣಸೆ

ಚಿಗುರಿನ ಜೊತೆಗೆ ದಿನಕ್ಕೆ ಒಂದು ಹಿಡಿ ತೊಗರಿಬೇಳೆಯಲ್ಲಿ ಸಾರು, ಮನೆಮಂದಿಗೆಲ್ಲಾ ಒಂದು ದಿನಕ್ಕಾಗುತ್ತಿತ್ತು.

ಆಗೊಮ್ಮೆ ಹರಿಯಾಣ ಹ್ಯಾಂಡ್‌ಲೂಮ್ಸ್ ನವರು ನಗರದಲ್ಲಿ ಎಕ್ಸಿಬಿಷನ್ ಹಾಕಿದ್ದರು. ಅದರಲ್ಲಿ ಲಾಟರಿ ಇದ್ದು, ಅದರ ತಿಕೀಟಿನ ಬೆಲೆ 30 ಪೈಸೆ ಆಗಿತ್ತು. ಮೊದಲ ಬಹುಮಾನ ಒಂದು ಬೈಸಿಕಲ್ ಆಗಿದ್ದು, ಸತ್ಯಣ್ಣನಿಗೆ ಅದು ದಕ್ಕಿತ್ತು. ಆ ಸೈಕಲ್ ಸಿಕ್ಕಿದ್ದೇ ಸಿಕ್ಕಿದ್ದು, ಯಾವಾಗಲೂ ಆ ಸೈಕಲ್ ಸವಾರಿ ಮಾಡಿದ್ದೇ ಮಾಡಿದ್ದು. ಇತರೆ ಯಾರೂ ಅದನ್ನು ಮುಟ್ಟವಂತಿರಲಿಲ್ಲ. ಹಾಗೆ ನೋಡಿಕೊಳ್ಳುತ್ತಿದ್ದನು. ಬಹುಶಃ ಅವರ ಮನೆಗೆ ಮೊದಲು ಒಲಿದು ಬಂದ ಅದೃಷ್ಟ ಅಂದ್ರೆ ಅದೇ. ಅವರ ಕುಟುಂಬದಲ್ಲಿ ಕಮರಿ ಹೋಗುತ್ತಿದ್ದ ಆಸೆ ಅಂದಿಗೆ ಮತ್ತೆ ತಾವೂ ಇತರರಂತೆ ಮೇಲೇರಬೇಕೆಂದು ಚಿಗುರೊಡೆಯ ಹತ್ತಿತು.

ಆಗೊಮ್ಮೆ ವಿಶ್ವಣ್ಣನ ಸೋದರಮಾವ ಕನ್ನಡದ ಪ್ರೊಫೆಸರ್ ಆಗಿದ್ದ ವೆಂಕಟರಾಮಪ್ಪನವರು ನಗರದ ಕಾಲೇಜಿಗೆ ಉಪನ್ಯಾಸ ಕೊಡಲು ಬಂದಿದ್ದರು. ಅತಿಥಿಗಳಿಗೆ ಕಾಲೇಜಿನವರು ಊಟ ವಸತಿಯ ವ್ಯವಸ್ಥೆ ಮಾಡಿದ್ದರು. ಆದರೂ ವ್ಯವಸ್ಥಾಪಕರ ಆತಿಥ್ಯವನ್ನು ನಯವಾಗಿ ತಳ್ಳಿ ಹಾಕಿ, 'ನನ್ನ ಸೋದರಳಿಯ ಇದೇ ಊರಿನಲ್ಲಿಯೇ ಇದ್ದಾನೆ, ಅವನ ಮನೆಗೆ ಹೋಗುವೆನು', ಎಂದಿದ್ದರು. ತನ್ನ ಸೋದರಳಿಯ ಮಗ ಹನುಮಂತರಾಯ ಅದೇ ಕಾಲೇಜಿನಲ್ಲೇ ಓದುತ್ತಿದ್ದಾನೆಂದೂ, ಆ ಉಪನ್ಯಾಸಕ್ಕೆ ಬಂದಿದ್ದಾನೆಂದೂ ಅವರಿಗೆ ತಿಳಿದಿರಲಿಲ್ಲ. ಹಾಗೆಯೇ ವಿಶ್ವಣ್ಣನ ಮಗನಿಗೆ ಅವರು ತಮ್ಮ ಮನೆಗೆ ಬರುತ್ತಾರೆಂದೂ ತಿಳಿದಿರಲಿಲ್ಲ. ಎಂದಿನಂತೆ ಅಂದೂ ವಿಶ್ವಣ್ಣನ ಮನೆಯಲ್ಲಿ ವಿಶೇಷ ಅಡುಗೆ ಮಾಡಲು

ಏನೇನೂ ಇರಲಿಲ್ಲ. ಬರಿಯ ತಿಳಿಸಾರು, ಅನ್ನ, ತಿಳಿ ಮಜ್ಜಿಗೆಯನ್ನೇ ಊಟಕ್ಕೆ ಬಡಿಸಿದ್ದರು. ಊಟ ಬಡಿಸುವಾಗ, ಭಾಗೀರಥಿ ಅತಿಥಿಯ ಕ್ಷಮೆ ಕೇಳಲು, ಅವರು, 'ನುವ್ವೇಮೀ ತನ್ಲಾಡು ವದ್ದಮ್ಮಾ, ಇದೇ ಮೃಷ್ಟಾನ್ನಮು. ನೇನು ಪೆರಿಗಿಂದೇ ಇಷ್ಟ' ಎಂದು ತಮ್ಮ ದೊಡ್ಡತನ ತೋರಿದ್ದರು. ಅದೆಲ್ಲವನ್ನೂ ನೋಡುತ್ತಿದ್ದ ಮಕ್ಕಳಿಗೆ ಅತಿ ಆಶ್ಚರ್ಯ. ಕನ್ನಡದ ಪ್ರೊಫೆಸರ್ ಆಗಿದ್ದವರು, ಕಾಲೇಜಿನವರ ಆತಿಥ್ಯ ತಿರಸ್ಕರಿಸಿ, ನಮ್ಮ ಮನೆಗೆ ಬಂದು ಬಡವರ ಆತಿಥ್ಯ ಸ್ವೀಕರಿಸಿ, ಇಂತಹ ಒಳ್ಳೆಯ ಮಾತುಗಳನ್ನಾಡುತ್ತಿದ್ದಾರೆ. ಇವರು ನಮ್ಮ ತಾತಾನಾ?! ಅಂತ ಆಶ್ಚರ್ಯಪಟ್ಟಿದ್ದರು. ಆತ ಇವರ ಮನೆಯಲ್ಲಿನ ಬಡತನ ನೋಡಿ, ಅಂದಿನಿಂದಲೇ ಇವರ ಬಗ್ಗೆ ಹೆಚ್ಚಿನ ಕಾಳಜಿ ತೋರಿಸಹತ್ತಿದ್ದರು. ವಿಶ್ವಣ್ಣನು ನಿವೃತ್ತಿ ಹೊಂದಿದ ನಂತರ ಅವರು ಮಾಡಿದ ಸಹಾಯ, ಅವನ ಕುಟುಂಬ ಒಂದು ನೆಲೆ ಕಾಣುವ ನಿಟ್ಟಿನೆಡೆಗೆ ಅದು ದ್ಯೋತಕವೆನಿಸಿತು. ಎಂದುರೋ ಮಹಾನುಭಾವುಲು. ಈ ವಿಷಯ ಈ ಮುಂದೆ ಹೇಳುವೆ.

1967ರ ಫೆಬ್ರುವರಿಯಲ್ಲಿ ಭಾಗೀರಥಿಯ ತಂಗಿ ರುಕ್ಕಮ್ಮನ ಮದುವೆ ಚಳ್ಳಕೆರೆಯಲ್ಲಿ ನಡೆಯಿತು. ಚಾಮರಾಜನಗರದಿಂದ ಅಲ್ಲಿಗೆ ತನ್ನ ಜೊತೆಗೆ ಕೊನೆಯ ಎರಡು ಮಕ್ಕಳನ್ನು ಕರೆದುಕೊಂಡು ಹೋಗುವಾಗ, ವಿಶ್ವಣ್ಣ ಪಾವಗಡದಲ್ಲಿರುವ ತನ್ನ ತಾಯಿ ಮನೆಯಿಂದ ತಾಮ್ರದ ಹಂಡೆ ತರಲು ಹೇಳಿದ್ದ. ಮದುವೆಯ ತಯಾರಿ ಚಳ್ಳಕೆರೆಯಲ್ಲಿ ನಡೆಯುತ್ತಿದ್ದಾಗ, ತಂದೆಯ ಅಪ್ಪಣೆ ಪಡೆದು ಒಂದು ದಿನದ ಮಟ್ಟಿಗೆ ಪಾವಗಡಕ್ಕೆ ಹೋಗಿಬರುವೆನೆಂದು ಭಾಗೀರಥಿ ಹೊರಟಳು. ಬಸ್ ನಿಲ್ದಾಣದಲ್ಲಿ ಬಸ್ಸನ್ನೇರಿ ಕುಳಿತಾಗ, ಅಲ್ಲಿಯೇ ತನ್ನ ತಂಗಿಯಂದಿರ ಗಂಡಂದಿರಾದ

ಜಗನ್ನಾಥಶಾಸ್ತ್ರಿ ಮತ್ತು ಎಂ.ಬಿ.ಎಲ್.ಮೂರ್ತಿಗಳು ಬರುವುದು ಕಾಣಿಸಿತು. ಈಕೆ ಬಸ್ಸಿನೊಳಗಿನಿಂದ ಜಗ್ಗಣ್ಣ ಅಂತ ಕೂಗಿದ್ದಾಳೆ. ಬಸ್ ನಿಲ್ದಾಣ ಜಂಗುಳಿಯೋ ಜಂಗುಳಿ. ಆ ಗದ್ದಲದಲ್ಲಿ ಈಕೆಯ ಮಾತು ಅವರಿಗೆ ಹೇಗೆ ಕೇಳಿಸೀತು. ಮತ್ತೆ ಕೂಗಿದ್ದಾಳೆ. ಅವರು ತಮ್ಮ ಪಾಡಿಗೆ ಎದುರಿಗಿರುವ ಬಸ್ ಸ್ಟ್ಯಾಂಡ್ ಹೋಟೆಲ್ ಹೊಕ್ಕಿ, ಕಾಫಿ ಕುಡಿದು ಹೊರ ಬಂದರು. ಜಗನ್ನಾಥಶಾಸ್ತ್ರಿ ಮತ್ತು ಮೂರ್ತಿ ಹೊಸಬರೇನಲ್ಲ. ಒಬ್ಬರು ಸೋದರಮಾವ ಆದರೆ ಇನ್ನೊಬ್ಬರು ದೂರದ ಸಂಬಂಧಿಗಳಾಗಬೇಕು. ತನ್ನನ್ನು ಉದಾಸೀನ ಮಾಡಿ, ಕೂಗಿದರೂ ಹಾಗೆಯೇ ಹೋಗಿದ್ದಾರೆಂದು ಅಳುತ್ತಿದ್ದಳು. ಕಾಫಿ ಕುಡಿದು ಬಂದ ಅವರುಗಳು ಬಸ್ಸಿನಲ್ಲಿ ಈಕೆ ಕುಳಿತಿದ್ದನ್ನು ನೋಡಿ, 'ಏಮಿ ಬಾತಕ್ಕಾ, ಎಕ್ಕಡಿಕಿ ವೆಳ್ಳಿನ್ನಾವು?' ಅಂತ ಕೇಳುತ್ತಿದ್ದಂತೆಯೇ, ದುಃಖ ಇನ್ನೂ ಉಮ್ಮಳಿಸಿ ಗೊಳೋ ಅಂತ ಅತ್ತಿದ್ದಳು. ವಿಷಯವೆಲ್ಲಾ ತಿಳಿದ ಮೇಲೆ, ಅವರು ಮಕ್ಕಳಿಗೆ ಹೋಟೆಲಿನಿಂದ ತಿಂಡಿ ತಂದುಕೊಟ್ಟು, ಕೈಗೆ ಸ್ವಲ್ಪ ದುಡ್ಡನ್ನೂ ಕೊಟ್ಟು, ಹೋಗಿ ಬಾ ಅಂತ ಕಳುಹಿಸಿದ್ದರು. ಪಾವಗಡ ತಲುಪಿ ತನ್ನ ಅತ್ತೆಯ ಮನೆಯಿಂದ ತಾಮ್ರದ ಹಂಡೆಯನ್ನು ತೆಗೆದುಕೊಂಡು ಮರುದಿನ ಚಳ್ಳಕೆರೆಗೆ ವಾಪಸ್ಸಾದಳು. ವಾಪಸ್ಸು ಬರುವಾಗ ಆಂಜನೇಯ ಎಂಬ ಬಸ್ ಹತ್ತಿದ್ದಳು. ಆ ಬಸ್ ಶಟಲ್ ಸರ್ವೀಸ್ ಆಗಿದ್ದು ಎಲ್ಲ ಊರುಗಳಲ್ಲಿಯೂ ನಿಲ್ಲುವುದೆಂದು, ಈಕೆಗೆ ತಿಳಿಯದು. ಬೆಳಗ್ಗೆ 9 ಘಂಟೆಗೆ ಪಾವಗಡ ಬಿಟ್ಟ ಬಸ್ಸು 78 ಕಿಲೋಮೀಟರಿನ ಚಳ್ಳಕೆರೆ ತಲುಪುವ ಹೊತ್ತಿಗೆ ರಾತ್ರಿ 9 ಆಗಿತ್ತು. ಈ ಮಧ್ಯೆ ಆಕೆಗೂ ಊಟವಿಲ್ಲ ಮಕ್ಕಳಿಗೂ ಹೊಟ್ಟೆಗೇನೂ ಇಲ್ಲ. ಲೇಟಾಗಿ ಬಂದದ್ದಕ್ಕೆ ಅಪ್ಪನಿಂದ ಬೈಗುಳ ಬೇರೆ. ಯಾವ್ದೋ ಹಂಡೆ ಅಂತೆ, ಅದನ್ನು

ತರೋಕ್ಕೆ ಇವಳನ್ನೂ ಚಿಕ್ಕ ಮಕ್ಕಳನ್ನೂ ಕಳಿಸಿದವನಿಗೆ ಬುದ್ಧಿ ಬೇಡ್ವಾ? ಬಂದಿರೋದು ಮದುವೆ ಮನೆಗೆ, ಅದು ಬಿಟ್ಟು ಎಲ್ಲೆಲ್ಲೋ ಒದ್ದಾಡೋದಾ, ಅದೂ ಚಿಕ್ಕ ಮಕ್ಕಳನ್ನು ಕಟ್ಕೊಂಡು ಅಂತ ಹುದುಗಿಟ್ಟಿದ್ದ ಅಳಿಯನ ಮೇಲಿನ ಕೋಪನ್ನೆಲ್ಲಾ ಹರಿಹಾಯ್ದಿದ್ದರು. ಸಧ್ಯ ಅಳಿಯ ಮದುವೆಗೆ ಬಂದಿರಲಿಲ್ಲ. ಕೋಪ ತೋರಿಸಿದ್ದೆಲ್ಲಾ ನೇಪಥ್ಯದಲ್ಲಿ.

1972ರಲ್ಲಿ ಸುವರ್ಣಾವತಿ ಅಣೆಕಟ್ಟಿನ ಕೆಲಸ ಮುಗಿದಿತ್ತು. ಇಷ್ಟು ವರ್ಷ ಪಿ.ಡಬ್ಲ್ಯು.ಡಿಯಲ್ಲಿ ಕೆಲಸ ಮಾಡಿದ ಕಾರಣಕ್ಕೋ ಏನೋ, ಕೆಲಸದಿಂದ ತೆಗೆಯದೇ, ಹೆಗ್ಗಡದೇವನ ಕೋಟೆಯ ಹತ್ತಿರದ ಹಂಪಾಪುರದ ಹತ್ತಿರ ನಡೆಯುತ್ತಿದ್ದ ಒಂದು ಕಾಮಗಾರಿ ಕೆಲಸಕ್ಕೆ ತೆಗೆದುಕೊಂಡರು. ಸತ್ಯಣ್ಣನ ಪದವಿ ಪರೀಕ್ಷೆ ಮುಗಿದಾಗಿತ್ತು. ಹನುಮಂತರಾಯ ಬಿ.ಎಸ್.ಸಿ ಮೊದಲನೆಯ ವರ್ಷಕ್ಕೆ ಸೇರಬೇಕಿತ್ತು. ಹಾಗಾಗಿ ಕುಟುಂಬವನ್ನು ಚಾಮರಾಜನಗರದಿಂದ ಮೈಸೂರಿಗೆ ವರ್ಗಾಯಿಸಿದರು. ಮೈಸೂರಿನ ಚಾಮುಂಡಿಪುರಂನಲ್ಲಿ ವೆಂಕಣ್ಣಯ್ಯನವರ ಎರಡನೆಯ ಮಗನಾದ ಟಿ.ವಿ.ರಾಘವ ಅವರ ಮನೆಗೆ ಹೋಗಿ ಮೊದಲು ಇಳಿದುಕೊಂಡದ್ದರು. ಅದೇ ದಿನವೇ ಅವರ ಪತ್ನಿ ಶಾಮಲ ಅವರ ತಂಗಿ ಜಯಮ್ಮನವರ ಮನೆಯ ಹಿಂಭಾಗದ ಸಣ್ಣ ಭಾಗವನ್ನು ಬಾಡಿಗೆಗೆ ತೆಗೆದುಕೊಂಡಿದ್ದರು. ಆ ಮನೆಯಲ್ಲಿ ಐದು ಮೂಲೆಯ ಒಂದು ಕೋಣೆ ಇತ್ತು, ಅದು ದರಿದ್ರ ಅಂತಾರೆ. ಅದು ಮೂಢನಂಬಿಕೆಯೆಂದರೂ ಅವರ ಪಾಲಿಗಂತೂ ಸತ್ಯದ ಮಾತಾಗಿತ್ತು. ಇವರುಗಳಿಗೆ ಅಲ್ಲಿದ್ದ ಮೂರೂ ವರ್ಷಗಳು ಮೂರು ಯುಗಗಳಂತಾಗಿದ್ದವು. ಆ ಮನೆಯಿಂದ ಹೊರ ಬಂದ ಮೇಲೆಯೇ ಸ್ವಲ್ಪ ಚೇತರಿಕೆ ಕಂಡು ಬಂದಿತು.

ಅವರ ಮನೆಯ ಎದುರು ಮನೆಯಲ್ಲಿ ಸ್ಟೇಟ್ ಬ್ಯಾಂಕ್ ಆಫ್ ಮೈಸೂರಿನಲ್ಲಿ ಕ್ಯಾಷಿಯರ್ ಆಗಿದ್ದ ಅಶ್ವತ್ಥನಾರಾಯಣರಾವ್ ಎಂಬುವವರಿದ್ದರು. ಆತನ ಪತ್ನಿ ಇಂದಿರಮ್ಮ. ಅವರಿಗೆ ಎರಡು ಗಂಡು ಮಕ್ಕಳು ಮತ್ತು ಒಂದು ಹೆಣ್ಣು ಮಗು ಇದ್ದಿತ್ತು. ಇಂದಿರಮ್ಮನವರು ಪ್ರತಿನಿತ್ಯ ಸಂಜೆ ನಾಲ್ಕರ ವೇಳೆಗೆ ಭಾಗೀರಥಿಯ ಕಡೆಯ ಇಬ್ಬರು ಮಕ್ಕಳನ್ನೂ ಕರೆದು ತನ್ನ ಮಕ್ಕಳೊಂದಿಗೆ ಕೈ ತುತ್ತು ಹಾಕುತ್ತಿದ್ದರು. ಎಂದುರೋ ಮಹಾನುಭಾವುಲು ಎನ್ನುವವರಲ್ಲಿ ಆಕೆಯೂ ಒಬ್ಬರು. ಸಾಕ್ಷಾತ್ ಅನ್ನಪೂರ್ಣೇಶ್ವರಿಯ ಅಪರಾವತಾರ. ಆಗಾಗ್ಯೆ ಇವರ ಮನೆಗೆ ಸಕ್ಕರೆ, ಅಕ್ಕಿ, ಬೇಳೆಯನ್ನೂ ಕೊಡುತ್ತಿದ್ದರು. ಅದಲ್ಲದೇ ಆಕೆಯ ಮಕ್ಕಳಿಗೆ ಬರೆಯುವ ಪುಸ್ತಕ, ಪೆನ್ಸಿಲ್ ಇತ್ಯಾದಿ ಕೊಂಡು ತಂದರೆ ಇವರುಗಳಿಗೂ ತಂದು ಕೊಡುತ್ತಿದ್ದರು. ಒಟ್ಟಿನಲ್ಲಿ ತಂಪು ಹೊತ್ತಿನಲ್ಲಿ ನೆನೆಯುವಂತಹ ಜೀವಿಗಳು, ಅವರು.

ಸೀನನ ಮಾತುಗಳಲ್ಲಿ

ನಾನಾಗ ಎಂಟನೆಯ ತರಗತಿಯಲ್ಲಿ ಓದುತ್ತಿದ್ದೆ. ಚಾಮರಾಜನಗರದಿಂದ ಮೈಸೂರಿಗೆ ಬಂದ ಹೊಸತು. ನಾವು ಇದ್ದದ್ದು ಚಾಮುಂಡಿಪುರದಲ್ಲಿ. ಆಗಾಗ ನನ್ನ ತಾಯಿ ನನ್ನನ್ನು ಮತ್ತು ನನ್ನ ತಂಗಿಯನ್ನು ಕರೆದುಕೊಂಡು ಕೃಷ್ಣಮೂರ್ತಿಪುರಂನಲ್ಲಿದ್ದ ನನ್ನ ದೊಡ್ಡಪ್ಪನವರ ಮನೆಗೆ ಕರೆದೊಯ್ಯುತ್ತಿದ್ದರು. ನಾವು ಅವರ ಮನೆಗೆ ಹೋದಾಗಲೆಲ್ಲಾ ದೊಡ್ಡಮ್ಮ ಏನಾದರು ತಿನ್ನಲು ಕೊಡುತ್ತಿದ್ದರು. ಸಾಮಾನ್ಯವಾಗಿ ಕೊಡುಬಳೆ ಅಥವಾ ಚಕ್ಕುಲಿಯಂತೂ ಕೊಡ್ತಾನೇ ಇದ್ದರು. ಅವರ ಮನೆಯ ಕಾಂಪೌಂಡಿನಲ್ಲಿದ್ದ

ಸೀಬೆ ಗಿಡದಲ್ಲಿ ಕಾಯಿ ಬಿಟ್ಟಿರುತ್ತಿತ್ತು. ದೊಡ್ಡಮ್ಮನ ಮಕ್ಕಳೆಲ್ಲ ಬಹಳ ದೊಡ್ಡವರಾಗಿದ್ದರು. ನಾವುಗಳು ಹೋದಾಗ ಸಾಮಾನ್ಯವಾಗಿ ಯಾರೂ ಮನೆಯಲ್ಲಿ ಇರುತ್ತಿರಲಿಲ್ಲ. ನಮ್ಮಮ್ಮ ಮತ್ತು ದೊಡ್ಡಮ್ಮ ಮಾತನಾಡುತ್ತಿದ್ದಾಗ ನಾನೂ ಸ್ವಲ್ಪ ಹೊತ್ತು ಅಲ್ಲಿಯೇ ಕುಳಿತು ಅವರ ಮಾತುಗಳನ್ನು ಕೇಳಿಸಿಕೊಳ್ಳುತ್ತಿದ್ದೆ. ನಮ್ಮ ದೊಡ್ಡಪ್ಪನವರು ನಮ್ಮೊಂದಿಗೆ ಅಷ್ಟಾಗಿ ಮಾತನಾಡುತ್ತಿರಲಿಲ್ಲ. ಕಾರಣವೆಂದರೆ ವಯಸ್ಸಿನಲ್ಲಿ ಇರುವ ವ್ಯತ್ಯಾಸ. ನನಗಿನ್ನೂ 12 ವರ್ಷ, ಆಗ ದೊಡ್ಡಪ್ಪನವರಿಗೆ 66-67 ವರ್ಷ ವಯಸ್ಸು. ಮಾತನಾಡೋಕ್ಕೆ ಅದೆಲ್ಲಿಯ ಸಾಮ್ಯತೆ. ಆದ್ರೆ ದೊಡ್ಡಮ್ಮ ಮಾತ್ರ ಹಾಗಲ್ಲ. ಅವರಿಗೆ ಹಿರಿಯ ಕಿರಿಯ ಎಂಬ ಭೇದಭಾವವಿಲ್ಲ. ಎಲ್ಲರೊಂದಿಗೂ ಅವರ ಸಮವಾಗಿ ಬೆರೆಯುತ್ತಿದ್ದರು. ನನ್ನನ್ನು ಆಗಾಗ 'ಏನೋ ಛತ್ರಿ ಮುಂಡೇದೇ' ಎಂದು ತಲೆ ನೇವರಿಸಿ ಹಾಗೆಯೇ, 'ಪೋ ಆಡವಾಣ್ಣು ಮಾಟ್ಲಾಡೇ ಸಮಯಂಲೋ ನೀಕೇಮಿ ಪನಿ' ಎಂದು ಆಚೆಗೆ ಹೋಗಲು ಕಳುಹಿಸುತ್ತಿದ್ದರು. ನನ್ನ ತಾಯಿ ದೊಡ್ಡಮ್ಮನೊಂದಿಗೆ ಮನೆಯಂಗಳದಲ್ಲಿ ಕುಳಿತು ಮಾತನಾಡುತ್ತಿದ್ದರೆ, ನಾನು ಸೀಬೆಗಿಡವನ್ನು ಹತ್ತಿ, ಸಣ್ಣ ಕಾಯಿ ಹೀಚನ್ನೂ ಬಿಡದೇ ಎಲ್ಲವನ್ನೂ ಕಿತ್ತು ತಿನ್ನುತ್ತಿದೆ. ದೊಡ್ಡಮ್ಮನಿಗೆ ಈ ವಿಷಯ ಗೊತ್ತಾಗುತ್ತಿದ್ದರೂ ಎಂದೂ ಬೈಯ್ಯುತ್ತಿರಲಿಲ್ಲ. ಆದರೇನು ವಾಪಸ್ಸು ಮನೆಗೆ ಹೋಗುವ ವೇಳೆಗೆ ನನ್ನ ಹೊಟ್ಟೆಯಲ್ಲಿ ನೋವು ಶುರುವಾಗುತ್ತಿತ್ತು ಮತ್ತು ಅಮ್ಮನಿಂದ ಎರಡೇಟು ಬೀಳುತ್ತಿತ್ತು. ಇದು ಮಾಮೂಲಿ ವಿಷಯವಾಗಿತ್ತು.

ಆ ಸಮಯದಲ್ಲಿ ನಮ್ಮ ಮನೆಯಲ್ಲಿ ಬಹಳ ಕಷ್ಟವಿದ್ದು, ನನ್ನ ತಾಯಿಗೆ ನನ್ನ ದೊಡ್ಡಪ್ಪನವರು ಲಲಿತಾ ಸಹಸ್ರನಾಮದ ಬೀಜ ಮಂತ್ರದ

ದೀಕ್ಷೆಯನ್ನು ನೀಡಿದ್ದರು (ದೊಡ್ಡಪ್ಪನವರಿಗೆ ಅದು ಸಿಧ್ಧಿಸಿತ್ತಂತೆ). ಹಾಗೆಯೇ ನನ್ನ ದೊಡ್ಡಮ್ಮ ಹದಿನಾರು ಸೋಮವಾರ ವ್ರತವನ್ನೂ ಮತ್ತು ದತ್ತಾತ್ರೇಯ ಆರಾಧನೆಯನ್ನೂ ಮಾಡಲು ಹೇಳಿಕೊಟ್ಟಿದ್ದರು. ಈಗಾಗಲೇ ನನ್ನ ಅಮ್ಮನಿಗೆ ಚಾಮರಾಜನಗರದ ಒಬ್ಬ ಪುರೋಹಿತರಿಂದ ಗೌರಿ ಪಂಚಾಕ್ಷರಿ ಮಂತ್ರದ ಉಪದೇಶ ಕೂಡಾ ಆಗಿತ್ತು. ಆಕೆ ಪ್ರತಿನಿತ್ಯವೂ ಅದನ್ನುಹೇಳಿಕೊಳ್ಳುತ್ತಿದ್ದರು. ಆಗ ನನ್ನ ದೊಡ್ಡಪ್ಪನವರು ಗುಬ್ಬಿ ಚಿದಂಬರಾಶ್ರಮದಲ್ಲಿ ಅಧ್ಯಕ್ಷರಾಗಿದ್ದರು. ಅಲ್ಲಿ ಒಂದು ಕೋಣೆಯನ್ನೂ ಕಟ್ಟಿದ್ದರು. ನನ್ನ ತಂದೆ ಮತ್ತು ತಾಯಿಯರನ್ನು ಪ್ರತಿವರ್ಷ ಆರಾಧನೆಯ ಸಮಯದಲ್ಲಿ ಬಂದು ಹೋಗುವಂತೆ ಹೇಳುತ್ತಿದ್ದರು. ನನ್ನ ಮೂರನೆಯ ಅಣ್ಣನ ಉಪನಯನವೂ ಅಲ್ಲಿಯೇ ನಡೆದಿತ್ತು.

ಇದೇ ಮೊದಲ ಅನುಭವ ತಮ್ಮ ಕುಟುಂಬದ ಬಗ್ಗೆ ತಿಳಿದುಕೊಳ್ಳಲು. ಈ ಕುಟುಂಬದ ಹಿರಿಯರಲ್ಲಿ ಅನೇಕರು ಎಂತೆಂತಹ ಕಷ್ಟ ಕೋಟಲೆಗಳನ್ನು ಅನುಭವಿಸಿ ಅಳಿಸಲಾಗದಂತಹ ಹೆಸರನ್ನು ಗಳಿಸಿದರೆಂದು ತಿಳಿಯಿತು. ಅವರುಗಳ ಬಗ್ಗೆ ಇನ್ನೂ ಹೆಚ್ಚು ಹೆಚ್ಚು ತಿಳಿದುಕೊಳ್ಳುವ ಕುತೂಹಲವೂ ಬೆಳೆಯಿತು. ಇಂತಹವರ ಕುಟುಂಬದಲ್ಲಿ ಬೆಳೆಯುತ್ತಿರುವ ತಾವುಗಳು ಕೂಡಾ ಜೀವನದಲ್ಲಿ ಏನಾದರೂ ಸಾಧಿಸಬೇಕೆಂಬ ಛಲ ನಮ್ಮಲ್ಲಿ ಮೂಡಲು ಪ್ರಾರಂಭವಾಯಿತು. ಜೀವನದ ತಿರುವಿನಲ್ಲಿ ಇದೂ ಒಂದು.

ಹನುಮಂತರಾಯ ಲೆಕ್ಕದಲ್ಲಿ ಬಲು ಜಾಣ. ಅಲ್ಲಿಯವರೆವಿಗೆ ಅವರ ವಂಶದಲ್ಲಿ ಲೆಕ್ಕದಲ್ಲಿ ಪ್ರಾವೀಣ್ಯತೆ ಪಡೆದವರ್ಯಾರೂ ಇರಲಿಲ್ಲ. ಲೆಕ್ಕ ಮಾಡಲು ಆತನ ಬಳಿ ಬರೆಯುವ ಪುಸ್ತಕಗಳಿಲ್ಲ. ರಾಘವ ಅವರ

ಮಗಳ ಹತ್ತಿರ ಹೆಚ್ಚಿನ ಬರೆಯುವ ಪುಸ್ತಕಗಳಿತ್ತು. ಆಕೆಯಿಂದ ತಂದು ಕೊಡ್ತೇನೆ ಅಂತ ಅಮ್ಮ ಅಂದರೂ ಸ್ವಾಭಿಮಾನ ಅಡ್ಡ ಬಂದು ನನಗೇನು ಬೇಡ, ಅಂತ ಚಿಂದಿ ಪಂದಿ ಪತ್ರಿಕೆಗಳು, ಪೇಪರುಗಳಲ್ಲೇ ಲೆಕ್ಕಗಳನ್ನು ಬಿಡಿಸುತ್ತಿದ್ದನು. 1974 ಒಮ್ಮೆ, ಆತನ ಕಾಲೇಜು ಫೀಸು ಕಟ್ಟಲು ಕೊನೆಯ ದಿನ ಮುಗಿಯಹತ್ತಿತ್ತು. ಮುಂದಿನ ಸೋಮವಾರವೇ ಕಡೆಯ ದಿನ ಅಂತ ಹಣ ಕೊಡಲು ಮಗ ಪೀಡಿಸುತ್ತಿದ್ದ. ಎಲ್ಲೂ ಸಾಲ ಹುಟ್ಟುತ್ತಿಲ್ಲ. ಲಂಚ ರುಷುವತ್ತುಗಳನ್ನುತೆಗೆದುಕೊಳ್ಳಲು ಅಥವಾ ಕೆಲಸದಲ್ಲಿ ಮೋಸ ಮಾಡಲು ಮನಸ್ಸು ಒಪ್ಪುತ್ತಿಲ್ಲ. ಸರಿ ಮುಂದಿನ ವಾರ ಬಂದಾಗ ದುಡ್ಡು ತರ್ತೀನಿ ಅಂತ ಅಪ್ಪ ಕೆಲಸಕ್ಕೆ ಹೋದರು. ಆ ವಾರ ಪೂರ್ತಿ ಮಗ ಅಪ್ಪನ ಬರುವಿಗಾಗಿ, ಹಣಕ್ಕಾಗಿ ಕಾಯುತ್ತಿದ್ದ. ಶನಿವಾರ ಬಂತು. ಅಪ್ಪ ಕೆಲಸದಿಂದಲೂ ಬಂದರು. ಆದರೆ ಹಣ ತಂದಿರಲಿಲ್ಲ. 'ಅಪ್ಪಾ', 'ಇಲ್ಲಪ್ಪಾ, ಸಿಕ್ಕಿಲ್ಲ, ಹೇಗೋ ಕಾಲೇಜಿಗೆ ಹೋಗಿ ಮುಂದಿನ ವಾರ ಕಟ್ತೀನಿ ಅಂತ ಹೇಳು. ಮ್ಲಾನವದನನಾದ ಮಗ ಮರುಮಾತನಾಡಲಿಲ್ಲ. ಮರು ಶನಿವಾರ ಅಪ್ಪನ ಬರುವಿಗಾಗಿಯೇ ಕಾದಿದ್ದ. ಹಣ ಸಿಗದಿದ್ದರಿಂದಲೋ ಏನೋ ವಿಶ್ವಣ್ಣ ಆ ಶನಿವಾರ ಮನೆಗೆ ಬರಲಿಲ್ಲ. ಮಾರನೆಯ ದಿನ ಭಾನುವಾರ ಬೆಳಗ್ಗೆ ಸಾರ್ವಜನಿಕ ಗ್ರಂಥಾಲಯಕ್ಕೇಂತ ಮಗ ಹೊರ ಹೋದ. ಪ್ರತಿನಿತ್ಯವೂ ಬೆಳಗ್ಗೆ ಸಾರ್ವಜನಿಕ ಗ್ರಂಥಾಲಯಕ್ಕೆ ಹೋಗಿ ಮಧ್ಯಾಹ್ನ ಊಟದ ಸಮಯಕ್ಕೆ ಮನೆಗೆ ಬರುತ್ತಿದ್ದವನು ಅಂದು ಮಧ್ಯಾಹ್ನ ಮೂರಾದರೂ ಮನೆಗೆ ಬರಲಿಲ್ಲ. ಭಾಗೀರಥಿ ಕಾದೂ ಕಾದೂ ಕಡೆಗೆ ಊಟ ಮಾಡಿದ್ದಳು. ಅಂದು ರಾತ್ರಿಯಾದರೂ ಮಗನ ಸುಳಿವಿಲ್ಲ. ಇತ್ತ ಗಂಡನೂ ಆ ವಾರ ಬಂದಿಲ್ಲ. ಅಂದಿನ ರಾತ್ರಿ ಅಮ್ಮನ ಕರುಳೆಲ್ಲಾ

ಕಿವುಚಿದಂತೆ ಆಗುತ್ತಿತ್ತು. ಮತ್ತೊಮ್ಮೆ ಕರುಳ ಬಳ್ಳಿ ಕಡಿದಂತಹ ಅನುಭವ. ರಾತ್ರಿಯೆಲ್ಲಾ ನಿದ್ರೆ ಇಲ್ಲ, ಹೊರಳಿ ಹೊರಳಿ, ಬೆಳಗಾಗುವುದನ್ನೇ ಕಾಯುತ್ತಿದ್ದಳು. ಹೇಳಿಕೊಂಡು ದುಃಖ ಕಡಿಮೆ ಮಾಡಿಕೊಳ್ಳಲು ಯಾರೂ ಹತ್ತಿರವಿಲ್ಲ. ಮನೆಯಲ್ಲಿರುವ ಮಕ್ಕಳಿನ್ನೂ ಚಿಕ್ಕವರು, ಅವಕ್ಕೇನೂ ಅರ್ಥವಾಗೋಲ್ಲ. ಗಂಡ ದೂರದೂರಿನಲ್ಲಿ ಕೆಲಸದ ಮೇಲೆ ಹೋಗಿದ್ದಾರೆ. ಮುಳ್ಳಿನ ಮೇಲೆ ನಿಂತಂತಹ ಅನುಭವ. ಯಾಕೆ ಈ ಹುಡುಗ ಹೀಗೆ ಮಾಡಿದ. ಕಾಲೇಜು ಫೀ ಕಟ್ಟುವುದೇ ಜೀವನದ ಅಂತ್ಯವಾ? ಹಾಗಿಲ್ಲದಿದ್ದರೂ ಜೀವನ ಮಾಡೋಕ್ಕಾಗಲ್ವಾ? ಇದನ್ನೆಲ್ಲಾ ನಾನು ಹೇಗೆ ಸಹಿಸಿಕೊಂಡು ಹೋಗ್ತಿದ್ದೀನಿ. ಹೋಗುವಾಗ ಏನಾದ್ರೂ ಹೇಳಿ ಹೋದನಾ ಅಂತ ಯೋಚಿಸುತ್ತಿರುವಾಗ, ಎಂದೂ ಇಲ್ಲದ ಅಂದು ಮೈ ಮೇಲೆ ಟವೆಲ್ ಹಾಕಿಕೊಂಡು ಹೋದ ನೆನಪು. ಹೋಗ್ತೀನಮ್ಮಾ ಅಂತ ಹೇಳಿದ್ದ, ಹೋಗಿಬರ್ತೀನಿ ಅಂತ ಹೇಳಿರಲಿಲ್ಲ. ಜೀವಕ್ಕೇನಾದರೂ ಅಪಾಯ ಮಾಡಿಕೊಂಡನಾ ಅಂತ ದಿಗಿಲಾಗಿತ್ತು. ಹಿರಿಯರಾದ ಶಾಮರಾಯರ ಹತ್ತಿರ ಹೋಗಿ ಈ ವಿಷಯ ಹೇಳಿಕೊಂಡಾಗ, ನಿವೃತ್ತ ಸಂಸ್ಕೃತ ಪ್ರಾಧ್ಯಾಪಕರೊಬ್ಬರು ಜ್ಯೋತಿಷ್ಯದ ಬಗ್ಗೆ ತಿಳುವಳಿಕೆ ಹೊಂದಿದ್ದಾರೆ, ಅವರಲ್ಲಿಗೆ ಅವನ ಜಾತಕ ತೆಗೆದುಕೊಂಡು ಹೋದರೆ ಎಲ್ಲಿ ಹೋಗಿರಬಹುದು, ಹೇಗಿರಬಹುದು ಎಂದು ತಿಳಿಯುತ್ತದೆ ಎಂದಿದ್ದರು. ಜಾತಕ ತೆಗೆದುಕೊಂಡು ಹೋದಾಗ, ಮೊದ ಮೊದಲಿಗೆ ಅವರು ಜ್ಯೋತಿಷ್ಯ ಹೇಳೋದಿಲ್ಲ ಎಂದಿದ್ದರು. ಏನೇನು ಆಗಬೇಕೋ ಅದೆಲ್ಲಾ ಆಗಲೇಬೇಕು, ತಿಳಿದುಕೊಂಡು ತಪ್ಪಿಸಲು ಆಗೋಲ್ಲ, ಎಂದಿದ್ದರು. ಸ್ವಲ್ಪ ಹೊತ್ತಿನ ಒತ್ತಾಯದ ಮೇರೆಗೆ, ಜಾತಕ ನೋಡಿ, ಹುಡುಗನಿಗೆ ತೊಂದರೆ

ಆಗಿಲ್ಲ, ಗ್ರಹಗತಿ ಸರಿ ಇಲ್ಲದ ಕಾರಣ ದೂರದೂರಿಗೆ ಹೋಗಿದ್ದಾನೆ. ಸ್ವಲ್ಪ ದಿನಗಳಲ್ಲಿ ಅವನ ಕ್ಷೇಮ ಸಮಾಚಾರ ತಿಳಿಯುವುದು ಎಂದಿದ್ದರು. ಮಾರನೆಯ ದಿನ ಬೆಂಗಳೂರಿನಲ್ಲಿ ಕೆಲಸ ಮಾಡುತ್ತಿದ್ದ ದೊಡ್ಡ ಮಗನಿಗೆ ಪತ್ರವನ್ನು ಬರೆದದ್ದಾಯಿತು. ಯಾವಾಗ ಪತ್ರ ಬಂದರೂ ದುಡ್ಡು ಕೇಳೋಕ್ಕೆ ಅನ್ನುವ ಮನೋಭಾವ ಹೊಂದಿದ್ದ ಅವನು ಈ ಪತ್ರವನ್ನೇ ಸರಿಯಾಗಿ ಓದದೇ ಬಿಸಾಕಿದ್ದ. ಅದಾದ ಮೇಲೆ ಒಂದು ತಿಂಗಳಾದರೂ ಪತ್ತೆ ಇಲ್ಲ. ಭಾಗೀರಥಿ ಅತ್ತೂ ಅತ್ತೂ ಕಣ್ಣಿನಲ್ಲಿ ನೀರು ಬತ್ತಿ ಹೋಗಿತ್ತು. ಈಗಾಗಲೇ ಮೂರು ಮಕ್ಕಳನ್ನು ಕಳೆದುಕೊಂಡದ್ದಾಯ್ತು. ಅವೆಲ್ಲವೂ ಚಿಕ್ಕ ವಯಸ್ಸಿನಲ್ಲೇ ಮರಣ ಹೊಂದಿದ್ದವು. ಈತ ಹದಿಹರೆಯವನ್ನು ಮುಗಿಸುವಾಗಲೇ ಹೋಗಿಬಿಟ್ಟನೇ ಎಂಬ ವೇದನೆ ಆಕೆಯ ಹೃದಯದ್ದಾದರೆ, ಛೇ! ಹಾಗಾಗಿರಲಾರದು ಎಂದು ಮನಸ್ಸು ಹೇಳುತ್ತಿತ್ತು. ಪೊಲೀಸ್ ಕಂಪ್ಲೇಂಟ್ ಅಂತ ಏನೂ ಕೊಡೋಕ್ಕೆ ಹೋಗಿರಲಿಲ್ಲ. ಒಂದು ತಿಂಗಳಾದ ಮೇಲೆ ಮನೆಗೊಂದು ಪತ್ರ ಬಂದಿತ್ತು. ತಾನು ಬೆಂಗಳೂರಿಗೆ ಹೋಗಿರುವೆನೆಂದೂ, ತನ್ನ ಜೀವವನ್ನು ಹಿಡಿದಿಟ್ಟುಕೊಂಡಿರುವುದು ಕಾಮಧೇನುವೆಂದೂ ಬರೆದಿದ್ದನು. ಕಾಮಧೇನು ಎಂಬ ಪದವನ್ನು ನೋಡಿಯೇ, ಯಾವುದೋ ಹೊಟೆಲ್‌ನಲ್ಲಿ ಕೆಲಸ ಮಾಡುತ್ತಿರಬೇಕೆಂದುಕೊಂಡರು.

ಅತ್ತ ಮಗ ತಂದೆಯಿಂದ ಹಣಕ್ಕಾಗಿ ಕಾದೂ ಕಾದೂ ಸೋತು ಹೋಗಿದ್ದ. ಅಂದು ಮಾಮೂಲಿನಂತೆ ಸಾರ್ವಜನಿಕ ಗ್ರಂಥಾಲಯದೆಡೆಗೆ ಹೊರಟವನಿಗೆ ಮನಸ್ಸು ಸ್ಥಿಮಿತದಲ್ಲಿರಲಿಲ್ಲ. ಓದಲು ಅವಕಾಶವೇ ಸಿಗುತ್ತಿಲ್ಲ. ವಿಧಿಯದೆಂತಹ ಆಟ. ಯಾವುದೇ ಲೆಕ್ಕ ಕೊಟ್ಟರೂ ಬಿಡಿಸುವ

ಸಾಮರ್ಥ್ಯವಿದೆ, ಆದರೆ ಹಾಳೆಗಳಿಲ್ಲ. ಹಾಳೆಗಳು ಸಿಕ್ಕರೂ ಪೆನ್ಸಿಲ್ ಅಥವಾ ಸೀಮೆಸುಣ್ಣಗಳಿಲ್ಲ. ಕಾಲೇಜಿನಲ್ಲಿ ಎಲ್ಲ ಹುಡುಗರುಗಳಿಗಿಂತಲೂ ಬುದ್ಧಿವಂತ ಅಂತ ಅನಿಸಿಕೊಂಡಿದ್ದರೂ ಪರೀಕ್ಷೆಗೆ ಕಟ್ಟಲು ಹಣವಿಲ್ಲ. ಅಪ್ಪ ತಾನೆ ಏನು ಮಾಡಿಯಾರು? ಇಷ್ಟು ವರ್ಷಗಳಾದರೂ ಇನ್ನೂ ದಿನಗೂಲಿಗಳಂತೆ ದುಡಿಯುತ್ತಿರುವವರು. ತನಗಾಗಿ ಇನ್ನು ಅವರು ಭಿಕ್ಷೆ ಬೇಡಬೇಕೆ? ತನಗ್ಯಾರೂ ಸ್ನೇಹಿತರೂ ಇಲ್ಲ. ಯಾರನ್ನಾದರೂ ಬೇಡಲು ಸ್ವಾಭಿಮಾನ ಅಡ್ಡ ಬರುತ್ತಿದೆ. ತನ್ನಿಂದಾಗಿ ಮನೆಯಲ್ಲಿ ಪ್ರತಿನಿತ್ಯವೂ ಜಗಳ. ತಾನಿನ್ನು ಹೊರೆಯಾಗಿರಬಾರದು. ಓದುವುದೊಂದೇ ಜೀವನಕ್ಕೆ ಮಾರ್ಗವಲ್ಲ. ಎಲ್ಲಾದರೂ ದೂರ ಹೋಗಿ, ಯಾವ ಕೆಲಸವಾದರು ಸರಿ, ಮಾಡಿ, ಹೊಟ್ಟೆ ಹೊರೆಯುವೆ ಅಂತ ಹೊರಟಿದ್ದ. ಹಾಸನದ ಮಾರ್ಗದಲ್ಲಿ ಹೊರಟವನಿಗೆ ರಸ್ತೆ ಸರಿಯಾಗಿ ಗೊತ್ತಿರದ ಕಾರಣ, ಆ ರಸ್ತೆ ಬೆಂಗಳೂರಿನ ಕಡೆಗೆ ಕರೆದೊಯ್ದಿತ್ತು. ಒಂದೇ ಸಮನೆ ನಡೆಯುತ್ತಿದ್ದವನಿಗೆ ರಾತ್ರಿಯಾದುದರ ಅರಿವಾಯಿತು. ಹೊಟ್ಟೆಯಲ್ಲಿ ವಿಪರೀತ ಹಸಿವಾಗುತ್ತಿದೆ. ಕಣ್ಣು ಮಂಜಾಗುತ್ತಿದೆ. ಯಾವ ಬೋರ್ಡುಗಳನ್ನೂ ಓದಲಾಗುತ್ತಿಲ್ಲ. ಯಾವ ಊರಿನ ಹತ್ತಿರ ಬಂದಿದ್ದೇನು ಅಂತ ಕೂಡಾ ಗೊತ್ತಾಗುತ್ತಿಲ್ಲ. ಆಗ ಅಲ್ಲೊಂದು ಮನೆಯಲ್ಲಿ ಸಣ್ಣ ಬೆಳಕು ಕಂಡಿತು. ಒಬ್ಬಾಕೆ ಹೊರಗೆ ನಿಂತಿದ್ದಳು. ಆಕೆಯ ಮನೆಯ ಹತ್ತಿರಕ್ಕೆ ಮೆಲ್ಲಗೆ ಕಾಲೆಳೆದುಕೊಂಡು ಹೋಗಲು, ಆಕೆ, ಯಾರಪ್ಪಾ, ಏನು ಬೇಕು ಎಂದಳು. ಅನ್ನ ಅಂತ ಹೇಳಲು ಬಾಯಿಯ ಪಸೆ ಆರಿ ಹೋಗಿದೆ. ಅಲ್ಲದೇ ಭಿಕ್ಷೆ ಬೇಡಿ ಕೂಡಾ ಅಭ್ಯಾಸವಿಲ್ಲ. ಇವನ ಸ್ಥಿತಿ ನೋಡಿ, ಇವನಿಗೇನು ಬೇಕೆಂದು ಅರಿತವಳಂತೆ ಮನೆಯಲ್ಲಿ ಉಳಿದಿದ್ದನ್ನು ತಂದು ಕೊಟ್ಟಳು. ತಿಂದ ಮೇಲೆ

ಅರಿವಾಯಿತು, ಆ ಅನ್ನವೂ ಹಳಸಿತ್ತು. ವಿಧಿ ಎಂತಹ ಪರೀಕ್ಷೆ ಒಡ್ಡುತ್ತಿದೆ. ಮುಟ್ಟಿದ್ದೆಲ್ಲವೂ ಮಣ್ಣಾಗುತ್ತಿದೆ. ಕೊಟ್ಟದ್ದನ್ನೇ ತಿಂದು ಅಲ್ಲೇ ಮೂಲೆಯಲ್ಲಿ ಮಲಗಿದ್ದ. ಛಳಿಗೋ, ಮನೆಯ ಕಡೆಯ ನೆನಪಿಗೋ ಏನೋ ಸುಸ್ತಾಗಿದ್ದರೂ ಸರಿಯಾಗಿ ನಿದ್ರೆ ಬರಲಿಲ್ಲ. ಆದರೂ ನಡೆಯೋಕ್ಕೆ ಕಾಲಲ್ಲಿ ಸ್ವಾಧೀನವಿಲ್ಲದೇ ಹಾಗೆಯೇ ಕಾಲು ಮುದುರಿಕೊಂಡು ಸ್ವಲ್ಪ ಹೊತ್ತು ಕಳೆದ. ಮತ್ತೆ ನಡೆಯಲು ತೊಡಗಿದ. ಅಲ್ಲಿ ಇಲ್ಲಿ ಸಿಕ್ಕಿದ್ದನ್ನೆಲ್ಲಾ ತಿಂದುಕೊಂಡು ಹೊಟ್ಟೆ ತುಂಬಿಸಿಕೊಂಡಿದ್ದ. ಹಾಗೆಯೇ 3 ದಿನಗಳು ನಡೆದ ಬಳಿಕೆ ಬೆಂಗಳೂರನ್ನು ತಲುಪಿದ್ದ. ಅಲ್ಲಿ ತನ್ನ ಹಿರಿಯಣ್ಣ ಕೆಲಸ ಮಾಡುತ್ತಿದ್ದು, ಅವನನ್ನು ಕಂಡರೆ ಏನಾದರೂ ಸಹಾಯ ಆಗಬಹುದೆಂದು ಎಣಿಸಿದ. ಮತ್ತೆ ಬದುಕಿನ ಸೆಲೆ ಚಿಗುರಹತ್ತಿತು. ಅವನು ಕೆಲಸ ಮಾಡುವ ಪೋಸ್ಟ್ ಆಫೀಸಿಗೆ ಹೋದ. ಅಲ್ಲಿ ನೋಡಿದರೆ ಅವನು ಇವನನ್ನು ಗುರುತೇ ಹಿಡಿಯಲಿಲ್ಲ. ಅಲ್ಲಿಯವರೆವಿಗೂ ಇವನು ತನ್ನ ಸ್ಥಿತಿಯನ್ನು ಗಮನಿಸಿಯೇ ಇರಲಿಲ್ಲ. ಬಟ್ಟೆಗಳು ಹರಿದಿದ್ದವು. 3 ದಿನಗಳಿಂದ ಸ್ನಾನ ಇರಲಿ, ಮುಖ ಕೂಡಾ ತೊಳೆಯದೇ, ಮೈಯೆಲ್ಲಾ ಧೂಳಾಗಿತ್ತು. ಕೂದಲು ಕೆದರಿ, ಗುರುತು ಸಿಗದ ಹಾಗೆ ಆಗಿದ್ದ. ಅದೂ ಅಲ್ಲದೇ ಇವನು ಅಲ್ಲಿಗೆ ಬರ್ತಾನೆ ಅಂತ ಅಣ್ಣನಿಗೆ ತಿಳಿಯದು. ಅಮ್ಮ ಬರೆದಿದ್ದ ಪತ್ರವನ್ನು ಕೂಡಾ ಸರಿಯಾಗಿ ಓದಿರದವನಿಗೆ ಏನೊಂದೂ ಮಾಹಿತಿ ಇಲ್ಲ. ಅಣ್ಣ ಗುರುತು ಹಿಡಿಯದಿದ್ದಾಗ, ಮನಸ್ಸಿಗೆ ಬಹಳ ಬೇಜಾರಾಗಿ, ಇವನೂ ತನ್ನನ್ನು ನಿಕೃಷ್ಟವಾಗಿ ಕಾಣುತ್ತಿದ್ದಾನಲ್ಲ ಅಂದುಕೊಂಡು, ಹೊರನಡೆದ. ಏನಾದರಾಗಲಿ, ಈ ಜಗತ್ತಿನಲ್ಲಿ ತನ್ನ ಕಾಲ ಮೇಲೆ ತಾನೇ ನಿಂತುಕೊಳ್ಳಬೇಕು, ತಾನೂ ಇತರರ ಸಹಾಯವಿಲ್ಲದೆಯೇ

ಬದುಕಬಲ್ಲೆನೆಂದು ತೋರಿಸಿಕೊಡಬೇಕೆಂಬ ಛಲ ಮನದಲ್ಲಿ ಮೂಡಿತ್ತು. ನಿಲ್ಲದೆ ಮುಂದೆ ಮುಂದೆ ಹೊರಟವನಿಗೆ ಕಂಡದ್ದು, ಶೇಷಾದ್ರಿಪುರದಲ್ಲಿಯ ಒಂದು ಹೊಟೆಲ್. ಅಲ್ಲಿಯ ಮಾಲೀಕನ ಹತ್ತಿರ ಕೆಲಸ ಕೇಳಿ ನಿಂತ. ಆತ ಸರ್ವರ್ ಕೆಲಸ ಮಾಡುವೆಯಾ? ಹೊಟೆಲ್ ಮುಚ್ಚುವ ವೇಳೆಯಲ್ಲಿ ಏನು ಉಳಿದಿದೆಯೋ ಅದನ್ನೇ ತಿನ್ನಬೇಕು. ಅಲ್ಲಿಯೇ ಒಂದು ಮೂಲೆಯಲ್ಲಿ ಗೋಣಿಚೀಲ ಹಾಸಿಕೊಂಡು ಮಲಗಬೇಕು ಎಂದು ಹೇಳಿದ್ದ. ಎಲ್ಲದಕ್ಕೂ ಒಪ್ಪಿದ್ದ ಇವನು. ಪ್ರವಾಹದ ನೀರಿನಲ್ಲಿ ಕೊಚ್ಚಿಕೊಂಡು ಹೋಗುತ್ತಿದ್ದವನಿಗೆ ಒಂದು ಹುಲ್ಲು ಕಡ್ಡಿ ಆಸರೆ ಸಿಕ್ಕಂತಾಗಿತ್ತು. ಸಂಬಳದ ಬಗ್ಗೆಯೂ ಕೇಳಲಿಲ್ಲ. ಮಾಲೀಕ ಹೇಳಿದ್ದಕ್ಕೆಲ್ಲಾ ಒಪ್ಪಿ ಅಂದಿನಿಂದಲೇ ಕೆಲಸ ಪ್ರಾರಂಭಿಸಿದ್ದ. ಒಂದೆರಡು ದಿನಗಳಲ್ಲೇ ಸಮಯ ಸಿಕ್ಕಾಗ ತಾಯಿಗೆ ಒಂದು ಪತ್ರವನ್ನೂ ಬರೆದು ತನಗೆ ಕಾಮಧೇನುವಿನಂತಹ ಆಸರೆ ಸಿಕ್ಕಿದೆ ಎಂದು ಬರೆದಿದ್ದ. ತಿಂಗಳು ಕಳೆಯುವ ಹೊತ್ತಿಗೆ, ಮತ್ತೆ ಅಣ್ಣನ ಭೇಟಿಯಾಗಿ ಊರಿಗೆ ಮರಳಿ ಬಂದಿದ್ದ.

ಕಳೆದು ಹೋಗಿದ್ದ ಮಗ ಮತ್ತೆ ಮರಳಿ ಬಂದಾಗ ಭಾಗೀರಥಿಗೆ ಮನಸ್ಸು ಧಾವಂತದಿಂದ ಹೊರ ಬಂದಿತ್ತು. ಮಗನ ಮೈಯೆಲ್ಲಾ ವ್ರಣದಿಂದ ಕೂಡಿತ್ತು. ಪ್ರತಿ ನಿತ್ಯವೂ ಆತನ ಬಟ್ಟೆಗಳನ್ನು ಬಿಸಿನೀರಿನಲ್ಲಿ ತೋಯಿಸಿ ಒಗೆದು ಹಾಕುತ್ತಿದ್ದರು. ಬಟ್ಟೆಯಲ್ಲೆಲ್ಲಾ ಪುಟ್ಟ ಪುಟ್ಟ ಹುಳುಗಳು ಹರಿಯುತ್ತಿದ್ದುವು. ಅವನು ಮತ್ತೆ ಮನುಷ್ಯನಾಗಲು ತಿಂಗಳುಗಳೇ ಹಿಡಿಯಿತು. ಆದರೇನು ಮತ್ತೆ ಪರೀಕ್ಷೆಗೆ ಕುಳಿತು ಉತ್ತಮ ದರ್ಜೆಯಲ್ಲಿ ಬಿಎಸ್‌ಸಿ ಪಾಸು ಮಾಡಿದ್ದನು. ಅಷ್ಟು ಹೊತ್ತಿಗಾಗಲೇ ಸತ್ಯಣ್ಣನಿಗೆ ಕೆಇಬಿಯಲ್ಲಿ ಕೆಲಸ ದೊರಕಿ, ಕೊಳ್ಳೆಗಾಲದ ಹನೂರಿನಲ್ಲಿ ಹೋಗಿ ಸೇರಿದ್ದ.

ಹನುಮಂತರಾಯ ಕೊನೆಯ ಇಬ್ಬರನ್ನೂ ತನ್ನ ಮಕ್ಕಳಂತೆ ನೋಡಿಕೊಳ್ಳುತ್ತಿದ್ದ. ಒಮ್ಮೆ, ನವಂಬರ್ ಒಂದನೆಯ ತಾರೀಖು, ಮನೆಯಲ್ಲಿ ಏನೂ ಇರಲಿಲ್ಲ. ಡಬ್ಬಿಗಳನ್ನೆಲ್ಲಾ ಹುಡುಕಿ ಸಿಕ್ಕ ಹಿಟ್ಟಿನಲ್ಲಿ ಒಂದೇ ಒಂದು ರೊಟ್ಟಿ ತಟ್ಟಿದ್ದರು. ಆತ ಅದನ್ನು ಎರಡು ಭಾಗ ಮಾಡಿ ತಮ್ಮ ಮತ್ತು ತಂಗಿಗೆ ಕೊಟ್ಟಿದ್ದ. ಅಲ್ಲದೇ ತಂಗಿಗೆ ಒಂದು ಮಾತನ್ನೂ ಹೇಳಿದ್ದ, ಪ್ರತಿ ವರ್ಷ ನಿನ್ನ ಜೀವನ ದಲ್ಲಿ ನವಂಬರ್ ಒಂದನೇ ತಾರೀಖು ನೆನಪಿಟ್ಟುಕೊ ಅಂತ. ಕಡೆಯವರೆವಿಗೂ ಹನುಮಂತರಾಯ ಆ ಕುಟುಂಬದ ಬೆನ್ನುಲುಬಾಗಿದ್ದ. ತನಗೇನೂ ಮಾಡಿಕೊಳ್ಳದೇ ಮನೆಯ ಅಭಿವೃದ್ಧಿಯೇ ಆತನ ಧ್ಯೇಯವಾಗಿತ್ತು. ತಮ್ಮನನ್ನು ಓದಿಸಿ, ತನ್ನ ಕಾಲ ಮೇಲೆ ನಿಂತುಕೊಳ್ಳುವಂತೆ ಮಾಡಿದ್ದ. ಅಲ್ಲದೇ ಊರಲ್ಲಿ ಮನೆ ಕಟ್ಟಿಸಿದ್ದು, ತಂಗಿಯ ಮದುವೆ ಮಾಡಿದ್ದು, ದೊಡ್ಡಣ್ಣ ಕಾಲವಾದಾಗ ಆತನ ಕ್ರಿಯೆಯನ್ನು ಮಾಡಿಸಿದ್ದು, ಅಪ್ಪ ಅಮ್ಮನ ಎಲ್ಲ ಇಷ್ಟಾರ್ಥಗಳನ್ನು ಅಂತ್ಯಕ್ರಿಯೆಯವರೆವಿಗೂ ನೆರವೇರಿಸಿದ್ದೂ ಅಲ್ಲದೇ, ಅಪ್ಪನಂತೆಯೇ ದೇಹಿ ಅಂತ ಬಂತ ಯಾರಿಗೇ ಆಗಲಿ ಹಿಂದೆ ಮುಂದೆ ನೋಡದೇ ಸಹಾಯ ಮಾಡಿದ್ದ. ಈಗಲೂ ಮಾಡುತ್ತಿದ್ದಾನೆ. ಅವನೊಂದು ರೀತಿಯಲ್ಲಿ ಇವರ ಮನೆಯ ನಂದಾದೀಪವಿದ್ದಂತೆ.

ಭಾಗೀರಥಿಗೆ ದಿನೇ ದಿನೇ ದೇವರ ಮೇಲಿನ ನಂಬಿಕೆ ಹೆಚ್ಚಾಗುತ್ತಿತ್ತು. ಪೂಜೆ ಪುನಸ್ಕಾರಗಳು ಇನ್ನೂ ಹೆಚ್ಚು ಹೆಚ್ಚು ಮಾಡಹತ್ತಿದಳು. ಈ ನರಕ ಜೀವನದಿಂದ ಪಾರಾಗಿ ಹೋದರೆ ಸಾಕೆನಿಸಿತ್ತು. ಚಿಕ್ಕಪ್ಪ ಶಾಮರಾಯರಿಂದ ಲಲಿತಾ ಸಹಸ್ರನಾಮ ಪಾರಾಯಣೆಯ ದೀಕ್ಷೆ ತೆಗೆದುಕೊಂಡಳು. ಶಾಮರಾಯರಿಗೆ ಲಲಿತಾ

ದೇವಿಯ ಬೀಜ ಮಂತ್ರ ಸಿದ್ಧಿಸಿತ್ತಂತೆ. ಅಂದಿನಿಂದ ಪ್ರತಿನಿತ್ಯ ಲಲಿತಾ ಸಹಸ್ರನಾಮ ಪಾರಾಯಣೆ ಮಾಡಹತ್ತಿದಳು.

ಮೈಸೂರಿನ ನರಸಿಂಹರಾಜ ಮೊಹಲ್ಲಾದಲ್ಲಿ ಕಾಡಮ್ಮನವರು ಅಂತ ಒಬ್ಬರಿದ್ದರು. ಅವರ ಮನೆಯಲ್ಲಿ ಮಾರ್ಗಶೀರ್ಷ ಮಾಸದಲ್ಲಿ ದತ್ತ ಜಯಂತಿಯನ್ನು ವಿಜೃಂಭಣೆಯಿಂದ ಆಚರಿಸುತ್ತಿದ್ದರು. ಒಮ್ಮೆ ಅವರ ಮನೆಗೆ ಹೋಗಿ ದತ್ತ ಜಯಂತಿ ಉತ್ಸವದಲ್ಲಿ ಪಾಲ್ಗೊಂಡು ಹೇಗೆ ಆಚರಿಸಬೇಕು ಎಂದು ತಿಳಿದುಕೊಂಡಳು. ಆಗ ಪ್ರಾರಂಭಿಸಿದ್ದು, ಮತ್ತೆ ವಿಶ್ವಣ್ಣ ದೈವಾಧೀನ ಆಗುವವರೆವಿಗೂ ಪ್ರತಿ ವರ್ಷವೂ ಇವರ ಮನೆಯಲ್ಲಿ ದತ್ತ ಜಯಂತಿಯನ್ನು ಶಕ್ಯಾನುಸಾರ ಆಚರಿಸುತ್ತಿದ್ದಳು. ಹತ್ತು ದಿನಗಳು ಗುರುಚರಿತ್ರೆಯನ್ನು ಪ್ರತಿ ನಿತ್ಯವೂ ಇಂತಿಷ್ಟು ಅಧ್ಯಾಯಗಳೆಂದು ಪಠಣೆ ಮಾಡುವುದು. ಅನ್ನ ಸೇವಿಸದೇ ಹಾಲು ಮತ್ತು ಹಣ್ಣುಗಳನ್ನು ಸೇವಿಸಿ, ನೆಲದ ಮೇಲೆ ಚಾಪೆ ಹಾಸಿಕೊಂಡು ಮಲಗುವುದು. ಹೀಗೆ ಹತ್ತನೆಯ ದಿನಗಳ ವ್ರತ ಆಚರಿಸಿ ಕಡೆಯ ದಿನ ನೆಂಟರಿಷ್ಟರಿಗೆಲ್ಲರನ್ನೂ ಕರೆದು ಸಂತರ್ಪಣೆ ಮಾಡುವುದು. ವಿಶ್ವಣ್ಣ ಜೀವಂತ ಇರುವವರೆವಿಗೂ ಈ ವ್ರತವನ್ನು ಆಕೆ ಪಾಲಿಸಿಕೊಂಡು ಬಂದಿದ್ದಳು.

ಹಾಗೆಯೇ ಹದಿನಾರು ಸೋಮವಾರಗಳು ಶಿವನ ಪೂಜೆ, ಧ್ಯಾನಗಳನ್ನೂ ಮಾಡಹತ್ತಿದಳು. ಪ್ರತಿ ಸೋಮವಾರದಂದು ಹುತ್ತದ ಮಣ್ಣಿನಿಂದ ಲಿಂಗದ ಮೂರ್ತಿ ಮಾಡಿ ಅದಕ್ಕೆ ಬಿಲ್ವ ಪತ್ರೆಯುಕ್ತ ಪೂಜೆ ಮಾಡುವುದು ಈ ವ್ರತ. ಅಂದು ಪೂರ್ತಿ ಉಪವಾಸವಿದ್ದು ಸಂಜೆಯ ಮೇಲೆ ಶಿವನ ಲಿಂಗಕ್ಕೆ ಪೂಜೆ ಮಾಡಿ, ಗೋದಿ ಹಿಟ್ಟು ಬೆಲ್ಲದಿಂದ ಮಾಡಿದ ಪ್ರಸಾದವನ್ನು ಮೂರು ಭಾಗ ಮಾಡಿ, ಒಂದು ಭಾಗವನ್ನು ಹಸುವಿಗೆ

ತಿನ್ನಿಸಿ, ಇನ್ನೊಂದು ಭಾಗವನ್ನು ಮನೆಯಲ್ಲಿರುವವರೆಲ್ಲರಿಗೂ ಹಂಚಿ, ಮಿಕ್ಕದ್ದನ್ನು ತಾನು ತಿನ್ನುವುದು. ಹದಿನಾರು ಸೋಮವಾರಗಳು ಹೀಗೆ ಪೂಜೆ ಮಾಡಿದ ನಂತರ ಎಲ್ಲ ಲಿಂಗಗಳನ್ನೂ ವಿಸರ್ಜಿಸಿ ಯಾವುದಾದರೂ ತೀರ್ಥ ಕ್ಷೇತ್ರದಲ್ಲಿ ನದಿಯಲ್ಲಿ ಬಿಟ್ಟು ಸಂತರ್ಪಣೆ ಮಾಡುವುದು. ಪ್ರತಿ ಗುರುವಾರವೂ ರಾಯರ ಮಠಕ್ಕೆ ಹೋಗಿ ಪ್ರದಕ್ಷಿಣೆಯನ್ನೂ ಹಾಕುತ್ತಿದ್ದಳು. ಹೆಚ್ಚಿನ ದಿನಗಳೆಲ್ಲಾ ಪೂಜೆ ಪುನಸ್ಕಾರಗಳಲ್ಲೇ ಕಾಲ ಕಳೆಯುತ್ತಿದ್ದುದು, ಆಕೆಯ ದಿನಚರಿ ಆಯಿತು.

ಮೊದಲೇ ತಿನ್ನೋಕ್ಕೆ ಇಲ್ಲದೇ ಉಪವಾಸವಿರುತ್ತಿದ್ದವಳು, ವಾರದಲ್ಲಿ ಸೋಮವಾರದಂದು ಹದಿನಾರು ಸೋಮವಾರದ ವ್ರತವೆಂದು ಪೂರ್ತಿ ದಿನ ಉಪವಾಸ ಮಾಡುತ್ತಿದ್ದಳು. ಗುರುವಾರ ರಾಯರ ದಿನವೆಂದು ಒಪ್ಪತ್ತು ಊಟವಾದರೆ, ಶನಿವಾರ ಮನೆ ದೇವರು ವೆಂಕಟೇಶ್ವರನ ನೆನಪಲ್ಲಿ ನೆಪದಲ್ಲಿ ಒಪ್ಪುತ್ತು ಉಪವಾಸ ಮಾಡುತ್ತಿದ್ದಳು. ಉಪವಾಸವೆಂದರೆ ಕಟ್ಟುಪವಾಸ. ಹಾಲೂ ಇಲ್ಲ ಹಣ್ಣಂತೂ ಮೊದಲೇ ಇಲ್ಲ. ಇವೆಲ್ಲವನ್ನೂ ತಾನು ಆಚರಿಸುವಿದಲ್ಲದೇ ಕೊನೆಯ ಎರಡು ಮಕ್ಕಳೂ ಆಚರಿಸುವ ಅಭ್ಯಾಸ ಮಾಡಿಸಿದ್ದಳು.

ಆಕೆಯ ದೇವರಲ್ಲಿನ ನಂಬಿಕೆ, ಭಕ್ತಿ, ಉಪವಾಸಗಳಿಂದಲೋ ಏನೋ, ಮನೆಯಲ್ಲಿ ಏಳಿಗೆ ಕಾಣಹತ್ತಿತ್ತು. ಇದರಿಂದ ಪ್ರೇರಿತರಾದ ಇನ್ನೂ ಎಷ್ಟೋ ಮಂದಿ ಅವಳಂತೆಯೇ ಪೂಜೆ ಪುನಸ್ಕಾರಗಳಲ್ಲಿ ಆಕೆಯನ್ನು ಹಿಂಬಾಲಿಸಹತ್ತಿದರು.

1973-74ರಲ್ಲಿ ಭಾಗೀರಥಿಯ ಚಿಕ್ಕಮ್ಮ ಮತ್ತು ಶಾಮರಾಯರ ಧರ್ಮಪತ್ನಿ ಆಗಿದ್ದ ಸುಬ್ಬಮ್ಮನವರಿಗೆ ಗರ್ಭಾಶಯದ ಆಪರೇಷನ್

ಆಗಿತ್ತು. ಆಗ ಆಸ್ಪತ್ರೆಯಲ್ಲಿ ನೋಡಿಕೊಳ್ಳಲು ಭಾಗೀರಥಿಯೇ ಒಂದು ತಿಂಗಳವರೆವಿಗೆ ಓಡಾಡಿದ್ದಳು. ಚಿಕ್ಕಮ್ಮನಲ್ಲಿ ತನ್ನ ತಾಯಿಯನ್ನು ಕಂಡುಕೊಂಡಿದ್ದಳು. ಯಾರದೇ ಮನೆಯಲ್ಲಿ ಏನೇ ಕೆಲಸವಿದ್ದು ಕರೆದರೂ ಆಕೆ ಇಲ್ಲವೆನ್ನುತ್ತಿರಲಿಲ್ಲ. ಆಕೆಯ ನಂಬಿಕೆಯೆಂದರೆ, ಇಂದು ತಾನು ಇನ್ನೊಬ್ಬರಿಗೆ ಮಾಡಿದರೆ, ಮುಂದೊಂದು ದಿನ ತನಗೆ ಅಥವಾ ತನ್ನ ಕುಟುಂಬಕ್ಕೆ ಇನ್ಯಾರಾದರೂ ಮಾಡುವರು. ಇದು ಸುಳ್ಳಾಗಲಿಲ್ಲ.

ತರಾಸು ಮನೆಯಲ್ಲಿ ಕೂಡಾ ಏನೇ ವಿಶೇಷವಿದ್ದರೂ, ಆತನ ಪತ್ನಿ ಅಂಬುಜಾ ಅಡುಗೆ ಮಾಡಲು ಭಾಗೀರಥಿಯನ್ನು ಕರೆಸಿಕೊಳ್ಳುತ್ತಿದ್ದರು. ಆಕೆ ಅದಕ್ಕೆ ಎಂದೂ ನಕಾರ ಹೇಳುತ್ತಿರಲಿಲ್ಲ. ಅವರಿಂದ ಎಂದಾದರೂ ತನ್ನ ಮಕ್ಕಳಿಗೆ ಕೆಲಸ ದೊರಕಿಸಲು ಸಹಾಯ ಆಗಬಹುದೆಂಬ ಆಸೆಯಿರುತ್ತಿತ್ತು. ತರಾಸು ಅವರ ಮಕ್ಕಳಿಗೆ ಪಾಠ ಹೇಳಿಕೊಡಲು ಕೂಡ ಸತ್ಯಣ್ಣ ಹೋಗಿಬರುತ್ತಿದ್ದ. ಆದರೆ ವಿಶ್ವಣ್ಣನಿಗೆ ಇದೆಲ್ಲಾ ಇಷ್ಟವಾಗುತ್ತಿರಲಿಲ್ಲ. ತಾನು ತನ್ನ ಮಕ್ಕಳು ತನ್ನ ವಂಶಸ್ಥರ ಹೆಸರು ಹೇಳಿಕೊಂಡು ಜೀವಿಸಬೇಕಿಲ್ಲ. ತಮ್ಮ ಕಾಲ ಮೇಲೆ ನಿಂತು ಇನ್ನೊಬ್ಬರಿಗೆ ಆಸರೆಯಾಗಬೇಕು ಎಂದು ಆಗಾಗ್ಯೆ ಮಕ್ಕಳ ಮುಂದೆ ಹೇಳಿಕೊಳ್ಳುತ್ತಿದ್ದ. ಎಷ್ಟೋ ಸಲ ಕಷ್ಟ ಬಂದಾಗ ನಮಗಿಂತ ಹೀನಾಯ ಸ್ಥಿತಿಯಲ್ಲಿರುವವರನ್ನು ನೋಡಿ ಸಮಾಧಾನ ಪಟ್ಟುಕೊಳ್ಳಿ ಅಂತಲೂ ಹೇಳುತ್ತಿದ್ದ. ನಮಗಾದರೂ ಒಂದು ಹೊತ್ತಿನ ಅನ್ನ ಸಿಗುತ್ತಿದೆ, ಅದೇ ಕೆಲವರು ಬರೀ ಕಡಲೆಪುರಿ ತಿಂದು ಜೀವನ ಮಾಡ್ತಿದ್ದಾರೆ, ನೋಡಿ ಅಂತ ಹೇಳಿ ಮಕ್ಕಳಿಗೆ ಸಮಾಧಾನ ಮಾಡುತ್ತಿದ್ದರು. ಆತನ ಮಾತು ನಿಜವೇ

ಆಯಿತು. ಯಾರ ಹಂಗಿಲ್ಲದೇ ಮಕ್ಕಳು ತಮ್ಮ ಕಾಲ ಮೇಲೆ ತಾವು ನಿಂತರು ಮತ್ತು ಇತರರಿಗೆ ಮಾದರಿಯಾದರು.

ವಿಶ್ವಣ್ಣನನ್ನು ಮೂರು ತಿಂಗಳ ಕೂಸಿನಿಂದಲೂ ಪಾಲನೆ ಮಾಡಿದವರು ತಾಯಿಯ ಅಕ್ಕ ಅಂದರೆ ದೊಡ್ಡಮ್ಮ ನರಸಮ್ಮನವರು. ಆಕೆ ಮದುವೆಯಾದ ಸ್ವಲ್ಪವೇ ದಿನಗಳಲ್ಲಿ ಗಂಡನನ್ನು ಕಳೆದುಕೊಂಡು ವಿಧವೆಯಾಗಿದ್ದರು. ಕೆಂಪು ಸೀರೆ ಉಟ್ಟುಕೊಂಡು ತಲೆ ಕೂದಲು ತೆಗೆಸಿಕೊಂಡಿದ್ದರು. 1942ರಲ್ಲಿ ಮನೆ ಬಿಟ್ಟ ಮೇಲೆ ಆಕೆಯೊಂದಿಗೆ ವಾಸಿಸಿರಲೇ ಇಲ್ಲ. ಈಗ ಆಕೆಯ ನೆನಪು ಬಹಳವಾಗಿ ಕಾಡಿ, ವಯಸ್ಸಾದ ಆಕೆಯ ಸೇವೆ ಮಾಡಲು ಪಾವಗಡದಿಂದ ಮೈಸೂರಿಗೆ ಕರೆಸಿಕೊಂಡನು. ಆಕೆಯೂ ಬಡತನದಲ್ಲೇ ಬೆಳೆದು ವಾಸಿಸುತ್ತಿದ್ದರೂ, ತಿನ್ನೋಕ್ಕೆ ಉಣ್ಣೋಕ್ಕೆ ಇವರಂತೆ ಅಭಾವವಿರಲಿಲ್ಲ. ಆಕೆ ಪ್ರತಿನಿತ್ಯ ಅನ್ನ ತಿನ್ನುತ್ತಿದ್ದರೆ, ಇವರ ಮನೆಯ ರಾಗಿ ಮುದ್ದೆಯ ಊಟ ತಿನ್ನುವುದು ಸ್ವಲ್ಪ ಕಷ್ಟವಾಗಿತ್ತು. ಸಂಜೆಯ ಹೊತ್ತಿನಲ್ಲಿ ಮನೆಯ ಮುಂದಿನ ಮೆಟ್ಟಿಲ ಮೇಲೆ ಕುಳಿತು ಮುದ್ದೆ ಹೇಗೆ ಬಾಯಿಗೆ ಹಾಕಿ ನುಂಗುವುದು ಅಂತ ಅಭ್ಯಾಸ ಮಾಡುತ್ತಿದ್ದರು. ಇದನ್ನು ನೋಡಿದ ಕಡೆಯ ಮಗ ಅಮ್ಮನಿಗೆ ಹೇಳಿದ್ದ. ಆ ಬಗ್ಗೆ ವಿಚಾರಿಸಲು ಆ ಅಜ್ಜಿ ಮೊಮ್ಮಗನನ್ನು ಬೈದಿದ್ದಳು. ಈ ಮನೆಯಲ್ಲಿ ಏನು ಮಾಡೋಕ್ಕೂ ಸ್ವಾತಂತ್ರವಿಲ್ಲ. ಎಲ್ಲವನ್ನೂ ಈ ಪೀಡೆಗಳು ನೋಡುತ್ತಿರುತ್ತವೆ ಮತ್ತು ತಾನದಕ್ಕೆ ಸಮಜಾಯಿಷಿ ಹೇಳಬೇಕು ಅಂತ ರೋಸಿದ್ದಳು. ಹಾಗೆಯೇ ಸಂಜೆ ಹೊತ್ತಿನಲ್ಲಿ ಸುತ್ತಾಡಿಕೊಂಡು ಬರ್ತೀನಿ ಅಂತ ಹೊರಗೆ ಹೋಗಿ ಬರುತ್ತಿದ್ದರು. ಒಮ್ಮೆ ಒಬ್ಬರೇ ಚಾಮುಂಡಿ ಬೆಟ್ಟದ ಕಡೆ ನಡೆದು ಹೋಗಿದ್ದು, ಅದನ್ನು ನೋಡಿದ ಕೊನೆಯ ಮಗ, ಅಜ್ಜಿ

ಸ್ಮಶಾನದ ಹತ್ತಿರ ಹೋಗ್ತಿದ್ದರು ಅಂತ ಅಮ್ಮನ ಹತ್ತಿರ ಹೇಳಿದ್ದ. ತಾಯಿಗೆ ಪ್ರತಿನಿತ್ಯ ಬೇಳೆ ಸಾರು ತಿನ್ನಿಸುತ್ತಿದ್ದುದರಿಂದ ಬೇಜಾರಾಗಿದೆ ಅಂತ ವಿಶ್ವಣ್ಣ ಪ್ರತಿ ಶನಿವಾರ ಕೆಲಸದಿಂದ ಬರುವಾಗ ತರಕಾರಿ ತರುತ್ತಿದ್ದ. ಹೆಚ್ಚಿನ ಬಾರಿ ಸಿಹಿಕುಂಬಳವನ್ನು ತರಕಾರಿಯಾಗಿ ತರುತ್ತಿದ್ದ. ಏಕೆಂದರೆ ಅದನ್ನು ಸ್ವಲ್ಪ ತಿಂದರೂ ಹೊಟ್ಟೆ ತುಂಬುತ್ತಿತ್ತು. ಅದೇ ಮೊದಲ ಬಾರಿಗೆ ಮಕ್ಕಳು ತರಕಾರಿಯನ್ನು ತಿಂದದ್ದು. ಇತರೆ ತರಕಾರಿಗಳೇನಿದ್ದರೂ ಅಜ್ಜಿಗೆ ಮಾತ್ರ. ಇದನ್ನು ಕಂಡು ಮಕ್ಕಳು, ನಮಗೆ ಮಾತ್ರ ತರಕಾರಿ ಇಲ್ಲ, ಈ ಅಜ್ಜಿಗೆ ರಾಜೋಪಚಾರ ಎಂದು ಆಡಿಕೊಳ್ಳುತ್ತಿದ್ದರು. ಕೆಲವೊಮ್ಮೆ ಇದೇ ವಿಷಯವಾಗಿ ಜಗಳವೂ ಆಗುತ್ತಿತ್ತು. ಇತ್ತ ಮಕ್ಕಳನ್ನು ಸರಿಯಾಗಿ ಸಾಕಲೂ ಆಗುತ್ತಿಲ್ಲ, ಜೀವನದ ಕಡೆಯ ಹಂತದಲ್ಲಿದ್ದ ತಾಯಿಯನ್ನೂ ನೋಡಿಕೊಳ್ಳಲಾಗುತ್ತಿಲ್ಲ ಎಂದು ನೊಂದ ವಿಶ್ವಣ್ಣ ತಾಯಿಯನ್ನು ತನ್ನ ಸತ್ಯಣ್ಣನ ಜೊತೆ ಮಾಡಿ ಮರಳಿ ಪಾವಗಡಕ್ಕೆ ಕಳುಹಿಸಿದ್ದ.

ಆಗೊಂದು ದಿನದ ಸಂಜೆ ಮನೆಯ ಮುಂದಿನ ಪಾವಟಿಗೆಯ ಮೇಲೆ ಕುಳಿತಿರುವಾಗ, ಎದುರಲ್ಲೇ ವೃದ್ಧರೊಬ್ಬರು ಹಾದು ಹೋದರು. ಭಾಗೀರಥಿ ತನ್ನ ಮಗನೊಂದಿಗೆ, ಏಯ್! ಅವರು ನಿಮ್ಮ ತಾತನ ಸ್ನೇಹಿತರು. ನಮ್ಮ ಮನೆಗೆ ಬಹಳಷ್ಟು ಬಾರಿ ಬಂದಿದ್ದಾರೆ. ಹೋಗಿ ನಮ್ಮ ಮನೆಗೆ ಕರೆದುಕೊಂಡು ಬಾ ಎಂದಿದ್ದಳು. ಮಗ ಅವರ ಹಿಂದೆ ಓಡಿ, ಆ ವೃದ್ಧರನ್ನು ಮನೆಗೆ ಕರೆತಂದ. ಆ ವೃದ್ಧರನ್ನು ಈಕೆಯನ್ನು ಸ್ವಲ್ಪ ನಿಕಟದಿಂದ ನೋಡಿ, ಓಹ್! ನೀನು ಭಾಗೀರಥಿ ಅಲ್ವಾ? ಸೂರ್ಯನಾರಾಯಣರ ಮಗಳು. ಎಷ್ಟು ದೊಡ್ಡವಳಾಗಿದ್ದೀಯಮ್ಮಾ! ನಾನು ನೋಡಿದಾಗ ನೀವು ಪುಟ್ಟ ಮಗು. ಎತ್ತಿಕೋ ಎತ್ತಿಕೋ ಅಂತ

ದುಂಬಾಲು ಬೀಳುತ್ತಿದ್ದೆ. ಈಗ ಎತ್ತಿಕೊಳ್ಳಲಾಗತ್ತಾ! ಎಂದಿದ್ದರು. ಆತ ಇವರ ಮನೆಯ ಹತ್ತಿರವೇ ಬಂದು ವಾಸವಾಗಿದ್ದರಂತೆ. ಒಮ್ಮೆ ಮನೆಗೆ ಬಂದು ಅರಿಷಿನ ಕುಂಕುಮ ಇಟ್ಟುಕೊಂಡು ಹೋಗಮ್ಮ ಎಂದು ಹೇಳಿ ಹೋಗಿದ್ದರು.

ಹನುಮಂತರಾಯನನ್ನು ನೋಡಬೇಕೆಂಬ ವೆಂಕಮ್ಮ ಅಜ್ಜಿಯ ಹಂಬಲ ಹೆಚ್ಚಾಗಿತ್ತು. ಅದಕ್ಕಾಗಿ ಒಮ್ಮೆ ಭಾಗೀರಥಿ ಮಗನನ್ನು ಕರೆದುಕೊಂಡು ಬೆಂಗಳೂರಿನ ಅಮ್ಮನ ಮನೆಗೆ ಹೋಗಿದ್ದಳು. ಅಂದು ಸೂರ್ಯಗ್ರಹಣ. ವೆಂಕಮ್ಮ ಮತ್ತು ಹನುಮಂತರಾಯ ಇಬ್ಬರದ್ದೂ ಒಂದೇ ಜನ್ಮ ನಕ್ಷತ್ರ. ಅಂದು ಅದೇ ನಕ್ಷತ್ರಕ್ಕೆ ಗ್ರಹಣ ಹಿಡಿದಿತ್ತು. ಮೊಮ್ಮಗನ ರೋಷ, ಛಲದ ಬಗ್ಗೆ ವೆಂಕಮ್ಮನವರು ಮಗಳಿಂದ ಕೇಳಿ ತಿಳಿದಿದ್ದರು. ಈಗ ಅವನು ಊರು ಬಿಟ್ಟು ಹೋಗಿ ಮತ್ತೆ ಮನೆಗೆ ಬಂದಿದ್ದಾನೆ. ಅದೇ ರೋಷದಲ್ಲೇ ಇದ್ದಾನೆ ಎಂಬುದು ಅವರ ಅನಿಸಿಕೆ. ಅಂದು ಗ್ರಹಣ ಹಿಡಿದಿದ್ದರಿಂದ ಇಬ್ಬರೂ ಮನೆಯಿಂದಾಚೆಗೆ ಹೋಗಿರಲಿಲ್ಲ. ಮೊಮ್ಮಗನನ್ನು ಹೇಗೆ ಮಾತನಾಡಿಸುವುದು, ಏನು ಕೇಳಿದರೂ ರೇಗಬಹುದು ಎಂಬ ಅನಿಸಿಕೆ ಆಕೆಯದ್ದು. ಸುಮ್ಮನೆ ಆತನ ಮುಖವನ್ನೇ ನೋಡುತ್ತಿದ್ದರು. ಈತನಿಗೂ ಅಜ್ಜಿಯ ಜೊತೆ ಹೇಗೆ ಮಾತನಾಡಬೇಕೆಂದು ತಿಳಿದಿರಲಿಲ್ಲ. ಮೊದಲೇ ಅವನಿಗೆ ಭಾಗೀರಥಿ ಹೇಳಿದ್ದಾಳೆ, ಅಜ್ಜಿ ತುಂಬಾ ಸೂಕ್ಷ್ಮ. ನೀನು ಎಂದಿನಂತೆ ವಡ್ಡೊಡ್ಡಾಗಿ ಆಕೆಯ ಹತ್ತಿರ ಮಾತನಾಡಬೇಡ. ಇಬ್ಬರೂ ಹೀಗೆಯೇ ಒಬ್ಬರ ಮುಖ ಒಬ್ಬರು ನೋಡಿಕೊಳ್ತಾ ಕುಳಿತಿದ್ದರಷ್ಟೆ. ಮಾತೆಲ್ಲವನ್ನೂ ಭಾಗೀರಥಿಯೇ ಆಡುತ್ತಿದ್ದಳು. ಮತ್ತೆ ಇಬ್ಬರೂ ವಾಪಸ್ಸು ಮೈಸೂರಿಗೆ ಬಂದರು.

ಕೊನೆಯವರೆವಿಗೂ ಅಜ್ಜಿ ಮೊಮ್ಮಗನ ಜೊತೆ ಮಾತನಾಡಲಾಗಲೇ ಇಲ್ಲ. ಆಕೆಯ ಮನದಲ್ಲಿ ಏನೇನು ಮಾತನಾಡಬೇಕೆಂದಿತ್ತೋ ಅದೆಲ್ಲವೂ ಆಕೆಯ ಹಿಂದೆಯೇ ಹೊರಟು ಹೋಯಿತು. ಮಗನ ಮದುವೆಯಾದ ಸ್ವಲ್ಪ ದಿನಗಳಲ್ಲೇ ವೆಂಕಮ್ಮನವರು ಆಸ್ಪತ್ರೆ ಸೇರಿದ್ದರು. ಅವರು ಕೋಮಾದಲ್ಲಿದ್ದಾಗ ನೋಡಲು ಬಂದ ಭಾಗೀರಥಿ, 'ಇನ್ನು ಈ ಸ್ಥಿತಿಯಲ್ಲಿ ನೋಡೋಕ್ಕಿಂತ ...' ದುಃಖ ಉಮ್ಮಳಿಸಿ, ಬಾಯಿಂದ ಸ್ವರವನ್ನು ಹಿಡಿದಿತ್ತು. ಮಿಕ್ಕವರು ಅಳುತ್ತಿದ್ದರೆ, ಅವರನ್ನು ಸಮಾಧಾನಿಸುತ್ತಿದ್ದಳೇ ಹೊರತು, ತನ್ನ ದುಃಖವನ್ನು ಹಿಡಿದಿಟ್ಟುಕೊಳ್ಳುತ್ತಿದ್ದಳು. ಹಾಗೆಯೇ ಕೋಮಾಗೆ ಹೋಗಿ ಜೀವವನ್ನೇ ಬಿಟ್ಟಿದ್ದರು.

ಚಿಕ್ಕ ರುಕ್ಕಮ್ಮನ ಮದುವೆ ಚಳ್ಳಕೆರೆಯಲ್ಲಿ ನಡೆಯಿತು.

ಪ್ರಭಾ, ರುಕ್ಕಮ್ಮ, ವತ್ಸಲಮ್ಮ, ನರಸಮ್ಮ, ತ್ರಿಪುರಾಂಬ, ಭಾಗೀರಥಮ್ಮ
ಸೂರ್ಯನಾರಾಯಣರಾವ್, ಕಿಟ್ಟಪ್ಪ, ರುಕ್ಕಮ್ಮ, ವೆಂಕಮ್ಮ

ಆಕೆಯನ್ನು ಸೋದರಮಾವ ಕಿಟ್ಟಪ್ಪನಿಗೇ ಕೊಟ್ಟಿದ್ದರು. ಭಾಗೀರಥಿಯ ಮನೆಯಿಂದ ಎಲ್ಲರೂ ಈ ಮದುವೆಗೆ ಹೋಗಿದ್ದರು. ಹೆಣ್ಣು ತಂಗಿಯ ಮಗಳಾದರೆ, ಗಂಡು ತಮ್ಮ. ಹಾಗಾಗಿ ಎಲ್ಲ ತರಹದ ಓಡಾಟಗಳೂ ಇವರದ್ದೇ. ಸುಬ್ಬಣ್ಣ ಅದಾಗಲೇ ಕೆಲಸದಲ್ಲಿದ್ದು ತನ್ನ ಪಾಡಿಗೆ ತಾನು ಎಂಬಂತಿದ್ದ. ಸತ್ಯಣ್ಣ ಅದಾಗಲೇ ಪದವಿ ಪೂರ್ಣಗೊಳಿಸಿದ್ದು ಕೆಲಸಕ್ಕಾಗಿ ಹುಡುಕುತ್ತಿದ್ದ. ಎಲ್ಲರ ಮುಂದೆ ತಾವೂ ಏನೂ ಕಡಿಮೆ ಇಲ್ಲ ಅಂತ ತೋರಿಸಿಕೊಳ್ಳಬೇಕೆಂಬ ಹಂಬಲ. ಟೆರಿಲಿನ್ ಷರಟು ಮತ್ತು ಟೆರಿಕಾಟ್ ಪ್ಯಾಂಟ್ ಕೊಡಿಸು ಅಂತ ಅಪ್ಪನಿಗೆ ಹೇಳಿದ್ದರೂ, ಅವರು ಕೊಡಿಸಿರಲಿಲ್ಲ. ಕೊಡಿಸೋಕ್ಕೆ ಆಗಿರಲಿಲ್ಲ ಎಂಬ ಪದಗಳು ಸೂಕ್ತ. ತನ್ನ ದೊಡ್ಡಪ್ಪನ ಮಗನ ಮುಂದೆ ನಮ್ಮಪ್ಪ ಎಲ್ಲರಿಗಿಂತ ನಿಕೃಷ್ಟ ಎನ್ನುವ ಹಾಗೆ ಮಾತನಾಡಿದ್ದ. ಇದನ್ನುಆತ ವಿಶ್ವಣ್ಣನ ಮುಂದೆ ಹೇಳಿದ್ದ, ಚಿಕ್ಕಪ್ಪಾ, ನಿಮ್ಮ ಮಗ ಹೀಗೆ ಹೇಳ್ತಿದ್ದಾನೆ, ಅವನೂ ಈಗ ಗ್ರಾಜುಯೇಟ್, ಎಲ್ಲರ ಹಾಗೆ ಇರಬೇಕೆಂಬ ಹಂಬಲ. ಯಾಕೆ ನೀವು ಕೊಡಿಸಬಾರದು ಎಂದು ಕೇಳಿದ್ದನಂತೆ. ದೂರ್ವಾಸ ಮುನಿ ಎಲ್ಲರೆದುರಿಗೆ ತನ್ನ ಮಗನನ್ನು ಬೈದು, ತಾನು ಎಲ್ಲರಿಗಿಂತ ಹೀನಾಯ ಸ್ಥಿತಿಯಲ್ಲಿರೋದನ್ನು ಚುಚ್ಚಿ ಚುಚ್ಚಿ ಹೇಳ್ತಿದ್ದಾನೆ ಅಂತ ರಂಪ ಮಾಡಿದ್ದ. ಕಡೆಗೆ ಮಗ ಅಪ್ಪನ ಮುಂದೆ ಎಲ್ಲರೆದುರು ಕ್ಷಮಾಪಣೆ ಕೇಳಿದ್ದ. ಮದುವೆ ಮುಗಿದ ಬಳಿಕ, ಯಾರ್ಯಾರು ಬೆಂಗಳೂರಿಗೆ ಬರ್ತಿದ್ದೀರಿ, ಟಿಕೆಟ್ ಮಾಡಿಸಬೇಕು ಹೇಳಿ ಅಂತ ಭಾಗೀರಥಿ ತಂದೆ ಕೇಳಿದ್ದರು. ಎಲ್ಲರೆದುರು ಅವಮಾನ ಮಾಡೋಕ್ಕೆ ತನ್ನ ಮಾವ ಹೀಗೆ ಕೇಳ್ತಿದ್ದಾನೆ ಅಂತ ವಿಶ್ವಣ್ಣ ಭಾವಿಸಿದ್ದ. ಯಥಾಪ್ರಕಾರ ಕೋಪವನ್ನು ತನ್ನ ಪತ್ನಿಯ ಮೇಲೆ ಬೈದು

ತೀರಿಸಿಕೊಂಡಿದ್ದ. ಮಾವ ಅಳಿಯನ ಮುಸುಕಿನ ಗುದ್ದಾಟ ಹೊಸದಲ್ಲದಿದ್ದರೂ, ಈ ಪ್ರಸಂಗದಿಂದ ಇನ್ನೂ ಉಲ್ಬಣಗೊಂಡಿತ್ತು.

1971-72ರಲ್ಲೇ ಇರ್ಬೇಕು. ಭಾಗೀರಥಿ ತಂದೆಯ ಶಾಂತಿಯನ್ನು (ಬಹುಶಃ 70ನೇ ವರ್ಷದ್ದು ಇರ್ಬೇಕು), ಮನೆಯಲ್ಲಿಯೇ ಮಾಡಿಕೊಂಡಿದ್ದರು. ಭಾಗೀರಥಿ ತನ್ನ ಕಡೆಯ ಎರಡು ಮಕ್ಕಳೊಂದಿಗೆ ಬಂದಿದ್ದಳು. ದೊಡ್ಡವರೆಲ್ಲಾ ಕಾರ್ಯಕ್ರಮದಲ್ಲಿ ತನ್ಮಯರಾಗಿದ್ದರೆ, ಮಕ್ಕಳು ಆಟವಾಡುತ್ತಿದ್ದರು. ಹೊರಗಡೆ ಆಟ ಆಡೋಕ್ಕೆ ಹೋಗ್ಬೇಡಿ ಅಂತ ಹೇಳೋರು, ಮನೆಯ ತಾರಸಿ ಮೇಲೆ ಆಟ ಆಡಿದರೆ, ಸೂರಣ್ಣನವರು ಗಲಾಟೆ ಮಾಡಬೇಡಿ ಅಂತ ಕೂಗುತ್ತಿದ್ದರು. ಹೆಣ್ಣು ಮಕ್ಕಳು ಗಲಾಟೆ ಇಲ್ಲದೇ ಆಟ ಆಡಿಕೊಂಡಿದ್ದರೆ, ಗಂಡು ಮಕ್ಕಳೇನು ಮಾಡಬೇಕು. ಓಡದೇ ಕೂಗದೇ ಆಡಿದರೆ ಅದು ಅವರಿಗೆ ಆಟವೇ ಅಲ್ಲ. ಭಾಗೀರಥಿಯ ಮಗ 11-12 ವರ್ಷದವನು. ಆಕೆಯ ಮೂರನೆಯ ತಂಗಿಯ ಮಗನನ್ನು (8-9 ವರ್ಷದವನು) ಕರೆದು, ಹೊರಗಡೆ ಸುತ್ತಾಡಿ ಬರೋಣ ಬಾ ಅಂತ ಕರೆದುಕೊಂಡು ಹೋದ. ಹೋಗ್ತಾ ಹೋಗ್ತಾ ಸಿಟಿ ರೈಲ್ವೇ ಸ್ಟೇಷನ್ ತಲುಪಿದ್ದರು. ಅಲ್ಲಿ ರೈಲ್ವೇ ಹಳಿಯ ಮೇಲೆ ಸ್ವಲ್ಪ ಹೊತ್ತು ಅಡ್ಡಾಡಿ ಮನೆಗೆ ಬರುವ ಹೊತ್ತಿಗೆ 3 ತಾಸುಗಳೇ ಕಳೆದಿದ್ದವು. ಈ ಮಕ್ಕಳು ಎಲ್ಲಿ ಹೋದವು ಅಂತ ಎಲ್ಲರೂ ಹುಡುಕಿದ್ದೇ ಹುಡುಕಿದ್ದು. ಇವರುಗಳು ವಾಪಸ್ಸು ಬಂದ ಮೇಲೆ ಸೂರಣ್ಣನವರು ಎಲ್ಲಿಗೆ ಹೋಗಿದ್ರೋ ಅಂತ ಗದರಲು, ರೈಲ್ವೇ ಸ್ಟೇಷನ್ನಿಗೆ ಹೋಗಿದ್ದೆವು ಅಂತ ಬಾಯಿಬಿಟ್ಟರು. ಮೊದಲೇ ತಳುಕಿನವರ ಬಗ್ಗೆ ಅಸಮಾಧಾನವಿದ್ದ ಸೂರಣ್ಣನವರು ತಾರಕ ಸ್ವರದಲ್ಲಿ ಭಾಗೀರಥಿಗೇ ಬೈದರು. ಎಲ್ಲ ನೀನು ಕೊಟ್ಟ ಸದರ, ಅಪ್ಪನ

ಹಾಗೇ ಮಗ, ದಾರಿ ತಪ್ಪಿ ಹೋಗ್ತಿದ್ದಾನೆ. ಯಾಕಾದ್ರೂ ನೀವುಗಳು ನಮ್ಮ ಮನೆಗೆ ಬಂದು ನೆಮ್ಮದಿ ಹಾಳು ಮಾಡ್ತೀರೋ ಏನೋ. ನೀವುಗಳು ಬರಲಿಲ್ಲಾಂತ ನಾವೇನು ಗೋಳಾಡ್ತಾ ಇಲ್ಲ ಅಂತೆಲ್ಲಾ ಕೂಗಾಡಿದ್ರು. ಅದೇ ದಿನಗಳಲ್ಲೇ ಶಾಂತಿ ಸಮಾರಾಧನೆಗೆ ಬರಲಾರದ ಕೆಲವು ಗಣ್ಯರು, ಮರುದಿನದ ಸಂಜೆಯ ವೇಳೆಗೆ ಮನೆಗೆ ಬಂದು ಶುಭ ಕೋರುತ್ತಿದ್ದರು. ಹಾಗೇ ಒಬ್ಬ ಗಣ್ಯರು ಬಂದಾಗ, ಯಥಾಪ್ರಕಾರ ಅವರಿಗೆ ಸಿಹಿ ಮತ್ತು ಖಾರದ ಬೂಂದಿಯ ಜೊತೆ ಕಾಫಿಯನ್ನೂ ಕೊಟ್ಟಿದ್ದರು. ಆ ಗಣ್ಯರು ಏನನ್ನೂ ತಿನ್ನದೇ ಮುಟ್ಟಿದ ಹಾಗೆ ಮಾಡಿದ್ದರು. ಆಗ ಅಲ್ಲೇ ನಿಂತಿದ್ದ ಭಾಗೀರಥಿಯ ಮಗನನ್ನು ಕರೆದು ತಟ್ಟೆ ತಗೊಂಡು ಹೋಗಿ ಬಚ್ಚಲಲ್ಲಿ ಇಡು. ತಿನ್ಬೇಡ ಆಯ್ತಾ, ಅದು ಎಂಜಲು ಅಂತ ಎಲ್ಲರೆದುರು ಕೂಗಿದ್ದರು. ಆ ಮಾತುಗಳ್ಯಾವುದೂ ಆ ಹುಡುಗನ ತಲೆಗೆ ಹೋಗದಿದ್ದರೂ, ಭಾಗೀರಥಿಗೆ ವಿಪರೀತವಾದ ಅವಮಾನವಾಗಿತ್ತು. ಹುಡುಗನನ್ನು ಒಳಗೆ ಎಳೆದುಕೊಂಡು ಹೋಗಿ ಎರಡೇಟು ಹಾಕಿ, ಎಲ್ಲಿ ಹೋದ್ರೂ ನೀವುಗಳು ನಮ್ಮ ಮಾನ ಮರ್ಯಾದೆ ತೆಗೆಯೋಕ್ಕೇ ಹುಟ್ಕೊಂಡಿದ್ದೀರಾ, ಎಂದಿದ್ದಳು.

ಚಾಮುಂಡಿಪುರಂನಲ್ಲಿ ಬಾಡಿಗೆಗೆ ಇದ್ದ ಸಮಯದಲ್ಲಿ ಒಮ್ಮೆ ಭಾಗೀರಥಿಯ ಮಾವನ ಶ್ರಾದ್ಧ ಬಂದಿತ್ತು. ಮನೆಯಲ್ಲಿ ದಟ್ಟ ದರಿದ್ರದ ಕಾಲವದು. ಮಧ್ಯಾಹ್ನ 12ಕ್ಕೆ ಪುರೋಹಿತರು ಬರುವವರಿದ್ದರು. ಬೆಳಗ್ಗೆಯಿಂದ ಗಂಡ ಹೆಂಡತಿ ಇಬ್ಬರೂ ಉಪವಾಸವಿದ್ದರು. ಶ್ರಾದ್ಧಕ್ಕೆ ಬೇಕಿದ್ದ ಪರಿಕರಗಳನ್ನೆಲ್ಲಾ ಜೋಡಿಸಿಕೊಳ್ಳುತ್ತಿದ್ದಾಗ, ತರ್ಪಣ ಬಿಡುವುದಕ್ಕೆ ಬೇಕಿದ್ದ ಕರಿ ಎಳ್ಳು ಸಿಗಲಿಲ್ಲ. ನಿಜವಾಗಿ ಮನೆಯಲ್ಲಿ ಅದು

ಇರಲಿಲ್ಲ. ತಕ್ಷಣ ವಿಶ್ವಣ್ಣ ತನ್ನ ಹೆಂಡತಿಗೆ, 'ಪೋ, ಶಿವರಾಮು ಇಂಟಿನಿಂಚಿ ತೀಸ್ಕೊನಿ ರಾ ಪೋ' ಎಂದಿದ್ದ. ಶಿವರಾಮು ಭಾಗೀರಥಿಗಿಂತ ಬಹಳ ಚಿಕ್ಕವನಿದ್ದರೂ ಸೋದರಮಾವ ಅರ್ಥಾತ್ ತಾಯಿಯ ತಮ್ಮ. ಯಾವುದೇ ಸಮಯದಲ್ಲಿ ಏನೇ ಬೇಕಿದ್ದರೂ ಆತ ಸಹಾಯಿಸುತ್ತಿದ್ದ. ಆತನೇ ಭಾಗೀರಥಿ ಮತ್ತು ಮಕ್ಕಳನ್ನು ಮೊದಲ ಬಾರಿಗೆ ತಾಳಗುಪ್ಪಕ್ಕೆ ಬಿಟ್ಟು ಬಂದಿದ್ದು. ಗಂಡನ ಅಪ್ಪಣೆಯಂತೆ ಮಡಿಯಲ್ಲಿದ್ದ ಭಾಗೀರಥಿ ಮಗನೊಂದಿಗೆ 2 ಕಿಲೋಮೀಟರ್ ದೂರದ ಸೋದರಮಾವ ಶಿವರಾಮನ ಮನೆಗೆ ಓಡಿದ್ದು. ಅದು ತಂದ ಮೇಲೆಯೇ ಗಂಡನಿಗೆ ಸ್ವಲ್ಪ ಸಮಾಧಾನ. ಮನೆಯಲ್ಲಿ ಗತಿ ಇಲ್ಲದಿದ್ದರೂ, ಶ್ರಾದ್ಧದ ಪುರೋಹಿತರಿಗೆ ರಾಜ ಮರ್ಯಾದೆ ಕೊಡುತ್ತಿದ್ದರು. ಅವರು ಕೇಳಿದಷ್ಟು ಸಂಭಾವನೆ ಕೊಡುವುದರ ಜೊತೆಗೆ, ಊಟದ ನಂತರ ಕಾಫಿಯನ್ನೂ ಕೊಟ್ಟು ಕಳುಹಿಸುತ್ತಿದ್ದರು. ಅವರುಗಳು ಹೋದ ನಂತರವೇ ಮಿಕ್ಕೆಲ್ಲರಿಗೂ ಊಟ. ಅದೂ ನಾಲ್ಕು ಗಂಟೆಯ ನಂತರವೇ.

ತಂದೆ ಸೂರ್ಯನಾರಾಯಣರಾಯರು ಕೆಲಸದಿಂದ ನಿವೃತ್ತಿ ಹೊಂದಿದ ಮೇಲೆ ಎಲ್ಲ ಹೆಣ್ಣುಮಕ್ಕಳ ಹೆಸರಿನಲ್ಲೂ ತಲಾ 1000 ರೂಪಾಯಿಯ ಎಫ್.ಡಿ.ಯನ್ನು ಕಿರ್ಲೋಸ್ಕರ್ ಕಂಪನಿಯಲ್ಲಿ ಇಟ್ಟಿದ್ದರು. ಅದರ ಬಾಬ್ತು ಬಡ್ಡಿಯೆಲ್ಲಾ ಸೇರಿ 1500 ರೂಪಾಯಿ ಬಂದಿತ್ತು. ಅದರಲ್ಲಿ ಒಂದೆಳೆ ಚಿನ್ನದ ಅವಲಕ್ಕಿ ಸರ ಮಾಡಿಸಿಕೊಂಡಿದ್ದಳು. ಅದಲ್ಲದೇ ಮಗಳಿಗೆ ಮತ್ತು ತನಗೆ ಕಿವಿಯೋಲೆ ಕೂಡಾ ಮಾಡಿಸಿಕೊಂಡಿದ್ದರು. ಅವಳ ಇತ್ತೀಚಿನ ಜೀವನದಲ್ಲಿ ಅಂದರೆ 1950ರ ನಂತರ ಅದೇ ಮೊದಲ ಚಿನ್ನ ಮೈಮೇಲೇರಿದ್ದು. ಆಕೆಯ ಅಪ್ಪನ ನೆನಪಾದ ಆ ಸರ

ಸಾಯುವವರೆವಿಗೂ ಆಕೆಯ ಕೊರಳಲ್ಲೇ ಇತ್ತು. ನಂತರ ಅದನ್ನು ಮಗಳಿಗೆ ಕೊಟ್ಟಿದ್ದಳು.

ಚಾಮುಂಡಿಪುರಂ ಮನೆಯಲ್ಲಿದ್ದಾಗ ದೊಡ್ಡ ಮಗ ಸುಬ್ಬಣ್ಣನಿಗೆ ಮದುವೆ ಮಾಡಬೇಕೆಂಬ ತೀರ್ಮಾನವಾಯಿತು. ವಿಶ್ವಣ್ಣನ ತಾಯಿಯ ಮನೆಯ ಕಡೆಯ ಒಂದು ಹುಡುಗಿಯನ್ನು (ಪೆನುಕೊಂಡೆ) ನೋಡಿಬಂದಿದ್ದರು. ವಿಶ್ವಣ್ಣನಿಗೆ ಆಕೆಯನ್ನು ಸೊಸೆಯಾಗಿ ತರಬೇಕೆಂದು ಬಹಳ ಆಸೆಯಾಗಿತ್ತು. ಆದರೆ ಆಕೆ ಕೆಲಸದಲ್ಲಿಲ್ಲದ ಕಾರಣ ಮಗ ಒಪ್ಪಲಿಲ್ಲ. ವಿಶ್ವಣ್ಣನಿಗೆ ಸ್ವಲ್ಪ ನಿರಾಸೆಯಾದರೂ, ತಂದೆಯ ಕಡೆಯಾಗಿದ್ದ ವೆಂಕಣ್ಣಯ್ಯನವರ ಮಗಳಾದ ರಂಗಮ್ಮನ (ಚಿಂತಾಮಣಿ) ಮಗಳನ್ನು ನೋಡಿ ಬಂದಿದ್ದರು. ಆ ಹುಡುಗಿಯೂ ತನ್ನ ಬಳಗದ್ದಾದ್ದರಿಂದ ವಿಶ್ವಣ್ಣನಿಗೆ ತನ್ನ ಮನೆಗೆ ಸೊಸೆಯಾಗಿ ತಂದುಕೊಳ್ಳಬೇಕೆಂಬ ಆಸೆಯಿತ್ತು. ಅದರ ಬಗ್ಗೆ ಹೆಚ್ಚಿನ ಮಾತುಕತೆಗೆ ರಂಗಮ್ಮನ ಮಗ ಕೂಡಾ ಮನೆಗೆ ಬಂದಿದ್ದರು. ಅದೇಕೋ ಮಗನಿಗೆ ಕೆಲಸದಲ್ಲಿರುವ ಹುಡುಗಿ ಬೇಕೆಂಬ ಹಂಬಲ ಅದರಲ್ಲೂ ಬೆಂಗಳೂರಿನಲ್ಲೇ ಇರುವವರಿಗೆ ಆದ್ಯತೆ ಕೊಟ್ಟಿದ್ದನು. ಹಾಗಾಗಿ ಆ ಸಂಬಂಧವೂ ಕೂಡಿ ಬರಲಿಲ್ಲ. ಕಡೆಗೆ ಅವನ ಇಷ್ಟದ್ದೇ ಒಂದು ಹುಡುಗಿಯನ್ನು ನೋಡಿ ಬೆಂಗಳೂರಿನಲ್ಲೇ ಮದುವೆ ಮಾಡಿಕೊಂಡಿದ್ದರು. ಆ ಸಂಬಂಧದ ಬಗ್ಗೆ ಮೊದಲಿನಿಂದಲೂ ಭಾಗೀರಥಿ ಮತ್ತು ವಿಶ್ವಣ್ಣನಿಗೆ ಸ್ವಲ್ಪವೂ ಇಷ್ಟವಿರಲಿಲ್ಲ.

ಸೀನನ ಮಾತುಗಳು

ಸ್ವಲ್ಪ ಕಾಲದಲ್ಲಿ, ನಮಗೆ ಬಾಡಿಗೆಗಾಗಿ ಒಂದು ಮನೆ ಕೃಷ್ಣಮೂರ್ತಿಪುರಂನಲ್ಲೇ, ಅದೂ ದೊಡ್ಡಪ್ಪನವರ ಮನೆಯ ಹಿಂದೆಯೇ ಸಿಕ್ಕಿತ್ತು. ಆಗಂತೂ ನನ್ನ ತಾಯಿ ಪ್ರತಿದಿನ ಮಧ್ಯಾಹ್ನವೂ ದೊಡ್ಡಮ್ಮನನ್ನು ನೋಡಲು ಹೋಗುತ್ತಿದ್ದರು. ನನ್ನ ದೊಡ್ಡಮ್ಮನ ಅಡುಗೆಯ ರುಚಿಯೇ ಬೇರೆ. ಆಹಾ! ಇಂದಿಗೂ ನೆನೆಸಿಕೊಂಡ್ರೆ ಬಾಯಲ್ಲಿ ನೀರೂರುತ್ತದೆ. ಆಗಾಗ ದೊಡ್ಡಮ್ಮ ಅವರ ಅಡುಗೆ ಬಗ್ಗೆ ದೊಡ್ಡಪ್ಪನವರ ಶಿಷ್ಯಂದಿರಾಗಿ ಮನೆಗೆ ಊಟಕ್ಕೆ ಬರುತ್ತಿದ್ದ ಜಿ.ಎಸ್.ಶಿವರುದ್ರಪ್ಪ, ಎನ್.ಎಸ್.ಲಕ್ಷ್ಮೀನಾರಾಯಣ ಭಟ್ಟ (ವಾರಾನ್ನ) ಅವರು ಹೊಗಳುತ್ತಿದ್ದ ಮಾತಗಳನ್ನು ಹೇಳುತ್ತಿದ್ದರು. ಆಗಲೇ ಒಮ್ಮೆ ಕವಿ ಜಿ.ಎಸ್.ಎಸ್. ಅವರು ದೊಡ್ಡಪ್ಪನವರ ಬಗ್ಗೆ ಬರೆದ 'ಎದೆ ತುಂಬಿ ಹಾಡಿದೆನು ಅಂದು ನಾನು' ಕವನದ ಬಗ್ಗೆಯೂ ತಿಳಿಸಿದ್ದರು. ದೊಡ್ಡಪ್ಪನವರ ಶ್ರೇಯದ ಹಿಂದೆ ದೊಡ್ಡಮ್ಮ ಇದ್ದೇ ಇದ್ದಾರೆ. ಆ ಶ್ರೇಯಕ್ಕೆ ಮಾತ್ರ ಸಾವಿಲ್ಲ. ಅದು ಚಿರಂತನ.

ನನ್ನ ದೊಡ್ಡಮ್ಮನ ತಮ್ಮ ಅಂದರೆ ನನ್ನ ತಾಯಿಯ ಸೋದರಮಾವ, ನನ್ನ ಚಿಕ್ಕಮ್ಮನನ್ನು ಮದುವೆಯಾಗಿದ್ದರು. ಇದೆಲ್ಲಾ ಗೋಜಲಿನ ವಿಷಯ. ನಮ್ಮ ಮನೆಯಲ್ಲಿ ಹೆಚ್ಚಿನವರೆಲ್ಲರೂ ಸಂಬಂಧದಲ್ಲಿಯೇ ಮದುವೆಯಾಗಿರುವುದು. ಅದರ ಬಗ್ಗೆ ಅಷ್ಟಾಗಿ ತಲೆಕೆಡಿಸಿಕೊಳ್ಳಬೇಡಿ. ಆ ಚಿಕ್ಕಮ್ಮನ ಮಗ ಅಂದ್ರೆ ನನ್ನ ಅಣ್ಣ ನಾಗೇಶ ದೊಡ್ಡಪ್ಪವರ ಮನೆಯಲ್ಲಿಯೇ ಇದ್ದು ಯುವರಾಜಾ ಕಾಲೇಜಿನಲ್ಲಿ ಪಿ.ಯೂ.ಸಿ. ಓದುತ್ತಿದ್ದ. ಅವನಿಗೆ ಮನೆಯಲ್ಲಿ ಕೊಡುತ್ತಿದ್ದ ಕೆಲಸವೆಂದರೆ,

ಆಗಾಗ ಕೃಷ್ಣರಾಜಾ ಮಾರ್ಕೆಟ್ಟಿಗೆ ಹೋಗಿ ದೊಡ್ಡಪ್ಪನಿಗೆ ನಶ್ಯದ ಪುಡಿ (ಅಂಬಾಳ ಅಂತಿರಬೇಕು) ತರುವುದು ಮತ್ತು ಮನೆಗೆ ಆಗಾಗ ಕಾಫೀಪುಡಿ ತರಬೇಕು ಅಷ್ಟೆ. ಅವನು ಜೊತೆಗೆ ನನ್ನನ್ನೂ ಕರೆದೊಯ್ಯುತ್ತಿದ್ದ. ಪ್ರತಿ ದಿನ ಸಂಜೆ ದೊಡ್ಡಪ್ಪನವರು ಅವರ ಅಣ್ಣನ ಮಗ (ವೆಂಕಣ್ಣಯ್ಯನವರ ಸತ್ಯಣ್ಣ) ರಾಘವ ಅವರೊಂದಿಗೆ ಚಾಮುಂಡಿ ಬೆಟ್ಟದ ಕಡೆಗೆ ವಾಕಿಂಗ್ ಹೋಗುತ್ತಿದ್ದರು. ದೊಡ್ಡಪ್ಪನ ಸಂಪೂರ್ಣ ಆರೈಕೆಯನ್ನು ದೊಡ್ಡಮ್ಮನೇ ಮಾಡಬೇಕಿತ್ತು. ಬೇರೆ ಯಾರನ್ನೂ ಅವರು ಹತ್ತಿರಕ್ಕೆ ಬರಗೊಡುತ್ತಿರಲಿಲ್ಲ.

ಎಸ್.ಎಸ್.ಎಲ್.ಸಿಯಲ್ಲಿ ಮೊದಲ ದರ್ಜೆಯಲ್ಲಿ ತೇರ್ಗಡೆ ಆಗಿದ್ದೆ. ಅಣ್ಣಂದಿರಿಬ್ಬರಿಗೂ ಸಂತೋಷ ಆಗಿತ್ತು. ನಮ್ಮಪ್ಪ ಅಮ್ಮ ಹೇಳಿದ್ದೇನೂಂದ್ರೆ, ಏನೋಪ್ಪಾ! ಫಸ್ಟ್ ಕ್ಲಾಸೋ ಥರ್ಡ್ ಕ್ಲಾಸೋ, ಏನೋ ಒಂದು, ಪಾಸಾಯ್ತಲ್ಲ ಅಷ್ಟು ಸಾಕು. ಏನೋದ್ತೀಯೋ ಓದಿ ಒಂದು ಕೆಲಸ ಸಿಕ್ಕು ನೆಲೆ ಕಂಡ್ರೆ ಸಾಕಷ್ಟೆ. ಒಟ್ಟಿನಲ್ಲಿ ನಮ್ಮಮೇಲಿನ ಭಾರ ತಪ್ಪಿಸು, ಅಷ್ಟೇ. ಅವರ ಮಾತಿನರ್ಥ ನನಗೆ ಈಗ ಆಗುತ್ತಿದೆ.

ಒಮ್ಮೆ ವಿಶ್ವಣ್ಣ (1975-76ರಲ್ಲಿ) ಆತನ ಸೋದರಮಾವ ಆದ ಶ್ರೀ ಕೆ. ವೆಂಕಟರಾಮಪ್ಪನವರ (ಅವರೂ ಕನ್ನಡ ಪ್ರೊಫೆಸರ್ ಆಗಿದ್ದವರು) ಮನೆಗೆ ಕರೆದೊಯ್ದಿದ್ದರು. ನನ್ನ ಮುಂದಿನ ಶಿಕ್ಷಣದ ಬಗ್ಗೆ ಅವರಲ್ಲಿ ಅರುಹಿದಾಗ, ಅವರು ಮೊದಲಿಗೆ ತಮ್ಮ ಮನೆಯಲ್ಲಿಯೇ ಬಿಟ್ಟಿರಲು ಹೇಳಿದ್ದರು. ಅದಕ್ಕೆ ನನ್ನ ತಂದೆ ಒಪ್ಪದಿದ್ದಾಗ, ಹೊಯ್ಸಳ ಕರ್ನಾಟಕ ಹಾಸ್ಟೆಲ್‌ಗೆ ಸೇರಿಸು, ಕೃಷ್ಣ ವಟ್ಟಂ ಅವರಿಗೆ ಪತ್ರ ಬರೆದುಕೊಡ್ತೀನಿ ಅಂದಿದ್ದರು. ಇವನ ಓದಿಗೆ ಹೇಗಪ್ಪಾ ಹಣ ಹೊಂದಿಸುವುದು ಅಂತ

ಯೋಚಿಸ್ತಿದ್ದಾಗ, ವೆಂಕಟರಾಮಪ್ಪನವರೇ ಮತ್ತೆ ಕೇಳಿದರು. 'ಅಲ್ಲಯ್ಯಾ! ಈಗ ನಿನಗೆ ಪಿಂಚಣಿಯೂ ಇಲ್ಲ. ಇನ್ನೂ ಎರಡು ಮಕ್ಕಳ ಓದು, ಮಗಳ ಮದುವೆ ಅಂತೆಲ್ಲಾ ಬಹಳ ಖರ್ಚಿದೆ. ಮುಂದೆ ಹೇಗೆ ಜೀವನ ನಡೆಸ್ತಿಯಾ? ಅದರ ಬಗ್ಗೆ ಏನಾದರೂ ಯೋಚಿಸಿದ್ದೀಯಾ?' ಅದಕ್ಕೆ ನಮ್ಮ ಅಪ್ಪನಿಂದ ನಕಾರ ಬರಲು, ಅವರೇ ಮತ್ತೆ ಕೇಳಿದರು, '1941-42ರ ಸಮಯದಲ್ಲಿ ನೀನು ಮನೆ ಬಿಟ್ಟು ಹೋಗಿದ್ದೆ ಅಲ್ವ'? [(3 ತಿಂಗಳ ಮಗುವಿನಿಂದ ನಮ್ಮ ತಂದೆ ಬೆಳೆದದ್ದೇ ಅವರ ಮನೆಯಲ್ಲಿ). ಬ್ರಿಟಿಷರ ವಿರುದ್ಧ ಕ್ವಿಟ್ ಇಂಡಿಯಾ ಚಳುವಳಿ ಅದಾಗಿದ್ದು, ಆಗ ನಮ್ಮ ತಂದೆ ತಮ್ಮ ಮಿತ್ರರೊಂದಿಗೆ ಪೆನುಕೊಂಡೆಯ ಗಗನಮಹಲ್ ಸುಟ್ಟಿದ್ದರು. ಆ ಘಟನೆ ಪೊಲೀಸ್ ಕೇಸ್ ಆಗಿ, ಇವರೆಲ್ಲರನ್ನೂ ಜೈಲಿಗೆ ತಳ್ಳಿದ್ದರು.] 'ಅದರ ಬಗ್ಗೆ ಸ್ವಲ್ಪ ಹೇಳು' ಎನ್ನಲು, ನಮ್ಮ ತಂದೆ ಆ ಘಟನೆ ಎಲ್ಲವನ್ನೂ ಹೇಳಿದರು ಆಗ ಅವರು ಪ್ರತಿಯಾಗಿ, 'ಅಲ್ಲಯ್ಯಾ, ಈ ದೇಶದ ಸ್ವಾತಂತ್ರ್ಯಕ್ಕಾಗಿ ಹೋರಾಡಿದ್ದೀಯ. ನಿನಗೇನಾದರೂ ಪಿಂಚಣಿ, ಮರ್ಯಾದೆ ಏನಾದರೂ ಸಿಕ್ಕಿದೆಯಾ? ಇಲ್ಲ. ಇದರ ಬಗ್ಗೆ ನೀನ್ಯಾಕೆ ಯೋಚಿಸಬಾರದು ಎನ್ನಲು, ನನ್ನ ತಂದೆ, 'ಅದೇಮೋ ಮಾವ, ನಾಕೇಮೀ ತೆಲೀದು, ನುವ್ವೇ ಏಮನ್ನಾ ಚೇವಲಾ' ಅಂದರು.

08:35   83%

12_chapter-4.pdf

Chapter - 4

Quit India Movement in Rayalaseema

Chapter-IV

QUIT INDIA MOVEMENT IN RAYALASEEMA

Perception of the Rayalaseema leaders

Even before the Wardah resolution was announced, leaders of Rayalaseema, like D. Seetaramaiah of Madanapalle (Chittor District), Vidwan Viswam and Neelar Sanjiva Reddy of Anantapur district clearly expressed that England must gr freedom to India. On 7th June 1942 "Chittoor District Friends of Soviet Union a China Conference" was held at the Gandhi Maidan. The speakers declared that this country needs independence to protect from the Nazis and the Japanese.[1] The Russian and the Chinese were sympathetic towards the cause of Indian Independence.

08:50 ··· 82%

12_chapter-4.pdf 

Pamudhurthi in Anantapur District was set fire. In this connection, Venkata Rec Komati Narayana, Nese Narigadu, Gangi Reddy, Mukkigadu, Kamsala Naraya Ádhi Moorthy, Sambhamoorthy, Nagabhushanam, Gandla Narayana and Babi Re were arrested.[100]

Gagan Mahal Arson Case

C. Narayana Reddy, K. Ramachandrayya and P. Seshasayanam were arres in the Gagan Mahal (a part of the Penugonda fort) arson case in 1942.[101] On the ni of 26th August, an attempt was made to burn the office building of the Dep Inspector of Schools at Nandyal. Some furniture and a window were burnt an room was charred.[102]

97. District Calendar of Events of the Civil Disobedience Movement, August to December, Madras 1942, Pp. 9-77(TNSA) see also Public (General) Department, Letter No. 728/43M dated 12th M 1943, p.12118 (APSAH)

98. Public (General) Department, Rc.No.C. I. 716/M/43 dated 8th May 1943, p.12(APSAH)

99. Krishna Patrika, 7 November 1942, p.6.

100. Public (General) Department, Letter No. 728/43M dated 12th May 1943, p.12118 (APSAH)

101. Sarojini Regani (ed.), Vol. I, n. 52, Pp. 21, 26 and 30.

102. *Krishna Patrika*, 31st October 1942, p. 6 (SNV)

202

On 3rd September, the Sub-Divisional Magistrate, Markapur receive threatening letter that his court and bungalow would be burnt between the third fourth September and that he might remove his family from the place. On September, an unsuccessful attempt was made in the early hours to set fire to the H School building at Kadapa. On 20th October, an attempt was made to set fire Kosigi Sub-Registrar's Office. On the night of 20th October, the end room of Board High School Hostel and the office of the Deputy Inspe hools Penugonda were gutted by fire. K. Balija Ramachand hang Seshasayanam, T.S. Visweswaraiah, C. Narayana Reddy and C. V ddy w arrested. On the night of 29th November, the door of the cattle pound was forci

ಆಗ ವೆಂಕಟರಾಮಪ್ಪನವರು, ಒಮ್ಮೆ ತಮ್ಮ ಶಿಷ್ಯರಾಗಿದ್ದ, ಆಗ ಕೇಂದ್ರ ಸರಕಾರದಲ್ಲಿ ರಾಜ್ಯ ಗೃಹ ಸಚಿವರಾಗಿದ್ದ ಎಫ್.ಎಚ್.ಮೊಹಿಸೀನ್ ಅವರಿಗೆ ಪತ್ರ ಬರೆದು, ತನ್ನ ಸೋದರಳಿಯನಿಗೆ ಸ್ವಾತಂತ್ರ್ಯ ಸೇನಾನಿಗಳಿಗೆ ಕೊಡಲಾಗುವ ಪಿಂಚಣಿ ಕೊಡಿಸುವಂತೆ ಕೋರಿಕೊಂಡಿದ್ದರು.

ವೆಂಕಟರಾಮಪ್ಪನವರು ಪತ್ರ ಬರೆದ ಮೂರು-ನಾಲ್ಕು ತಿಂಗಳುಗಳಲ್ಲಿ ನಮ್ಮ ತಂದೆಗೆ ಸ್ವಾತಂತ್ರ್ಯ ಯೋಧರ ಪಿಂಚಣಿ ಮಂಜೂರಾಗಿತ್ತು. ಕೇಂದ್ರ ಸರಕಾರದ ಮಾಹೆಯಾನ 200 ರೂಪಾಯಿ ಪಿಂಚಣಿ ಆದರೆ, ಕರ್ನಾಟಕ ರಾಜ್ಯ ಸರ್ಕಾರದ 75 ರೂಪಾಯಿಗಳೂ ಬರುತ್ತಿತ್ತು. ಅದಲ್ಲದೇ ನನ್ನ ಹಾಸ್ಟೆಲ್ ವೆಚ್ಚ, ಪುಸ್ತಕಗಳ ವೆಚ್ಚ, ಕಾಲೇಜು ಫೀ ಮಾಫಿ ಇತ್ಯಾದಿಗಳೂ ಮಂಜಾರಾಗಿದ್ದವು. ನಮ್ಮೂರಿನ ಹತ್ತಿರದ ತಾಲೂಕಾದ ಚಳ್ಳಕೆರೆಯಲ್ಲಿ ಶಾಲು ಹೊದಿಸಿ ಸನ್ಮಾನವನ್ನೂ ಮಾಡಿದ್ದರು. ನೋಡಿ, ದೈವ ಲೀಲೆ ಅಂದ್ರೆ ಹಾಗೆ. ಸ್ವಲ್ಪ ತಿಂಗಳ ಹಿಂದೆ ಯಾರೂ ತಿಳಿಯರಿಯದ, ಎರಡು ಹೊತ್ತಿನ ಊಟಕ್ಕೂ ಪರದಾಡಬೇಕಿದ್ದ ಜೀವಿಗೆ, ಇಂದು ರಾಜ ಸನ್ಮಾನ!

ಪಿಂಚಣಿ ಮಂಜೂರಾತಿ ವಿಷಯದ ಬಗ್ಗೆ ಸ್ವಲ್ಪ ಮಾಹಿತಿ ಕೊಡುವೆ. ದಾಖಲೆಗಳು ಸರಿಯಾಗಿ ಇರದಿದ್ದ ಕಾರಣ ಪಿಂಚಣಿ ಮಂಜೂರಾತಿ ಸುಲಭವಾಗಿರಲಿಲ್ಲ. ಆದರೂ ಬಹಳ ಸುಲಭವೆನ್ನುವಂತೆ ಮಾಡಿದ್ದರು. ಅದು ಹೇಗಾಯ್ತು ಅಂದ್ರೆ, 1941-42ರ ಸಮಯವದು. ಆಗ ಸ್ವಾತಂತ್ರ್ಯ ಸಂಗ್ರಾಮದ ಉತ್ತುಂಗ ಸಮಯ. ದೇಶದಲ್ಲೆಲ್ಲಾ ದೇಶಭಕ್ತರು ಬ್ರಿಟಿಷ ಆಳ್ವಿಕೆಯ ವಿರುದ್ಧ ಹೋರಾಡುತ್ತಿದ್ದರು. ಆಂಧ್ರಪ್ರದೇಶದ

ಪೆನುಕೊಂಡೆಯಲ್ಲಿ ಲಲಿತ ಮಹಲ್ ಎಂಬ ಬ್ರಿಟಿಷರ ಒಂದು ಕಟ್ಟಡವಿತ್ತು. ನನ್ನ ತಂದೆಯ ಜೊತೆ ಇನ್ನು ಮೂವರು ಸೇರಿ ರಾತ್ರಿಯ ಹೊತ್ತಿನಲ್ಲಿ ಅದಕ್ಕೆ ಬೆಂಕಿ ಹಚ್ಚಿ ಸುಟ್ಟಿದ್ದರು. ಆ ಕಾರಣ ಇವರು ನಾಲ್ವರನ್ನೂ ಪೊಲೀಸರು ದಸ್ತಗಿರಿ ಮಾಡಿ ಜೇಲಿನಲ್ಲಿಟ್ಟಿದ್ದರು. ಸುಮಾರು ಒಂದು ವರ್ಷದ ಅವಧಿಯಲ್ಲಿ, ಕೆಲವು ಕಾಲ ಅನಂತಪುರ, ಕೆಲವು ಕಾಲ ಕಡಪ, ಇನ್ನು ಕೆಲವು ಕಾಲ ಕರ್ನೂಲಿನ ಜೇಲಿಗಳಲಿಟ್ಟಿದ್ದರು. ಕೋರ್ಟಿನಲ್ಲೂ ಇದರ ಬಗ್ಗೆ ವಿಚಾರಣೆ ನಡೆಯುತ್ತಿತ್ತು. ಆ ಸಮಯದಲ್ಲಿ ಪೆನುಕೊಂಡೆಯ ಪೊಲೀಸ್ ಸ್ಟೇಷನ್ನಿಗೆ ಸಬ್ ಇನ್‌ಸ್‌ಪೆಕ್ಟರ್ ಒಬ್ಬರು ಹೊಸದಾಗಿ ಬಂದಿದ್ದರು. ಕೈದಿಗಳೆಲ್ಲರ ಕುಟುಂಬದ ಬಗ್ಗೆ ವಿಚಾರಿಸುತ್ತಿದ್ದರು. ನಮ್ಮ ತಂದೆಯ ಸರದಿ ಬಂದಾಗ, 'ಯಾರ ಮನೆಯವನು, ನೀನು?' ಎಂದದ್ದಕ್ಕೆ ಇವರು 'ಕೋಟಗುಡ್ಡ ಸುಬ್ಬಾಶಾಸ್ತ್ರಿಗಳ ಮೊಮ್ಮಗ' ಅಂದ್ರಂತೆ. ಅದಕ್ಕೆ ಪ್ರತ್ಯುತ್ತರವಾಗಿ, 'ಅಲ್ಲಯ್ಯಾ, ಅವರು ನನ್ನ ಗುರುಗಳು. ಅಂತಹವರ ಮನೆಯವನಾಗಿ ನೀನು ಜೈಲಿಗೆ ಬರೋದಾ! ನಡೆ ನಡೆ' ಅಂತ ಜೈಲಿನಿಂದ ಮನೆಗೆ ಕಳುಹಿಸಿದನಂತೆ. ಆಗಿನ್ನೂ ಕೋರ್ಟಿನಲ್ಲಿ ವಿಚಾರಣೆ ನಡೆಯುತ್ತಿತ್ತು. ಮುಂದಿನ ಕೋರ್ಟಿನ ವಿಚಾರಣೆ ಇವರು ಗೈರಾಗಿದ್ದರು. ಹಾಗಾಗಿ ಕೋರ್ಟಿನ ಮುಂದಿನ ವಿಚಾರಣೆಯ ದಾಖಲೆಗಳಲ್ಲಿ ಇವರ ಬಗ್ಗೆ ಉಕ್ತವಾಗಿರಲಿಲ್ಲ. ಇವರನ್ನು ಬಿಟ್ಟ ಸ್ವಲ್ಪವೇ ದಿನಗಳಲ್ಲಿ, ಕೋರ್ಟಿನ ವಿಚಾರಣೆಯೂ ಮುಗಿದು, ಇತರರನ್ನೂ ಜೈಲಿನಿಂದ ಮುಕ್ತಿಗೊಳಿಸಿದ್ದರಂತೆ. ಹಾಗಾಗಿ ಸ್ವಾತಂತ್ರ್ಯ ಬಂದ ನಂತರ ಎಲ್ಲರನ್ನೂ ಸ್ವಾತಂತ್ರ್ಯ ವೀರರೆಂದು ಪರಿಗಣಿಸಿದರೂ, ಇವರನ್ನು ಮಾತ್ರ ಹಾಗೆ ಪರಿಗಣಿಸಿರಲಿಲ್ಲ. ರಾಜ್ಯ ಗೃಹ ಮಂತ್ರಿಗಳ ಆದೇಶದ ಮೇರೆಗೆ, ಪಿಂಚಣಿ

ಪಡೆಯುತ್ತಿದ್ದ ಆ ಇನ್ನು ಮೂವರ ದಾಖಲೆಗಳ ಆಧಾರದ ಮೇಲೆ ಇವರ ದಾಖಲೆಯನ್ನು ಸೃಷ್ಟಿಸಿದ್ದರು. ನಿಜಕ್ಕೂ ಇಷ್ಟೆಲ್ಲಾ ಕೆಲಸ ಆಗುತ್ತದೆ ಎಂಬ ನಿರೀಕ್ಷೆ ನಮಗಿರಲಿಲ್ಲ.

ಸತ್ಯಣ್ಣನಿಗೆ ಕೆಇಬಿಯಲ್ಲಿ ಕೆಲಸವಾಯಿತು. ಕೊಳ್ಳೆಗಾಲ ತಾಲ್ಲೂಕಿನ ಹನೂರಿನಲ್ಲಿ ಅವನಿಗೆ ಕೆಲಸ. ಮೂರನೆಯವನ ಪದವಿ ಪೂರ್ತಿಯಾಗಿದ್ದು, ನಾಲ್ಕನೆಯವನು ಕಾಲೇಜಿಗೆ ಪ್ರವೇಶಿಸುತ್ತಿದ್ದ. ಆಗ ಚಾಮುಂಡಿ ಪುರದ ಮನೆ ಬಿಟ್ಟು ಕೃಷ್ಣಮೂರ್ತಿಪುರಂನಲ್ಲಿ ಇನ್ನೊಂದು ಮನೆಯನ್ನು ಬಾಡಿಗೆಗೆ ಹಿಡಿದಿದ್ದರು. ಅದೇ ಸಮಯದಲ್ಲಿ ಸುಬ್ಬಣ್ಣನಿಗೆ ಮದುವೆ ಮಾಡಿದರು. ಮನೆಗೆ ಬಂದ ಸೊಸೆ ತುಸು ಕಪ್ಪು. ಆದರೇನು ಕೆಲಸದಲ್ಲಿ ಇರುವವಳನ್ನೇ ಮದುವೆಯಾಗಬೇಕೆಂಬ ಮಗನ ಹಠಕ್ಕೆ ಅಂತಹವಳನ್ನೇ ಅವನಿಗೆ ಮದುವೆ ಮಾಡಿಯಾಗಿತ್ತು. ಸೊಸೆಯನ್ನು ಮದುವೆಯ ನಂತರ ಮೈಸೂರಿನ ಮನೆ ತುಂಬಿಸಿಕೊಂಡಿದ್ದರು. ಸೊಸೆ ಮನೆ ಕೆಲಸ ಮಾಡ್ತೀನಿ ಅಂತ ಅಂದಾಗ ಭಾಗೀರಥಿಗೆ ತುಂಬಾ ಸಂತೋಷ ಆಗಿತ್ತು. ಸಂಜೆ ಕುಕ್ಕರಿನಲ್ಲಿ ಅನ್ನ ಮಾಡ್ತೀನಿ ಅಂತ ಹೇಳಿದ್ದಳು. ಸರಿ ಅಂತ ಮಧ್ಯಾಹ್ನದಿಂದಲೇ ಭಾಗೀರಥಿ ಅಡುಗೆ ಮನೆ ಕಡೆ ಕಾಲಿಟ್ಟಿರಲಿಲ್ಲ. ಅಂದು ಸಾಯಂಕಾಲದ 6 ಘಂಟೆಯ ಬಸ್ಸಿಗೆ ಹನೂರಿಗೆ ಸತ್ಯಣ್ಣ ಹೊರಟಿದ್ದ. ಸಂಜೆ ಐದಾದರೂ ಸೊಸೆ ಅನ್ನಕ್ಕಿಟ್ಟಿರಲಿಲ್ಲ. ಸರಿ ಹೊರಟೆ ಅಂದ ಸತ್ಯಣ್ಣ. ಅದಕ್ಕೂ ಆಕೆಯಿಂದ ಪ್ರತಿಕ್ರಿಯೆಯಿಲ್ಲ. ಭಾಗೀರಥಿಯೇ ತಕ್ಷಣ ಅನ್ನ ಮಾಡಿ, ಮಗನಿಗೆ ಊಟಕ್ಕೆ ಹಾಕಿದ್ದಳು. ಮರುದಿನ ಬೆಳಗ್ಗೆ ಬಚ್ಚಲು ಮನೆಯನ್ನು ತೊಳೆದಿದ್ದಳು. ಎಷ್ಟು ಚೆನ್ನಾಗಿ ಕೆಲಸ ಮಾಡಿದ್ದಾಳೆ ಅಂತ ಭಾಗೀರಥಿ ಅಂದುಕೊಂಡು, ಅಡುಗೆ

ಮನೆಯಲ್ಲಿ ನೋಡಿದರೆ, ಉಪ್ಪೇ ಇಲ್ಲ. ಇದ್ದ ಬದ್ದ ಉಪ್ಪನ್ನೆಲ್ಲಾ ಬಚ್ಚಲು ತೊಳೆಯೋಕ್ಕೆ ಉಪಯೋಗಿಸಿದ್ದಳು. ಒಂದು ತಿಂಗಳಿಗೆ ಒಂದು ಸೇರಿನ ಉಪ್ಪಿನಲ್ಲಿ ಮನೆಯನ್ನು ತೂಗಿಸುತ್ತಿದ್ದವರಿಗೆ ಅರೆ ಕ್ಷಣದಲ್ಲಿ ಎಲ್ಲ ಉಪ್ಪನ್ನೂ ಸೊಸೆ ಮಾಯಮಾಡಿದ್ದಳು. ಮಗ ಇದರ ಬಗ್ಗೆ ತನ ಹೆಂಡತಿಯನ್ನು ಹೊಗಳಿದ್ದನೇ ಹೊರತು ಮನೆಯಲ್ಲಿ ಎಷ್ಟು ಕಷ್ಟವಿದೆಯೆಂದು ಅವಳಿಗೆ ತಿಳಿ ಹೇಳಲಿಲ್ಲ. ಎಷ್ಟು ಬೇಗ ಸೊಸೆ ಮಗ ಮನೆಯಿಂದ ಹೋದರೆ ಸಾಕಪ್ಪಾ, ಅಂತ ಮನೆಯವರೆಲ್ಲರಿಗೂ ಅನಿಸಿತ್ತು. ಆಗಲೇ ವಿಶ್ವಣ್ಣ ಭಾಗೀರಥಿಯೊಂದಿಗೆ ಹೇಳಿದ್ದ, ಎಲ್ಲರೂ ಹೆಣ್ಣು ಮಕ್ಕಳನ್ನು ಬೇರೆಯವರ ಮನೆಗೆ ಕಳುಹಿಸಿಕೊಟ್ಟರೆ, ನಮ್ಮ ಮನೆಯಲ್ಲಿ ಮಗನನ್ನೇ ಬೇರೆಯವರ ಮನೆಗೆ ಕೊಟ್ಟಿದ್ದೇವೆ.

1975-76ರಲ್ಲಿ ಹನುಮಂತರಾಯನಿಗೆ ದೂರವಾಣಿ ಇಲಾಖೆಯಲ್ಲಿ ಕೆಲಸ ಸಿಕ್ಕಿ ತರಬೇತಿಗಾಗಿ ಬೆಂಗಳೂರಿಗೆ ಹೋದನು. ಮೊದಲ ಮಗನ ಜೊತೆಯೇ ಉಳಿದುಕೊಳ್ಳಲು ವ್ಯವಸ್ಥೆ ಆಯಿತು. ಸೀನನನ್ನು ಮೈಸೂರಿನಲ್ಲಿನ ವಿದ್ಯಾರ್ಥಿ ನಿಲಯಕ್ಕೆ ಸೇರಿಸಿ, ಗಂಡ ಹೆಂಡತಿ ಮತ್ತು ಮಗಳು ಮೈಸೂರಿನಿಂದ ತಳುಕಿಗೆ ಹೋದರು. ಅಲ್ಲಿದ್ದ ಎರಡೂವರೆ ಎಕರೆ ಜಮೀನಿನಲ್ಲಿ ಏನಾದರೂ ಮಾಡೋಣ ಎನ್ನುವ ಹಂಬಲ. ಅದೂ ಅಲ್ಲದೇ ಈಗಾಗಲೇ ಅವರ ಜೀವನಾಂಶಕ್ಕೆ ಸ್ವಾತಂತ್ರ್ಯ ಯೋಧರ ಪಿಂಚಣಿ ಮಂಜೂರಾಗಿ ಮಾಹೆಯಾನ 275 ರೂಪಾಯಿ ಬರುತ್ತಿತ್ತು. ಅಲ್ಲಿ ಗುಂಡಣ್ಣನವರ ಮನೆಯ ಒಂದು ಭಾಗದಲ್ಲಿ ಬಾಡಿಗೆಗೆ ಸೇರಿದರು. ಮಗಳನ್ನು ತಳುಕಿನಲ್ಲಿರುವ ಪ್ರೌಢಶಾಲೆಗೆ ಸೇರಿಸಿದರು. ಮುಂದೆ ಆಕೆ ಚಳ್ಳಕೆರೆಯ ಕಾಲೇಜಿನಿಂದ ಬಿಎ ಪದವಿಯನ್ನೂ ಪಡೆದಳು.

ಮುಂದಿನ ಓದಿಗೆ ಸೀನನನ್ನು ಬೆಂಗಳೂರಿನ ಹನುಮಂತರಾಯನ ಜೊತೆಗೆ ಇರಲು ಕಳುಹಿಸುವ ಆಲೋಚನೆ ಇತ್ತು. ಅದಾಗ ಹನುಮಂತರಾಯನ ತರಬೇತಿ ಮುಗಿದಿದ್ದು, ಅಣ್ಣನ ಮನೆಯಿಂದ ಹೊರಬಂದು ಬೇರೆ ಕೋಣೆಯನ್ನು ಬಾಡಿಗೆಗೆ ಹಿಡಿದಿದ್ದನು. ಅದೊಂದು ದೊಡ್ಡ ಕಥೆ. ಹನುಮಂತರಾಯ ತನ್ನ ದೊಡ್ಡಣ್ಣನ ಮನೆಯ ಮುಂಭಾಗದ ಒಂದು ಕೊಠಡಿಯಲ್ಲಿ ವಾಸವಾಗಿದ್ದ. ದೊಡ್ಡ ಸೊಸೆ ಯಾವಾಗಲೂ ಅವನ ಚಲನವಲನದ ಬಗ್ಗೆ ಅನುಮಾನ ಪಡುತ್ತಿದ್ದಳು. ಅನುಮಾನ ಅಷ್ಟೇ ಅಲ್ಲ, ತನ್ನ ಗಂಡನ ಎದುರಿಗೇ ಅವನನ್ನು ಮೂದಲಿಸುತ್ತಿದ್ದಳು. ಅಲ್ಯಾರೋ ಕೆಲಸದವಳ ಮೇಲೆ ಕಣ್ಣು ಹಾಕಿದ್ದೀಯ ಅಂತಲೂ, ಎಲ್ಲೆಲ್ಲಿ ಹೋಗ್ತೀಯ, ಏನು ಮಾಡ್ತೀಯ ಅಂತಲೂ ಕೇಳ್ತಿದ್ದಳು. ಅಣ್ಣನ ಮುಖ ನೋಡಿ ಆತ ಸುಮ್ಮನಿರುತ್ತಿದ್ದ. ಈ ವರ್ತನೆ ಅತಿರೇಕಕ್ಕೆ ಹೋಗುತ್ತಿದ್ದಂತೆಯೇ, ತಾನಿನ್ನು ಇಲ್ಲಿರಬಾರದೆಂದು ಬೇರೆಯ ಕಡೆ ಕೋಣೆಯನ್ನು ಬಾಡಿಗೆಗೆ ಹಿಡಿದು ಅಲ್ಲಿಂದ ಹೋಗಿದ್ದ. ಹೋಗುವ ಮುನ್ನ ತಾನು ಎಲ್ಲಿ ಇರುತ್ತೇನೆ ಎಂದು ಹೇಳಿರಲಿಲ್ಲ. ಮುಂದೆ ಸ್ವಲ್ಪ ತಿಂಗಳುಗಳ ನಂತರ, ನಾಲ್ಕನೆಯ ಮಗ ತನ್ನ ಪದವಿಗೋಸ್ಕರ ಕಾಲೇಜು ಸೇರಿ ಮೂರನೆಯವನೊಂದಿಗೆ ವಾಸವಿರಲು ಬರುವವನಿದ್ದ. ಮೈಸೂರಿನಿಂದ ಬಂದ ಮೇಲೆ ಸ್ವಲ್ಪ ಕಾಲ ತಳುಕಿನಲ್ಲಿದ್ದ. ದೊಡ್ಡಣ್ಣ ಮತ್ತು ಆತನ ಪತ್ನಿ ತಳುಕಿಗೆ ಬಂದು ಹೊರಡುವಾಗ, ವಿಶ್ವಣ್ಣ ತನ್ನ ನಾಲ್ಕನೆಯ ಮಗನನ್ನೂ ಬೆಂಗಳೂರಿಗೆ ಕರೆದುಕೊಂಡಲು ಕೇಳಿಕೊಂಡು, ಆ ಹುಡುಗನ ಕೈಗೆ 20 ರೂಪಾಯಿ ಕೊಟ್ಟಿದ್ದನು. ದೊಡ್ಡ ಮಗ ಬಸ್ ಛಾರ್ಜೇನೂ ಕೊಡೋದು ಬೇಡ, ನಾವೇ ಕರೆದುಕೊಂಡು ಹೋಗ್ತೀವಿ ಅಂದಿದ್ದು, ಬಸ್ಸು ಹೊರಟ ಮೇಲೆ ಆತನ ಪತ್ನಿ

ಆ ಹುಡುಗನಿಂದ 20 ರೂಪಾಯಿಯನ್ನು ಕಸಿದುಕೊಂಡಿದ್ದಳು. ನಿನಗ್ಯಾಕೋ ದುಡ್ಡು, ದುಡ್ಡಿದ್ದರೆ ಹಾಳಾಗಿ ಹೋಗ್ತೀಯ. ನಿನಗೇನು ಬೇಕಿದ್ರೂ ನಮ್ಮನ್ನು ಕೇಳು, ಕೊಡಿಸಿಕೊಡ್ತೀವಿ ಅಂದಿದ್ದಳು. ಆತ ಆಕೆಯ ಮಾತನ್ನು ಸಂಪೂರ್ಣವಾಗಿ ನಂಬಿದ್ದನು. ಹನುಮಂತರಾಯ ಬಸ್ ನಿಲ್ದಾಣಕ್ಕೆ ಬಂದು ತನ್ನ ತಮ್ಮನನ್ನು ತನ್ನ ಕೊಠಡಿಗೆ ಕರೆದೊಯ್ದಿದ್ದನು.

ಅದೇ ಸಮಯಕ್ಕೆ ಸತ್ಯಣ್ಣನೂ ಹನೂರಿನಿಂದ ವರ್ಗ ತೆಗೆದುಕೊಂಡು ತಳುಕಿಗೇ ಬಂದನು. ಆಗಲೇ ಸತ್ಯಣ್ಣನಿಗೂ ಮದುವೆ ಮಾಡಿದ್ದು. ಆತನ ಮದುವೆಯನ್ನು ಚಳ್ಳಕೆರೆಯ ರಾಮಮಂದಿರದಲ್ಲಿ ನಡೆಸಿದ್ದರು. ಆ ಮದುವೆಗೆ ಮೊದಲ ಮಗನ ಹೆಂಡತಿ ಮತ್ತು ಆಕೆಯ ತಾಯಿ ಕೂಡಾ ಬಂದಿದ್ದರು. ಭಾಗೀರಥಿಯ ಮೂರನೆಯ ತಂಗಿಯೂ ಚಿತ್ರದುರ್ಗದಿಂದ ಈ ಕಾರ್ಯಕ್ರಮಕ್ಕೆ ಬಂದಿದ್ದರು. ಮದುವೆಯ ವರಪೂಜೆಯಾದ ಸ್ವಲ್ಪ ಹೊತ್ತಿನಲ್ಲಿ ಇದ್ದಕ್ಕಿದ್ದಂತೆ ಗದ್ದಲ ಕೇಳಿಬಂತು. ಏನು ಅಂತ ನೋಡಿದ್ರೆ, ಮೊದಲ ಸೊಸೆಯ ಬಂಗಾರದ ಸರ ಕಳೆದು ಹೋಗಿದೆ. ಎಲ್ಲರ ಚೀಲಗಳನ್ನೂ ತಪಶೀಲು ಮಾಡಿ ಅಂತ ಆಕೆಯ ತಾಯಿ ಹೇಳಿದ್ರು. ಎಲ್ಲಿ ಹುಡುಕಿದ್ರೂ ಅದು ಸಿಗಲಿಲ್ಲ. ಆ ಸೊಸೆಯ ತಾಯಿ ಭಾಗೀರಥಿಯ ತಂಗಿಯ ಮೇಲೆ ಆಪಾದನೆ ಹೊರಿಸಿದರು. ಭಾಗೀರಥಿಗೆ ಇದೊಂದು ಭರಿಸಲಾರದ ನೋವಾಗಿತ್ತು. ಯಾರ ಮೇಲೂ ಆಪಾದನೆ ಹೊರಸದೆ, ಯಾರಲ್ಲೂ ಕಳೆದು ಹೋದ ಬಂಗಾರದ ಸರ ಸಿಗದಿದ್ದರೂ, ಸುಮ್ಮನೇ ತನ್ನ ತಂಗಿಯ ಮೇಲೆ ಅನುಮಾನ ಪಟ್ಟು, ಸಾಬೀತಾಗದೇ ಇದ್ದರೂ ಆಪಾದಿಸಿದ್ದುದು ಬಹಳ ನೋವು ತರಿಸಿತ್ತು. ಧರ್ಮಸ್ಥಳದ ಮಂಜುನಾಥನ ಮೇಲೆ ಕೂಡಾ ಆಣೆ ಇಟ್ಟದ್ದೂ ಆಗಿತ್ತು. ಎಷ್ಟೋ

ದಿನಗಳಾದ ಮೇಲೆ ತಿಳಿಯಿತಂತೆ, ಆ ಸರ ಸೊಸೆಯ ತಾಯಿಯ ಚೀಲದಲ್ಲಿಯೇ ಇತ್ತು ಅಂತ. ಮದುವೆಯ ಸಮಯದಲ್ಲೇ ನಾಲ್ಕನೆಯ ಮಗನ ಸ್ಕಾಲರ್ ಶಿಪ್ ಹಣ 800+ ಬಂದಿತ್ತು. ಆ ಹಣ ತನಗೆ ಸೇರಬೇಕೆಂದು ವಿಶ್ವಣ್ಣ ಕೇಳಿದರೆ, ಸತ್ಯಣ್ಣ, ಇಲ್ಲಿಯವರೆವಿಗೆ ಹಾಸ್ಟೆಲ್ ಶುಲ್ಕ ತಾನು ಭರಿಸಿದ್ದು, ಹಾಗಾಗಿ ಆ ಹಣ ತನಗೇ ಸೇರಬೇಕೆಂದು ಕೇಳಿದ್ದ. ಕೊನೆಗೂ ಸತ್ಯಣ್ಣನಿಗೇ ಆ ಹಣವನ್ನು ಕೊಟ್ಟಿದ್ದಾಯ್ತು, ಅದನ್ನು ಮದುವೆಯ ಖರ್ಚಿಗೆ ಉಪಯೋಗಿಸಿದ್ದಾಯ್ತು.

ಹನುಮಂತರಾಯನ ಉಪನಯನವನ್ನು ಗುಬ್ಬಿ ಚಿದಂಬರಾಶ್ರಮದಲ್ಲಿ ಅದೇ ಸಮಯದ ಆಸು ಪಾಸಿನಲ್ಲಿ ನಡೆಸಿದ್ದರು. ಆ ಉಪನಯನಕ್ಕೇಂತ ದೊಡ್ಡ ಮಗನ ಅತ್ತೆಯೂ ಬಂದಿದ್ದರು. ತಳುಕಿನ ಬಾಡಿಗೆ ಮನೆಯಲ್ಲಿಯೇ ನಾಂದಿ ಇಟ್ಟುಕೊಂಡಿದ್ದರು. ಆಗ ಮನೆಯಲ್ಲಿಯೇ ದೊಡ್ಡ ಸೊಸೆ ರಾದ್ಧಾಂತ ಮಾಡಿದ್ದಳು. ತನ್ನ ಕೈ ಗಡಿಯಾರ ಕಳುವಾಗಿದೆ, ಇಲ್ಲಿಯೇ ಯಾರೋ ತೆಗೆದುಕೊಂಡಿದ್ದಾರೆ ಅಂತ. ಎಲ್ಲ ಕಡೆ ಹುಡುಕಿದರೂ ಅದು ಸಿಗಲಿಲ್ಲ. ಗುಬ್ಬಿಗೆ ತುಮಕೂರು ಮುಖೇನ ಎಲ್ಲರೂ ಬಸ್ಸಿನಲ್ಲಿ ಹೊರಟರು. ತುಮಕೂರಿನ ಬಸ್ ನಿಲ್ದಾಣದಲ್ಲಿ ಮತ್ತೆ ಅದರದ್ದೇ ಗಲಾಟೆ. ಮೊದಲ ಸೊಸೆಯ ತಾಯಿ ಎಲ್ಲರನ್ನೂ ಬಾಯಿಗೆ ಬಂದಂತೆ ಬೈದಿದ್ದರು. ಇವರ ಮನೆಯವರೆಲ್ಲಾ ಕಳ್ಳರು, ಮನೆಯಲ್ಲಿನ ಕಾರ್ಯಕ್ರಮಕ್ಕೆ ಅಂತ ಕರೆಸಿ ತಮ್ಮ ಸ್ವತ್ತನ್ನೆಲ್ಲಾ ಕಳವು ಮಾಡುತ್ತಿದ್ದಾರೆ ಎಂಬ ಆರೋಪ ಆಕೆಯದ್ದು. ಮತ್ತೆ ದೇವರ ಮೇಲೆ ಆಣೆ ಇಡು ಅಂತ ಭಾಗೀರಥಿಯ ಮೇಲೆ ಒತ್ತಾಯ. ತುಮಕೂರು ಬಸ್ ನಿಲ್ದಾಣದಲ್ಲಿ ಅದೂ ಆಗಿಯೇ ಹೋಯಿತು. ಮಕ್ಕಳು ಸ್ಥಿತಿವಂತರಾಗುತ್ತಿದ್ದಂತೆಯೇ,

ಭಾಗೀರಥಿಗೆ ಎಲ್ಲಿಲ್ಲದ ಮಾನಸಿಕ ಹಿಂಸೆ. ಬಡತನದಲ್ಲಿದ್ದಾಗಲೇ ಎಷ್ಟೋ ಚೆನ್ನಾಗಿತ್ತು ಅಂತ ಅವಳ ಮನಸ್ಸು ಹೇಳುತ್ತಿತ್ತು. ಮಕ್ಕಳಿಗೆ ಕೆಲಸ ಆಯ್ತು, ಮದುವೆ ಮುಂಜಿಗಳೂ ಆಗುತ್ತಿವೆ, ಇಂತಹ ಸಮಯದಲ್ಲಿ ತನಗೆ ಮತ್ತು ತನ್ನ ಸಂಬಂಧಿಗಳಿಗೆ ಎಲ್ಲಿಲ್ಲದ ಮಾನಸಿಕ ಹಿಂಸೆ ಕೊಡುತ್ತಿದ್ದಾರೆ. ಇಂತಹ ಸಂಪತ್ತಿಗೆ ನಾನು ಇಂತಹವರ ಸಂಬಂಧ ಬೆಳೆಸುವುದು ಯುಕ್ತವಾಗಿತ್ತೇ ಎಂಬ ನೋವು ಮನದಾಳದಲ್ಲಿ ಬೇರೂರುತ್ತಿತ್ತು. ದೇವರ ಹೆಸರಿನಲ್ಲಿ ಆಣೆಯನ್ನೂ ಮಾಡಿಸಿದ್ದು ಇನ್ನು ಹೆಚ್ಚಿನ ನೋವಿಗೆ ಕಾರಣವಾಗಿತ್ತು. ಕೆಲವು ಕಾಲದ ನಂತರ ಆ ಸೊಸೆಯ ತಾಯಿಗೆ, ಕಾಲುಗಳು ಬಿದ್ದು ಹೋಗಿದ್ದವು. ಆಕೆ ಪಡಬಾರದ ತೊಂದರೆ ಅನುಭವಿಸಿ ಕೊನೆಯುಸಿರೆಳೆದಿದ್ದಳು. ಮಾಡಿದ್ದುಣ್ಣೋ ಮಹಾರಾಯ.

1978ರಲ್ಲಿ ವಿಶ್ವಣ್ಣನ ತಂದೆ ಶ್ರೀನಿವಾಸರಾಯರ ಶ್ರಾದ್ಧವನ್ನು ಚಿಕ್ಕಮ್ಮ ನಂಜಮ್ಮನ ಕೋರಿಕೆಯ ಮೇರೆಗೆ ಬೆಂಗಳೂರಿನಲ್ಲಿ ತಮ್ಮ ಪಶುಪತಿಯ ಮನೆಯಲ್ಲಿ ಮಾಡಿದ್ದರು. ಇದೇ ಮೊದಲ ಬಾರಿಗೆ ಅಣ್ಣ ತಮ್ಮ ಸೇರಿ ಒಂದೇ ಕಡೆ ತಮ್ಮ ತಂದೆಯ ಶ್ರಾದ್ಧವನ್ನು ಮಾಡಿದುದು. ವಿಶ್ವಣ್ಣನ ತಂಗಿ ವಿಶಾಲಾಕ್ಷಿಯೂ ಇದಕ್ಕೆ ಬಂದಿದ್ದಳು. ಬ್ರಾಹ್ಮಣಾರ್ಥಕ್ಕೆ ಪಶುಪತಿಯ ಮಾವ ಅಂದರೆ ಆತನ ಧರ್ಮಪತ್ನಿ ಪುಷ್ಪಳ ತಂದೆ ಬಂದಿದ್ದರು. ಆತ ವಿಶ್ವಣ್ಣನಿಗೆ ಹಳೆಯ ಸ್ನೇಹಿತರು ಕೂಡಾ. ಆಗ ಆತ ಸಬ್ ಇನ್ಸ್ ಪೆಕ್ಟರ್ ಹುದ್ದೆಯಲ್ಲಿದ್ದರು. ಹೆಚ್ಚಿನಂಶ ಎಲ್ಲ ಮೊಮ್ಮಕ್ಕಳೂ ಸೇರಿದ್ದ ಅದರಲ್ಲಿ ಎಲ್ಲರ ಪರಿಚಯವೂ ಆಗಿತ್ತು. ಅಲ್ಲಿಯವರೆವಿಗೆ ಎಲ್ಲರೂ ಪರಿಚಯವಿಲ್ಲದಂತೆ ಇದ್ದರು, ಆ ಕಾರ್ಯಕ್ರಮದ ನಂತರ ಚಿರಪರಿಚಿತರಾದರು.

ಸತ್ಯಣ್ಣ ಮದುವೆಯಾದ ನಂತರ ತಂದೆ ತಾಯಿಯರೊಂದಿಗೆ ಮನಸ್ತಾಪ ಬರುವ ಸೂಚನೆ ಕಂಡೊಡನೆಯೇ, ತಳುಕಿನ ಹವಾಮಾನ ಸರಿ ಹೊಂದುತ್ತಿಲ್ಲವೆಂದು ಹೊಸದುರ್ಗಕ್ಕೆ ವರ್ಗ ತೆಗೆದುಕೊಂಡು ಹೋಗಿದ್ದ. ಅಲ್ಲಿಯೇ ಅವನ ಮೂರನೆಯ ಮಗಳು ಹುಟ್ಟಿದ್ದು. ಆ ಸಮಯದಲ್ಲಿ ಸೀನನು ಅವರ ಮನೆಗೆ ಹೋಗಿದ್ದ. ದೊಡ್ಡಣ್ಣ ತನ್ನ ಹೆಂಡತಿಗೆ ಹೊಸ ಕೈ ಗಡಿಯಾರ ತಂದುಕೊಟ್ಟಿದ್ದಾನೆಂದು ಎರಡನೆಯ ಅಣ್ಣ ತಿಳಿಸಿದ್ದ. ಯಾವ ಗಡಿಯಾರ ಎಂದು ಕೈಗೆತ್ತಿಕೊಂಡು ನೋಡಲು, ತಿಳಿಯಿತು, ಮೂರನೆಯ ಅಣ್ಣನ ಉಪನಯನದ ಸಮಯದಲ್ಲಿ ಕಳೆದುಹೋಯ್ತು ಅಂತ ರಾದ್ಧಾಂತ ಮಾಡುವಿಕೆಗೆ ಕಾರಣವಾದ ಗಡಿಯಾರವೇ ಅದಾಗಿತ್ತು. ಈ ವಿಷಯ ಭಾಗೀರಥಿಗೆ ತಿಳಿದಾಗ, ಆಕೆ ಬಹಳ ನೊಂದುಕೊಂಡಿದ್ದಳು. ಅಷ್ಟಾದರೂ ತನ್ನ ಮಕ್ಕಳಿಗೆ ಮತ್ತು ಅವರು ಕುಟುಂಬದವರಿಗೆ ಸಹಾಯ ಮಾಡಲು ಎಂದೂ ಹಿಂದೇಟು ಹಾಕುತ್ತಿರಲಿಲ್ಲ ಹಾಗೂ ತನ್ನ ಕೈಲಾದದ್ದಕ್ಕಿಂತ ಹೆಚ್ಚಾಗಿಯೇ ಸಹಾಯ ಮಾಡಿಯೇ ಮಾಡಿದಳು.

1978ರಲ್ಲಿ ಹನುಮಂತರಾಯನಿಗೆ ಉದ್ಯೋಗದಲ್ಲಿ ಪದೋನ್ನತಿ ಆಗಿ ಜಬ್ಬಲ್‌ಪುರಕ್ಕೆ ತರಬೇತಿಗೂ ಮತ್ತೆ ಅಲ್ಲಿಂದ ಮುಂಬಯಿಯಲ್ಲಿ ಉದ್ಯೋಗ ಮಾಡಲು ಹೊರಟನು. ಆಗ ನಾಲ್ಕನೆಯ ಮಗನನ್ನು ಶಂಕರಮಠದ ವಿದ್ಯಾರ್ಥಿ ನಿಲಯದಲ್ಲಿ ಓದಲು ಬಿಟ್ಟಿದ್ದರು. ಒಮ್ಮೆ ಅಲ್ಲಿಗೆ ಹೋಗಿ ಅಲ್ಲಿ ವೇದ ಪಾಠ ಹೇಳಿಕೊಡುತ್ತಿದ್ದ ಸರ್ಜಾಪುರ ಶಾಮಾಶಾಸ್ತ್ರಿಗಳಿಗೆ ಮಗನನ್ನು ಗಮನವಿಟ್ಟು ನೋಡಿಕೊಳ್ಳಿ ಎಂದು ಕೇಳಿಕೊಂಡಿದ್ದಳು. ಅದಕ್ಕವರು, 'ಮೀರೇಮೀ ಯೋಚನ ಚೆಯ್ಯೊದ್ದಂಡ,

ವಾಡು ಮನವಾಡೇ, ನೇನು ವೇದ ಪಾಠಾನಿ ನೇರ್ಪಿಸ್ತಾನು' ಅಂದಿದ್ದರು. ಹಾಗೆಯೇ ಮುಂದಿನ ಮೂರು ವರ್ಷಗಳು ಅವರು ತಮ್ಮ ಮನೆಯ ಹುಡುಗನಂತೆಯೇ ನೋಡಿಕೊಂಡಿದ್ದರು.

ಹನುಮಂತರಾಯ ಮುಂಬಯಿಯಿಂದ ಮತು ಸೀನ ಬೆಂಗಳೂರಿನಿಂದ ಆಗಾಗ್ಯೆ ತಳುಕಿಗೆ ಬರುತ್ತಿದ್ದರು. ಭಾಗೀರಥಿಯ ಪೂಜೆ ಪುನಸ್ಕಾರಗಳು ಯಥಾಪ್ರಕಾರ ನಡೆಯುತ್ತಿತ್ತು. ಈಗ ಹಣಕಾಸಿನ ತೊಂದರೆ ಅಷ್ಟಾಗಿ ಇರಲಿಲ್ಲ. ಗೌರಿ ಗಣಪತಿ ಹಬ್ಬಗಳು, ದತ್ತ ಜಯಂತಿ, ಇತ್ಯಾದಿ ಆಚರಣೆಯ ಸಮಯದಲ್ಲಿ ಹೆಚ್ಚಿನ ಜನ ಮನೆಯಲ್ಲಿ ಸೇರುತ್ತಿದ್ದರು. ಆ ಸಮಯಕ್ಕೆ ಬೆಂಗಳೂರಿನಿಂದ ಯಥೇಚ್ಛವಾಗಿಯೇ ತರಕಾರಿಗಳನ್ನೂ ಮತ್ತು ತಳುಕಿನಲ್ಲಿ ಸಿಗಲಾರದ ವಸ್ತುಗಳನ್ನೂ ತರುತ್ತಿದ್ದರು. ದತ್ತ ಜಯಂತಿ ಸಮಯದಲ್ಲಿ ಊರಿನವರಲ್ಲದೆಯೂ, ಚಿತ್ರದುರ್ಗ ಮತ್ತು ಚಳ್ಳಕೆರೆಯಿಂದಲೂ ಬಹಳಷ್ಟು ಮಂದಿ ನೆಂಟರಿಷ್ಟರು ಬಂದು ಸೇರುತ್ತಿದ್ದರು. ಬಹಳ ವಿಜೃಂಭಣೆಯಿಂದ ಸಂತರ್ಪಣೆ ನಡೆಯುತ್ತಿತ್ತು.

1981ರಲ್ಲಿ ಮೊದಲ ಸೊಸೆ ಇನ್ನೊಮ್ಮೆ ಗರ್ಭಿಣಿ ಆಗಿದ್ದಳು. ತನ್ನನ್ನು ನೋಡಿಕೊಳ್ಳಲು ಗಂಡನಿಗೆ ಭಾಗೀರಥಿಯನ್ನು ಕರೆಸಿಕೊಳ್ಳಲು ಹೇಳಿದ್ದಳು. ಹೆಂಡತಿಯ ಮಾತು ಮೀರಲಾರದ ಗಂಡ, ಅವನ ಮಾತು ಅಮ್ಮ ಹೇಗೆ ತಳ್ಳಿಹಾಕಿಯಾಳು? ಅವರಿದ್ದದ್ದು ಚಿಕ್ಕ ಮನೆ. ಮುಂಭಾಗದ ಒಂದು ಸಣ್ಣ ಓಣಿಯಂತಹ ಸಣ್ಣ ಜಾಗದಲ್ಲಿ ಭಾಗೀರಥಿಯ ಬಿಡಾರಕ್ಕೆ ಅನುವು ಮಾಡಿಕೊಟ್ಟಿದ್ದರು. ಸೊಸೆ ಮನೆಯ ಹತ್ತಿರದ ಒಂದು ಶಾಲೆಯಲ್ಲಿ ಮಾಸ್ತರಿಣಿ ಆಗಿದ್ದಳು. ಆಕೆಯ ಮೊದಲ ಮಗನಿಗಾಗ 3 ವರ್ಷ ವಯಸ್ಸು.

ಅಮ್ಮನ ಜೊತೆ ಸ್ವಲ್ಪ ಹೊತ್ತು ಶಾಲೆಗೆ ಹೋಗುತ್ತಿದ್ದವನನ್ನು, ಮಧ್ಯಾಹ್ನದ ಹೊತ್ತಿಗೆ ಭಾಗೀರಥಿಯೇ ಕರೆದುಕೊಂಡು ಬರುತ್ತಿದ್ದಳು. ಆ ಹುಡುಗ ಬಲು ತುಂಟ ಹಾಗೂ ಒರಟ. ಅದೇ ಸಮಯದಲ್ಲಿ ಸೂರ್ಯಗ್ರಹಣ ಸಂಭವಿಸಿತ್ತು. ಗ್ರಹಣದ ಸಮಯದಲ್ಲಿ ಗರ್ಭಿಣಿ ಸ್ತ್ರೀ ಹೊರಹೋಗಬಾರದೆಂದು ಭಾಗೀರಥಿ ಹೇಳಿದ್ದಳು. ಆದರೂ ತನಗೇನೂ ಆಗೋದಿಲ್ಲ ಅಂತ ಸೊಸೆ ಹೊರಹೋಗಿಬಂದಿದ್ದಳು. ಭಾಗೀರಥಿ ಹೇಳಿದ್ದಕ್ಕೆಲ್ಲಾ ವ್ಯತಿರಿಕ್ತವಾಗಿ ನಡೆದುಕೊಳ್ಳುತ್ತಿದ್ದರೂ, ಕಾಲ ಕಾಲಕ್ಕೆ ತನಗೆ ಆಗಬೇಕಾದದ್ದನ್ನೆಲ್ಲಾ ಮಾಡಿ ಎಂದು ಹೇಳುತ್ತಿದ್ದಳು. ಇದಲ್ಲದೇ ಮೊದಲ ತುಂಟ ಮೊಮ್ಮಗ ಮನೆಯಲ್ಲಿ ರಾದ್ಧಾಂತ ಮಾಡಿದ್ದನ್ನೆಲ್ಲಾ ಸಹಿಸಿಕೊಂಡು ಹೋಗಬೇಕಾಗುತ್ತಿತ್ತು. ಹುಡುಗನಿಗೆ ಎರಡೇಟು ಹಾಕುವುದಿರಲಿ, ಬೈಯುವುದನ್ನೂ ಮಾಡುವಂತಿರಲಿಲ್ಲ. ಎಲ್ಲಕ್ಕೂ ಸೊಸೆಯ ಆಕ್ಷೇಪಣೆ ಬರುತ್ತಿತ್ತು. ಸೊಸೆಯ ತಾಯಿ ಕೂಡಾ ಅಲ್ಲಿಯೇ ಎರಡು ರಸ್ತೆಗಳ ಆಚೆಕಡೆಗೆ ವಾಸವಾಗಿದ್ದರು. ಆಗಾಗ ಬಂದು, ಇದು ಸರಿಯಾಗಿ ಮಾಡಿಲ್ಲ, ಅದನ್ನು ಸರಿಯಾಗಿ ಇಟ್ಟಿಲ್ಲ ಎಂದೆಲ್ಲಾ ಹೇಳಿ, ಆಕೆಯ ಮಗಳ ಕಿವಿ ಊದಿ ಹೋಗುತ್ತಿದ್ದರು. ಮಗನ ಹತ್ತಿರ ಈ ವಿಷಯಗಳನ್ನು ಹೇಳಿಕೊಂಡರೆ, ಹೇಗೋ ಸಹಿಸಿಕೊಂಡು ಹೋಗಮ್ಮಾ, ಮಗು ಹುಟ್ಟಿದ ಮೇಲೆ ಊರಿಗೆ ಕಳುಹಿಸಿಕೊಡ್ತೀನಿ ಅಂತ ಹೇಳುತ್ತಿದ್ದ. ಬರ್ತಾ ಬರ್ತಾ ಮೊಮ್ಮಗನ ಉಪಟಳ ಜಾಸ್ತಿಯೇ ಆಗುತ್ತಿತ್ತು. ಒಂಭತ್ತು ತಿಂಗಳು ತುಂಬುವ ಹೊತ್ತಿಗೆ ಸರಿಯಾಗಿ ಸೊಸೆ ಇನ್ನೊಂದು ಗಂಡು ಮಗುವನ್ನು ಹೆತ್ತಳು. ಮಗುವಿನಲ್ಲಿ ಹುಟ್ಟಿನಿಂದಲೇ ನ್ಯೂನತೆ ಇತ್ತು. ಮೇಲ್ಭಾಗದ ತುಟಿಯಲ್ಲಿ ಬಿರುಕಿತ್ತು. ಅದನ್ನು ಆಪರೇಷನ್ ಮಾಡಿಯೇ

ಸರಿಪಡಿಸಬೇಕೆಂದು ವೈದ್ಯರು ಹೇಳಿದ್ದರು. ಮಗು ಹುಟ್ಟಿದಾಗಿನಿಂದ ಸೊಸೆ ಅದಕ್ಕೆ ಹಾಲು ಕುಡಿಸಲು ಒಪ್ಪುತ್ತಿರಲಿಲ್ಲ. ಬದಲಿಗೆ ಅದನ್ನು ಮೂದಲಿಸುತ್ತಿದ್ದಳು. ಇಂತಹವರ ವಂಶದ ಗಂಡನ್ನು ಮದುವೆ ಆಗಿದ್ದಕ್ಕೆ ಇದು ನನಗೆ ಒದಗಿದ ಶಾಪ ಅಂತ ಕೂಗಾಡುತ್ತಿದ್ದಳು. ಭಾಗೀರಥಿ ಮತ್ತು ಮೊದಲ ಮಗ ಎಲ್ಲವನ್ನೂ ಸಹಿಸಿಕೊಂಡು ಹೋಗುತ್ತಿದ್ದರು. ಸ್ವತಃ ಭಾಗೀರಥಿಯೇ ಮಗುವಿಗೆ ಬಾಟಲಿನಲ್ಲಿ ಹಾಲು ಕುಡಿಸುತ್ತಿದ್ದಳು. ಹತ್ತು ದಿನಗಳಾದ ಮೇಲೆ ಸೊಸೆ ಮತ್ತು ಮಗು ಮನೆಗೆ ಬಂದರು. ಒಂದು ದಿನ ಬೆಳಗ್ಗೆ ಹಾಲು ಕಾಯಿಸಿ, ದೊಡ್ಡ ಮೊಮ್ಮಗನಿಗೆ ಒಂದು ಲೋಟದಲ್ಲಿ ಹಾಕಿ ಕುಡಿಯಲು ಕೊಟ್ಟಾಗ ಅವನು ಯಥಾಪ್ರಕಾರ ರಾದ್ಧಾಂತ ಮಾಡಿದ. ಸೊಸೆ ಮಲಗಿದ್ದಲ್ಲಿಂದಲೇ ಅತ್ತೆ ಮೇಲೆ ಕೂಗಿದ್ದಳು. ಅದೇ ಕ್ಷಣಕ್ಕೆ ಸರಿಯಾಗಿ ಮೊಮ್ಮಗ ಭಾಗೀರಥಿಯ ತಲೆಯ ಮೇಲೆ ಜೋರಾಗಿ ಮೊಟಕಿದ. ಅಲ್ಲಿಯವರೆವಿಗೆ ತಡೆಹಿಡಿದಿದ್ದ ದುಃಖ ಭಾಗೀರಥಿಯ ಒಡಲಿನಿಂದ ಕಣ್ಣೀರ ಮೂಲಕ ಹೊರಬಂದಿತ್ತು. ತಕ್ಷಣವೇ ಮನೆಯಿಂದ ಹೊರಟು, ನಾಲ್ಕನೆಯ ಮಗನಿದ್ದ ವಿದ್ಯಾರ್ಥಿ ನಿಲಯಕ್ಕೆ ಬಂದು ನಡೆದುದೆಲ್ಲವನ್ನೂ ಹೇಳಿದ್ದಳು. ಅವನು ಅಂದೇ ಊರಿಗೆ ಕಳುಹಿಸಲು ಎಲ್ಲ ವ್ಯವಸ್ಥೆಯನ್ನೂ ಮಾಡಿದ್ದನು. ಖೇದದ ವಿಷಯವೆಂದರೆ ಸುಬ್ಬಣ್ಣನ ಆ ಎರಡನೆಯ ಮಗ ಎರಡೇ ವರ್ಷಗಳಲ್ಲಿ ಮನೆಯ ಎದುರೇ ನಗರ ಸಾರಿಗೆ ಬಸ್ ಡಿಕ್ಕಿ ಹೊಡೆದು ದುರ್ಮರಣ ಹೊಂದಿದ್ದನು.

1982ರಲ್ಲಿ ಸೀನನಿಗೆ ರಿಜರ್ವ್ ಬ್ಯಾಂಕಿನಲ್ಲಿ ಕೆಲಸ ಸಿಕ್ಕಿತ್ತು. ಆಗಾಗ್ಯೆ ಊರಿಗೆ ಬಂದು ಅಪ್ಪ ಅಮ್ಮಂದಿರನ್ನು ನೋಡಿಕೊಂಡು

ಹೋಗುತ್ತಿದ್ದನು. ಅವನ ದೃಷ್ಟಿಯ ಅನುಭವಗಳನ್ನು ಅವನ ಮಾತುಗಳಲ್ಲಿ ಇಲ್ಲಿ ಸೇರಿಸಿದೆ.

1983 ಆಕೆಯ ತಂದೆ ಆಸ್ಪತ್ರೆ ಸೇರಿದ್ದರು. ಅವರಿಗೇ ತಿಳಿದಂತೆ ಅವರು ಕಡೆಯ ಕ್ಷಣಗಳನ್ನು ಎಣಿಸುತ್ತಿದ್ದರು. ಆಗ ಆಸ್ಪತ್ರೆಯಲ್ಲಿ ರಾತ್ರಿಯ ಹೊತ್ತಿನಲ್ಲಿರಲು ಸೀನ ಹೋಗುತ್ತಿದ್ದ. ಮಿಕ್ಕೆಲ್ಲ ಸಮಯದಲ್ಲಿ ಕಿಟ್ಟಪ್ಪ ಮತ್ತು ಜಗನ್ನಾಥಶಾಸ್ತ್ರಿಗಳು ಇರುತ್ತಿದ್ದರು. ಹೆಣ್ಣುಮಕ್ಕಳೆಲ್ಲರೂ ಬಂದು ದಿನದ ಸಮಯದಲ್ಲಿ ಆಸ್ಪತ್ರೆಯಲ್ಲಿಯೇ ಇರುತ್ತಿದರು. ಕೆಲವೇ ದಿವಸಗಳಲ್ಲಿ ಆತ ದೈವ ಅಧೀನರಾದರು. ಆಗ ಎಲ್ಲರೂ ಬಹಳವಾಗಿ ಅತ್ತಿದ್ದರು. ಭಾಗೀರಥಿಯ ಕಣ್ಣಿನಲ್ಲಿ ಮಾತ್ರ ನೀರಿರಲಿಲ್ಲ, ಅಂದ ಮಾತ್ರಕ್ಕೆ ದುಃಖವಿರಲಿಲ್ಲ ಎಂದಲ್ಲ - ಎಲ್ಲರಿಗಿಂತಲೂ ಆಕೆಗೆ ಜಾಸ್ತಿ ದುಃಖ ಆಗಿತ್ತು. ಆದರೆ ಇದಕ್ಕಿಂತ ಹೆಚ್ಚಿನ ಅವಘಡಗಳನ್ನು ಅನುಭವಿಸಿ ಅನುಭವಿಸಿ ಕಲ್ಲಾಗಿದ್ದಳು ಮತ್ತು ಇನ್ನಿತರ ತಂಗಿಯರಿಗೆ ಧೈರ್ಯ ತುಂಬಲು ಅತ್ತಿರಲಿಲ್ಲ.

ಹನುಮಂತರಾಯ ಜಬ್ಬಲ್‌ಪುರದಲ್ಲಿ ತರಬೇತಿ ಮುಗಿಸಿದವನು, 1979ರಲ್ಲಿ ಮುಂಬಯಿಗೆ ಕೆಲಸಕ್ಕೆ ಸೇರಿದ್ದನು. ವರ್ಷಕ್ಕೊಮ್ಮೆ ಗಣಪತಿ ಹಬ್ಬದ ಸಮಯಕ್ಕೆ ಊರಿಗೆ ಬಂದು ಹೋಗುತ್ತಿದ್ದನು. 1983ರಲ್ಲಿ ಸರ್ಕಾರವು ತಳುಕಿನ ಬಸ್ ನಿಲ್ದಾಣದ ಬಳಿ ವೆಂಕಣ್ಣಯ್ಯನವರ ಹೆಸರಿನಲ್ಲಿ ರಾಜ್ಯ ಸರಕಾರವು ಬಡಾವಣೆಯನ್ನು ನಿರ್ಮಿಸಿ, ಅವರ ಕುಟುಂಬದವರಿಗೆಲ್ಲರಿಗೂ ನಿವೇಶನವನ್ನು ಹಂಚಿದ್ದರು. ಒಂದು ನಿವೇಶನ ವಿಶ್ವಣ್ಣನ ಹೆಸರಿಗೂ ಆಗಿತ್ತು. ಇದುವರೆವಿಗೂ ಸ್ವಂತ ಮನೆಯ ಆಲೋಚನೆಯೇ ಇಲ್ಲದಿದ್ದವರಿಗೆ ನಿವೇಶನ ಸಿಕ್ಕ ಕೂಡಲೇ ಮನೆ

ಕಟ್ಟಿಸಿಬಿಡಬೇಕೆಂಬ ಹಂಬಲ ಉಂಟಾಯಿತು. ಏನೇ ಇದ್ದರೂ ಮೊದಲು ಹನುಮಂತರಾಯನಿಗೆ ತಿಳಿಸುತ್ತಿದ್ದರು. ಈಗಲೂ ಹಾಗೆಯೇ ಅವನಿಗೆ ತಿಳಿಸಿದಾಕ್ಷಣ, ಮನೆ ಕಟ್ಟಿಸುವುದಕ್ಕೆಲ್ಲಾ ಏರ್ಪಾಡನ್ನೂ ಮಾಡಿಕೊಳ್ಳಿ, ಹಣಕಾಸಿನ ವ್ಯವಸ್ಥೆಯನ್ನು ತಾನು ಮಾಡುತ್ತೇನೆ ಎಂದಿದ್ದನು. ಒಂದು ವರ್ಷದೊಳಗೆ ಮನೆಯ ಕೆಲಸ ಮುಗಿದು, ಬಾಡಿಗೆ ಮನೆಯಿಂದ ಸ್ವಂತ ಮನೆಗೆ ಹೋಗಿದ್ದರು. ಅಲ್ಲಿಯ ಮೊದಲ ಗೌರಿ ಗಣಪತಿ ಹಬ್ಬಕ್ಕೆ ಎಲ್ಲ ಮಕ್ಕಳೂ ಸೇರಿದ್ದರು. ಹಬ್ಬಗಳನ್ನು ಬಹಳ ವಿಜೃಂಭಣೆಯಿಂದ ಆಚರಿಸಿದ್ದರು. ಸುಬ್ಬಣ್ಣನ ದೊಡ್ಡ ಮಗನದ್ದು ಯಥಾಪ್ರಕಾರ ರಾದ್ಧಾಂತ ಇದ್ದೇ ಇತ್ತು. ಎಲ್ಲವನ್ನೂ ಎಳೆಯೋದು, ಬಿಸಾಡೋದು, ಮುರಿದು ಹಾಕೋದು, ಇತರೆ ಮಕ್ಕಳನ್ನು ಗೋಳಾಡಿಸೋದು ಇವೆಲ್ಲಾ ಮಾಡುತ್ತಿದ್ದ. ಹನುಮಂತರಾಯ ಮುಂಗೋಪಿ. ಅವನಿಗೆ ಈ ಹುಡುಗನ ರಾದ್ಧಾಂತ ಹಿಡಿಸಿರಲಿಲ್ಲ. ಅವನು ಈ ಹುಡುಗನಿಗೆ ಒಂದೇಟು ಹಾಕಿದನು. ಅದನ್ನು ನೋಡಿ ಸುಬ್ಬಣ್ಣ ಸುಮ್ಮನೆ ನಗುತ್ತಿದ್ದನು. ಅವನ ಹೆಂಡತಿಗೆ ಅವಮಾನವಾದಂತಾಗಿ ಗಂಡನಿಗೂ ಮತ್ತು ಮೈದುನನಿಗೂ ಬೈದಳು. ಅಲ್ಲಿಂದ ಪ್ರಾರಂಭವಾದ ಗಲಾಟೆ ಮಾರನೆಯ ದಿನ ಬೆಳಗಿನವರೆವಿಗೂ ನಡೆಯಿತು. ದೊಡ್ಡ ಮಗ ಮತ್ತು ಸಂಸಾರ ಬೆಂಗಳೂರಿಗೆ ಹೋಗುವೆವು ಅಂತ ಬೆಳಗ್ಗೆ 6 ಘಂಟೆಗೇ ಹೊರಟು ನಿಂತರು. ವಿಶ್ವಣ್ಣ ಮತ್ತು ಭಾಗೀರಥಿ ಎಷ್ಟೇ ಸಮಾಧಾನ ಹೇಳಿದರೂ ಕೇಳಲಿಕ್ಕೆ ಅವರು ತಯಾರಿರಲಿಲ್ಲ. ಮನೆಯ ಎದುರಿಗೇ ಬಸ್ ನಿಲ್ದಾಣವಿತ್ತು. ದೊಡ್ಡ ಮಗ ಮತ್ತು ಸಂಸಾರ ಬಸ್ ನಿಲ್ದಾಣಕ್ಕೆ ಹೋಗುತ್ತಿದ್ದಂತೆಯೇ, ಆತನ ಹೆಂಡತಿ ಇವನ ಕಪಾಳಕ್ಕೆ ಹೊಡೆದಳು. ನಿನ್ನ ತಮ್ಮ ನಮ್ಮ ಮಗನಿಗೆ ಹೊಡೆದಾಗ, ಅವನ ಜೊತೆ

ಜಗಳಾಡೋದು ಬಿಟ್ಟು ನಗ್ತಾ ಕುಳಿತಿದ್ಯಾ, ನೀನೆಂತಹ ಗಂಡಸು ಅಂತ ಎಲ್ಲರೆದುರಿಗೆ ರೇಗಾಡಿದ್ದಳು. ಭಾಗೀರಥಿಯ ಮನಸ್ಸಿಗೆ ಇದೊಂದು ದೊಡ್ಡ ಆಘಾತವಾಗಿತ್ತು. ಹೆಂಗಸಾದವಳು ತನ್ನ ಗಂಡನಿಗೆ ಸಾರ್ವಜನಿಕ ಸ್ಥಳದಲ್ಲಿ ಎಲ್ಲರೆದುರಿಗೆ ಕಪಾಳಕ್ಕೆ ಹೊಡೆಯುವುದನ್ನು ಆಕೆ ಕನಸಲ್ಲೂ ನೆನೆಸಿರಲಿಲ್ಲ. ಈ ಗಾಯ ಆಕೆಯ ಮನಸ್ಸಿನ ಮೇಲೆ ಕೊನೆಯವರೆವಿಗೂ ಅಳಿಯದಂತೆ ಉಳಿದಿತ್ತು.

ಕೆಲವೊಮ್ಮೆ ಮಕ್ಕಳು ಮನೆಗೆ ಬಂದಾಗ, ಅವರಿಗೆ ಮೊದಲು ಊಟ ಹಾಕಿ, ನಂತರ ಗಂಡನಿಗೆ ಊಟ ಹಾಕಿದರೆ, ವಿಶ್ವಣ್ಣ ರೇಗುತ್ತಿದ್ದ. ನಾಕೇಮಿ ಶೇಷಾನ್ನಮು ಪೆಟ್ಟುನ್ನಾವಾ? ಅವನೇನೇ ರೇಗಿದ್ರೂ ಸಹಿಸಿಕೊಂಡು ಸಂಭಾಳಿಸಿಕೊಂಡು ಇರುತ್ತಿದ್ದಳು. ಭಾಗೀರಥಿ ತಾಳ್ಮೆಗೆ ಇನ್ನೊಂದು ಹೆಸರು.

ಸೀನನ ಮಾತುಗಳು

ಒಂದು ದಿನ ಮಧ್ಯಾಹ್ನ ನನ್ನ ದೊಡ್ಡಣ್ಣ ಫೋನ್ ಮಾಡಿದ್ದ. ಅವನು ಬೆಂಗಳೂರಿನ ಕಾರ್ಪೋರೇಶನ್ ಆಫೀಸಿನ ಆವರಣದಲ್ಲಿರುವ ಅಂಚೆ ಕಛೇರಿಯಲ್ಲಿ ಸಬ್ ಪೋಸ್ಟ್ ಮಾಸ್ಟರ್ ಆಗಿ ಕೆಲಸ ಮಾಡುತ್ತಿದ್ದ. ನಮ್ಮ ತಂದೆಗೆ ಬಹಳ ಆರೋಗ್ಯ ಕೆಟ್ಟಿದೆಯೆಂದೂ, ತನಗೆ ಕೆಲಸ ಜಾಸ್ತಿಯಾಗಿ ಊರಿಗೆ ಹೋಗಲಾಗುವುದಿಲ್ಲ, ನಾನು ಹೋಗಬೇಕೆಂದು ಮಧ್ಯಾಹ್ನ 3 ಘಂಟೆಗೆ ತಿಳಿಸಿದ್ದ. ತಂದೆಗೆ ಏನಾಗಿದೆ? ನಾನೇಕೆ ತಕ್ಷಣ ಊರಿಗೆ ಹೋಗಬೇಕು ಎನ್ನುವುದು ತಿಳಿಯಲಿಲ್ಲ. ಅಷ್ಟಲ್ಲದೇ ಎಷ್ಟು ಹಣವನ್ನು ತೆಗೆದುಕೊಂಡು ಊರಿಗೆ ಹೋಗಬೇಕೆಂದೂ ತಿಳಿದಿರಲಿಲ್ಲ.

ಆಗೆಲ್ಲಾ ನಾನು ಯುನಿಯನ್ ಕೆಲಸದಲ್ಲಿ ಬಹಳ ಸಕ್ರಿಯನಾಗಿದ್ದೆ. ಅಂದೂ ಸಂಜೆ ಯೂನಿಯನ್ ಆಫೀಸಿಗೆ ಹೋರಟಿದ್ದೆ. ದಾರಿಯಲ್ಲಿ ಹೋಗುವಾಗ ಈ ವಿಷಯವನ್ನು ನಮ್ಮ ಯೂನಿಯನ್ನಿನ ಅಧ್ಯಕ್ಷರಾಗಿದ್ದ ಶ್ರೀ ಪುತ್ತೂರಾಯರಿಗೆ ತಿಳಿಸಿದ್ದೆ. ಅವರು ನಮಗೆಲ್ಲರಿಗಿಂತಲೂ ಹಿರಿಯರು, ಮಾರ್ಗದರ್ಶಕರು, ನಮ್ಮೆಲ್ಲರ ಹಿತಚಿಂತಕರಾಗಿದ್ದರು. ನಾನು ತಿಳಿಸಿದ ವಿಷಯಕ್ಕೆ ಅವರು - ನಿಮ್ಮ ತಂದೆಯ ಆರೋಗ್ಯದಲ್ಲಿ ಏನೋ ಹೆಚ್ಚಿನ ತೊಂದರೆ ಆಗಿರಬೇಕು, ಈ ತಕ್ಷಣವೇ ನೀವು ಊರಿಗೆ ಹೊರಡಿ, ಸದ್ಯಕ್ಕೆ ಈ ಹಣ ನಿಮ್ಮಲ್ಲಿರಲಿ ಎಂದು ರೂ **1000** ವನ್ನು ಕೈನಲ್ಲಿಟ್ಟಿದ್ದರು. ಅಲ್ಲಿಂದ ಹಾಗೆಯೇ ಊರಿಗೆ ಹೋಗಿದ್ದೆ.

ಊರಿಗೆ ಹೋದ ತಕ್ಷಣ ತಿಳಿದ ವಿಷಯವೇನೆಂದರೆ - **2-3** ದಿನಗಳ ಹಿಂದೆ ನನ್ನ ತಂದೆ ಪಾರ್ಶ್ವವಾಯುವಿಗೆ ತುತ್ತಾಗಿದ್ದರು. **20** ವರ್ಷಗಳ ಹಿಂದೆ ಅಂದರೆ **1964**ರಲ್ಲಿ ನನಗಿನ್ನೂ **4** ವರ್ಷವಾಗಿದ್ದಾಗ ಹೀಗೊಮ್ಮೆ ಆಗಿತ್ತಂತೆ. ಆಗ ಎಡಭಾಗಕ್ಕೆ ಪಾರ್ಶ್ವವಾಯುವಾಗಿ ಅಂಕೋಲಕ್ಕೆ ಹೋಗಿ ನಾಟಿ ವೈದ್ಯರಿಂದ ಔಷೋಧೋಪಚಾರ ಮಾಡಿಸಿ ಸರಿ ಹೋಗಿದ್ದರಂತೆ. ಈಗ ಮತ್ತೆ ಹೀಗಾಗಿದ್ದಾಗ (ಈ ಸಲ ಶರೀರದ ಬಲಭಾಗಕ್ಕೆ ಅಟ್ಯಾಕ್ ಆಗಿತ್ತು), ತಮ್ಮನ್ನು ಅಂಕೋಲಕ್ಕೆ ಕರೆದೊಯ್ಯು ಎಂದು ನನಗೆ ಹೇಳಿದ್ದರು. ಆಸ್ಪತ್ರೆಗೆ ಕರೆದೊಯ್ಯುವುದಾಗಿ ನಾನು ಹೇಳಲು, ನನ್ನ ತಾಯಿಯೂ ತಂದೆಯವರು ಹೇಳಿದಂತೆಯೇ ಕೇಳಲು ಹೇಳಿದ್ದರು. ಮಾರನೆಯ ದಿನ ಬೆಳಗ್ಗೆ ಶಿವಮೊಗ್ಗ ಮುಖಾಂತರ ಅಂಕೋಲಕ್ಕೆ ಪ್ರಯಾಣ ಬೆಳೆಸಿದೆವು. ರಾತ್ರಿ ೮.೩೦ರ ಹೊತ್ತಿಗೆ ಅಂಕೋಲಾ ತಲುಪಿ ಬಸ್ ನಿಲ್ದಾಣದ ಹತ್ತಿರವಿರುವ ಒಂದು ಹೊಟೆಲ್‌ಗೆ ಊಟಕ್ಕೆಂದು

ಹೋದರೆ, ಇನ್ನೇನು ಹೊಟೆಲ್ ಮುಚ್ಚುವ ವೇಳೆ ಆಗಿದೆಯೆಂದೂ ತಿನ್ನಲು ಅವಲಕ್ಕಿ ಮಾತ್ರವಿದೆಯೆಂದೂ ಅದರ ಮಾಲಿಕ ಹೇಳಿದ್ದರು. ಅದನ್ನೇ ತಿಂದು ಉಳಿಯಲು ಹತ್ತಿರದಲ್ಲೇ ಇದ್ದ ಒಂದು ಲಾಡ್ಜ್‌ನಲ್ಲಿ ಕೋಣೆಯನ್ನು ಹಿಡಿದಿದ್ದೆವು. ಅಲ್ಲಿ ವಿಪರೀತ ತಿಗಣೆಗಳ ಕಾಟದಿಂದಾಗಿ ಮತ್ತು ಮಾರನೆಯ ದಿನ ಔಷಧಕ್ಕೆ ಹೋದಾಗ ಏನಾಗುವುದೋ ಎಂಬ ಧಾವಂತದಿಂದ ನಿದ್ರೆಯೇ ಬಂದಿರಲಿಲ್ಲ.

ಅಂಕೋಲಾಕ್ಕೆ ಈ ಔಷಧಿಗಾಗಿಯೇ ಬರುವ ಜನರು ಬಹಳ. ಆ ಊರಿನಲ್ಲಿ ಬಸ್ ನಿಲ್ದಾಣದ ಹತ್ತಿರ ಔಷಧದ ಅಂಗಡಿಗಳು ಬಹಳವಾಗಿವೆ. ಹಾಗೂ ಊರಿಗೆ ಬರುವ ಹೊಸಬರನ್ನು ತಮ್ಮಲ್ಲಿಗೆ ಔಷಧಕ್ಕಾಗಿ ಮತ್ತು ಮಾಲೀಷ್‌ಗಾಗಿ ಬರಲು ಕರೆಯುತ್ತಾರೆ. ಇವರೆಲ್ಲರ ಔಷಧ ಅಷ್ಟು ಪರಿಣಾಮಕಾರಿಯಲ್ಲವಂತೆ. ಇದನ್ನು ನನ್ನ ತಂದೆಯೇ ತಿಳಿಸಿದ್ದರು. ಬೆಳಗಿನ ಜಾವ 6 ಘಂಟೆಗೇ ಎದ್ದು ಸ್ನಾನ ಮಾಡದೆಯೇ ಔಷಧಿಗಾಗಿ ಹೊರಟೆವು. ಎಲ್ಲಿಗೆ ಹೋಗಬೇಕೆಂದು ನನ್ನ ತಂದೆಗೆ ತಿಳಿದಿತ್ತು. ಒಂದು ಆಟೋ ಚಾಲಕನಿಗೆ ಪೊಕ್ಕ ಮಾನು ಗೌಡನ ಮನೆಗೆ ಹೋಗಲು ತಿಳಿಸಿದರು. ಆಟೋ ಚಾಲಕನು ಅವರ್‍ಯಾರೋ ಗೊತ್ತಿಲ್ಲ ಎನ್ನಲು, ಸಮುದ್ರದ ಹತ್ತಿರಕ್ಕೆ ಹೋಗಲು ತಿಳಿಸಿ, ಅಲ್ಲಿನ ಬೆಳ್ಂಬಾರಿಗೆ ಕರೆದೊಯ್ಯಿ ಅಂದರು. ಆಟೋದವನಿಗೆ, ಇವರಿಗೆ ಈ ಔಷಧದ ಬಗ್ಗೆ ತಿಳಿದಿದೆ ಎಂದು ಖಾತ್ರಿಯಾಗಿ, ರಸ್ತೆ ಸರಿಯಿಲ್ಲ, ವಾಪಸ್ಸು ಬರಲು ಜನ ಸಿಗುವುದು ಕಷ್ಟ, ಹತ್ತು ರೂಪಾಯಿ ಜಾಸ್ತಿ ಕೊಡುವಿರೆಂದರೆ ಬರುವೆನೆಂದನು. ಅದಕ್ಕೇ ನಾನು ಒಪ್ಪಿದ್ದೆ. ದಾರಿಯಲ್ಲಿ ಹೋಗುವಾಗ ಆಟೋದವನು, ಈಗ ಪೊಕ್ಕ ಮಾನು ಗೌಡ ಇಲ್ಲ, ಆತ ಸತ್ತು ಹೋಗಿ 10-

12 ವರ್ಷಗಳೇ ಆದುವು, ಆತನ ಮಗ ಈ ವೈದ್ಯ ವೃತ್ತಿಯನ್ನು ನಡೆಸುತ್ತಿದ್ದಾನೆ ಎಂದು ತಿಳಿಸಿದ್ದನು.

ಈ ನಾಟಿ ವೈದ್ಯ ಪೊಕ್ಕ ಮಾನು ಗೌಡ ಅಥವಾ ಈಗಿನ ಆತನ ಮಗ ಬೆಳಗಿನ ಜಾವ 3 ಘಂಟೆಗೇ ಎದ್ದು ಕಾಡಿಗೆ ಹೋಗಿ ಮೂಲಿಕೆಗಳನ್ನೂ ಯಾವುದೋ ಗಿಡದ ಸೊಪ್ಪನ್ನೂ ತರುವನಂತೆ. ಅದರೊಂದಿಗೆ ತಾನೇ ತಯಾರಿಸಿದ ಎಣ್ಣೆಯನ್ನು ಬಹಳ ಕಡಿಮೆ ಹಣಕ್ಕೆ ಕೊಡುತ್ತಿದ್ದನು. ಅಲ್ಲಿಗೆ ಬರುವ ಬಹುತೇಕ ರೋಗಿಗಳು ನಿತ್ರಾಣರಾಗಿದ್ದು, ಮಾಲೀಷು ಮಾಡಿಸಿಕೊಳ್ಳಲು ಪ್ರತ್ಯೇಕ ಕೋಣೆಗಳನ್ನು ನಿರ್ಮಿಸಿದ್ದಾನೆ. ಅದಕ್ಕೂ ಬಹಳ ಕಡಿಮೆ ದರವನ್ನು ತೆಗೆದುಕೊಳ್ಳುವನು. ರೋಗಿಗಳು ತಾವೇ ಮಾಲೀಷು ಮಾಡಿಕೊಳ್ಳಬೇಕಂತೆ. ಕೈಲಾಗದವರಿಗೆ ಮಾಲೀಷು ಮಾಡಲು ಪೈಲ್ವಾನರನ್ನೂ ನೇಮಿಸಿಕೊಡುವನು.

ನನ್ನ ತಂದೆ ಆ ಗೌಡನ ಬಳಿಗೆ ಹೋಗಿ, ಇಪ್ಪತ್ತು ವರುಷಗಳ ಹಿಂದೆ ಪೊಕ್ಕ ಗೌಡನಿಂದ ಔಷಧವನ್ನು ತೆಗೆದುಕೊಂಡಿದ್ದರೆಂದೂ ಈಗ ಮತ್ತೆ ಪಾರ್ಶ್ವವಾಯು ಆಗಿದೆಯೆಂದೂ ತಿಳಿಸಿದ್ದರು. ಅದಕ್ಕೆ ಆತ ಇಲ್ಲಿಯೇ ಉಳಿದುಕೊಂಡು ಔಷಧೋಪಚಾರ ಮಾಡಿಕೊಳ್ಳುವಿರೋ ಅಥವಾ ಔಷಧವನ್ನು ತೆಗೆದುಕೊಂಡು ಊರಿಗೆ ಹೋಗುವಿರೋ ಎಂದು ಕೇಳಿದ್ದನು. ಊರಿಗೆ ಹೋಗುವೆವೆಂದು ಹೇಳಿದ್ದಕ್ಕೆ, 2 ಬಾಟಲಿನಲ್ಲಿ ಎಣ್ಣೆಯನ್ನೂ, ಒಂದು ದೊಡ್ಡ ಹೊರೆ ಹಸಿರು ಬಣ್ಣದ ಸೊಪ್ಪನ್ನು ಕೊಟ್ಟು, ಅದನ್ನು ಹೇಗೆ ಹಚ್ಚಿಕೊಂಡು ಮಾಲಿಷು ಮಾಡಿಕೊಳ್ಳಬೇಕೆಂದು ತಿಳಿಸಿದ್ದನು. ಮುಖ್ಯವಾಗಿ ಆ ಔಷಧವನ್ನು ರೋಗಿಯಲ್ಲದ ಇನ್ಯಾರೂ ಮುಟ್ಟಬಾರದೆಂದೂ ತಿಳಿಸಿದ್ದನು. ಅಂದೇ ಸಂಜೆಗೆ ಹುಬ್ಬಳ್ಳಿಗೆ ಬಂದು

ಅಲ್ಲಿ ರಾತ್ರಿಯೂಟ ಮಾಡಿ, ರಾತ್ರಿಯ ಬಸ್ಸಿನಲ್ಲಿ ಊರಿಗೆ ಹೊರಟು ಬಂದಿದ್ದೆವು.

ಔಷಧಿಯನ್ನು ಹೇಗೆ ಬಳಸಬೇಕೆಂಬುದರ ಬಗ್ಗೆ ಒಂದೆರಡು ಮಾತುಗಳಲ್ಲಿ ಹೇಳುವೆ. ಬೆಳಗ್ಗೆ ಸ್ನಾನ ಮಾಡಿ ಮೈಯಿಗೆ ಎಣ್ಣೆಯನ್ನು ಹಚ್ಚಿಕೊಂಡು, ಚೆನ್ನಾಗಿ ಮಾಲೀಷು ಮಾಡಿಕೊಳ್ಳಬೇಕು. ಬಿಸಿಲಿಗೆ ಮೈಯನ್ನು ಒಡ್ಡಿ ಒಣಗಿಸಿಕೊಳ್ಳಬೇಕು. 1 ಘಂಟೆಗಳ ತರುವಾಯ ಮೈ ಒಣಗಿದ ನಂತರ ಸೊಪ್ಪನ್ನು ಅರಿಶಿನದೊಂದಿಗೆ ಬೆರೆಸಿ ಚೆನ್ನಾಗಿ ಅರೆದು ಅದರ ರಸವನ್ನು ಮೈಯ್ಯಿಗೆ ಹಚ್ಚಿಕೊಳ್ಳಬೇಕು. ಅರೆಯುವುದು ಮತ್ತು ಹಚ್ಚಿಕೊಳ್ಳುವುದನ್ನು ರೋಗಿಗಳೇ ಮಾಡಿಕೊಳ್ಳಬೇಕು. ಇತರರು ಇದನ್ನು ಮುಟ್ಟಲೂಬಾರದು. ಮತ್ತೆ ಬಿಸಿಲಿಗೆ ಮೈಯೊಡ್ಡಿ ಒಣಗಿಸಿಕೊಳ್ಳಬೇಕು. ಮೈ ಚೆನ್ನಾಗಿ ಒಣಗಿದ ನಂತರ ಹೆಪ್ಪಳಿಕೆಗಳು ಕೆಳಗೆ ಬೀಳುವುದು. ನಂತರ ಸ್ನಾನ ಮಾಡಬಾರದು. ಮರುದಿನ ಮತ್ತೆ ಹೀಗೆಯೇ ಉಪಚಾರವನ್ನು ಮಾಡಿಕೊಳ್ಳಬೇಕು. ಹೀಗೆ ಹದಿನೈದು ದಿನಗಳ ಕಾಲ ಮಾಡಿಕೊಳ್ಳಬೇಕು. ಆಗ ಪೂರ್ಣವಾಗಿ ಗುಣವಾಗುವರು. ಇದಕ್ಕೆ ನನ್ನ ತಂದೆ ಗುಣ ಹೊಂದಿದ್ದೇ ನಿದರ್ಶನ.

1985-86ರ ಸಮಯ. ತಳುಕಿನಲ್ಲಿ ಮನೆ ಕಟ್ಟಿದ್ದಾಗಿತ್ತು. ಮಗಳದ್ದು ಬಿಎ ಪಾಸಾಗಿತ್ತು. ಅವಳು ಮನೆಯಲ್ಲೇ ಕುಳಿತಿದ್ದಳು. ಎಲ್ಲೂ ಕೆಲಸಕ್ಕೆ ಪ್ರಯತ್ನಿಸಿರಲಿಲ್ಲ ಅಲ್ಲದೇ ಕೆಲಸಕ್ಕೆ ಕಳುಹಿಸಲೂ ವಿಶ್ವಣ್ಣನಿಗೆ ಇಷ್ಟವಿರಲಿಲ್ಲ. ಕೆಲಸದಲ್ಲಿದ್ದ ಮೊದಲ ಸೊಸೆಯ ನಡವಳಿಕೆ ನೋಡಿ ರೋಸಿದ್ದ ಅವರು ಕೆಲಸದಲ್ಲಿದ್ದ ಹೆಣ್ಣುಮಕ್ಕಳ ಬಗ್ಗೆ ಗೌಣ ಭಾವವನ್ನು

ಹೊಂದಿದ್ದರು. ವಿಶ್ವಣ್ಣ ಭಾಗೀರಥಿಯರಿಗೆ ಅವಳಿಗೆ ಮದುವೆ ಮಾಡಬೇಕೆಂಬ ತವಕ ಹೆಚ್ಚಾಗುತ್ತಿತ್ತು. ಗಂಡುಗಳು ಸಿಗುವುದೇ ಕಷ್ಟ ಆಗಿತ್ತು. ಅವಳ ಓರಿಗೆಯವರೆಗಿಲ್ಲರಿಗೂ ಮದುವೆ ಆಗ್ತಾ ಇತ್ತು. ಹೆಣ್ಣು ಮಗು, ಹೇಗೆ ತಾನೆ ತನಗೆ ಮದುವೆ ಮಾಡು ಅಂತ ಹೇಳ್ಕೊಳ್ತಾಳೆ. ಗಂಡು ಮಕ್ಕಳೆಲ್ಲರೂ ಒಂದಾಗಿ ಸೇರಿದಾಗ ಮದುವೆಯ ವಿಷಯವನ್ನು ಪ್ರಸ್ತಾಪಿಸಿದ್ದರು. ಸುಬ್ಬಣ್ಣ ಅದ್ಯಾವುದೋ ಮ್ಯಾಟ್ರಿಮೋನಿಯಲ್ ಬ್ಯೂರೋದಲ್ಲಿ ರಿಜಿಸ್ಟರ್ ಮಾಡಿದ್ದೀನಿ ಅಂತ ಹೇಳಿದ್ದ. ಸತ್ಯಣ್ಣ ಸಂಬಂಧದಲ್ಲಿಯೇ ಯಾವುದಾದ್ರೂ ಇದ್ದರೆ ನೋಡೋಣ ಅಂತಿದ್ದ. ಇನ್ನು ಹನುಮಂತರಾಯ ದೂರದ ಮುಂಬಯಿಯಲ್ಲಿದ್ದರೆ, ಸೀನನಿಗೆ ಈ ವಿಷಯದಲ್ಲಿ ಏನೇನೂ ಗೊತ್ತಿರಲಿಲ್ಲ. ಆದರೂ ದೊಡ್ಡವನ ಜೊತೆಗೆ ಅಲ್ಲಿ ಇಲ್ಲಿ ಗಂಡುಗಳ ಬಗ್ಗೆ ತಪಶೀಲು ಮಾಡುತ್ತಾ ಇದ್ದ. ಭಾಗೀರಥಿ ತನ್ನ ತಂಗಿಯರಿಗೂ ಗಂಡುಗಳು ಯಾವುದಾದರೂ ಮದುವೆಗೆ ಇದ್ದರೆ ತಿಳಿಸಲು ಹೇಳಿದ್ದಳು. ಮಗಳಿಗೆ ಗಂಡು ಸಿಗಲು ಇದ್ದ ತೊಂದರೆ ಏನೆಂದರೆ, ಆಕೆ ಕೆಲಸದಲ್ಲಿ ಇರಲಿಲ್ಲ. ಹಾಗೂ ಇವರು ಸ್ಥಿತಿವಂತರೇನಲ್ಲ. ಇವರಂತಹದ್ದೇ ಸ್ಥಿತಿಯಲ್ಲಿರುವವರು ಯಾರಾದ್ರೂ ಸಿಕ್ಕಿದರೆ ಒಳಿತಾಗಿತ್ತು. ಸುಬ್ಬಣ್ಣನ ಜೊತೆ ಸೀನನೂ ಸೇರಿ ಬೆಂಗಳೂರಿನಲ್ಲಿ ಸುಮಾರು ಕಡೆ ಗಂಡುಗಳನ್ನು ನೋಡಿದ್ದರು. ಹೆಚ್ಚಿನವುಗಳಲ್ಲಿ ಜಾತಕ ಕೂಡಿ ಬರುತ್ತಿರಲಿಲ್ಲ. ಇನ್ನು ಕೆಲವು ಕೆಲಸದಲ್ಲಿರಬೇಕೆಂದೂ, ವರದಕ್ಷಿಣೆ ಕೊಡಬೇಕೆಂದೂ ಕೇಳುತ್ತಿದ್ದರು. ಹಾಗಾಗಿ ಯಾವುದೂ ಸರಿ ಹೊಂದಿರಲಿಲ್ಲ. ಒಮ್ಮೆ ಸೀನ ಬ್ಯಾಂಕಿನ ಕೆಲಸದ ಮೇಲೆ ಚಳ್ಳಕೆರೆಗೆ ಬಂದವನು, ತಳುಕಿನಲ್ಲಿ ಉಳಿದುಕೊಂಡಿದ್ದ. ಅದೇ ಸಮಯಕ್ಕೆ

ಭಾಗೀರಥಿಯ ತಂಗಿ ರುಕ್ಕಮ್ಮ ದಾವಣಗೆರೆಯಲ್ಲಿರುವ ಒಂದು ಮನೆತನದ ಸಂಬಂಧದ ಬಗ್ಗೆ ತಿಳಿಸಿದ್ದಳು. ಒಂದು ದಿನ ಬೆಳಗ್ಗೆ ವಿಶ್ವಣ್ಣ, ಭಾಗೀರಥಿ ಮತ್ತು ಸೀನ ತಳುಕಿನಿಂದ ಹೊರಟು ದಾವಣಗೆರೆ ತಲುಪಿ, ಪಿಸಾಳೆ ಕಂಪೌಂಡಿನಲ್ಲಿದ್ದ ಚಂದ್ರಶೇಖರಯ್ಯನವರ ಮನೆ ತಲುಪಿದ್ದರು. ಆಗ ತಾನೇ ಅವರು ಮಗಳ ಮದುವೆ ಮಾಡಿದ್ದು, ದೊಡ್ಡ ಮಗನಿಗೆ ಹೆಣ್ಣು ನೋಡುತ್ತಿದ್ದರಂತೆ. ಅವರ ಮನೆಯ ವಾತಾವರಣವೂ ನಮ್ಮಗಳ ಮನೆಯಂತೆಯೇ ಇತ್ತು. ಮಧ್ಯಮ ಮನೆತನ, ಬಾಡಿಗೆ ಮನೆ ವಾಸ, ಎರಡು ಹೊತ್ತು ಉಂಬುವುದಕ್ಕೆ ಕೊರತೆ ಇಲ್ಲ, ಹೆಚ್ಚಿನ ಖರ್ಚುಗಳಿಗೆ ಅವಕಾಶವಿಲ್ಲ. ಅಲ್ಲದೆಯೇ ಚಂದ್ರಶೇಖರಯ್ಯನವರ ಅಣ್ಣನ ಮಗ ಮತ್ತು ಅವರ ಪತ್ನಿಯ ತಂಗಿಯ ಮಗ ಇಬ್ಬರೂ ರಿಸರ್ವ್ ಬ್ಯಾಂಕಿನಲ್ಲಿಯೇ ಕೆಲಸ ಮಾಡುತ್ತಿದ್ದರು. ಸೀನನಿಗೆ ಅವರಿಬ್ಬರೂ ಚಿರಪರಿಚಿತರೂ ಕೂಡ. ಅಲ್ಲಿಯೇ ಜಾತಕಗಳನ್ನು ಪರಸ್ಪರ ವಿನಿಮಯ ಮಾಡಿಕೊಳ್ಳಲಾಯಿತು. ಅಂದೇ ಸಂಜೆಯ ಬಸ್ಸಿನಲ್ಲಿ ಮರಳಿ ತಳುಕಿಗೆ ಬಂದಿದ್ದರು. ಸೀನ ತನ್ನ ಬ್ಯಾಂಕಿನ ಕೆಲಸ ಮುಗಿಸಿ ಬೆಂಗಳೂರಿಗೆ ವಾಪಸ್ಸಾಗಿದ್ದ. ಹನುಮಂತರಾಯನಿಗೆ ಪತ್ರ ಬರೆದು ವಿಷಯವನ್ನು ತಿಳಿಸಿದ್ದರು. ದುಡ್ಡು ಕಾಸಿನ ವ್ಯವಸ್ಥೆಯ ತಾನು ನೋಡಿಕೊಳ್ಳುತ್ತೇನೆಂದೂ, ವಿಷಯದಲ್ಲಿ ತಮಗೆ ತಿಳಿದಂತೆ ಮುಂದುವರೆಯಿರಿ ಎಂದು ತಿಳಿಸಿದ್ದನು. ಬಹುಪಾಲು ಹುಡುಗ-ಹುಡುಗಿ ಒಪ್ಪಿದ್ದಾರೆಂದೂ, ಜಾತಕಗಳು ಕೂಡಿ ಬಂದಿವೆಯೆಂದೂ ಅವನಿಗೆ ಮರುತ್ತರ ನೀಡಿದ್ದಕ್ಕೆ ಅವನು ಲಗ್ನಪತ್ರಿಕೆಯ ದಿನಾಂಕ ತಿಳಿಸಿದರೆ ತಾನು ಹೊರಟು ಬರುವೆನೆಂದೂ ತಿಳಿಸಿದ್ದನು. ಸ್ವಲ್ಪವೇ ದಿನಗಳಲ್ಲಿ ಲಗ್ನಪತ್ರಿಕೆಯ ದಿನಾಂಕ ಗೊತ್ತುಮಾಡಿದ ನಂತರ ಅವನೂ

ತಳುಕಿಗೆ ಬಂದನು. ಹೆಚ್ಚಿನ ಆಡಂಬರವಿಲ್ಲದ ಲಗ್ನಪತ್ರಿಕೆ ಶಾಸ್ತ್ರವನ್ನು ತಳುಕಿನ ಮನೆಯಲ್ಲಿಯೇ ಮಾಡಿಮುಗಿಸಿದ್ದರು. ಹಣಕಾಸಿನ ಜವಾಬ್ದಾರಿ ವಹಿಸಿಕೊಂಡಿದ್ದ ಹನುಮಂತರಾಯ, ಸೀನನಿಗೆ ಎಲ್ಲವನ್ನೂ ವಹಿಸಿ, ಹಣ ಕಳುಹಿಸುವೆ ನೀನು ಎಲ್ಲ ಖರೀದಿಯನ್ನೂ ಮಾಡು ಎಂದಿದ್ದ. ಮದುವೆಗೆ ಬೇಕಿದ್ದ ವಸ್ತುಗಳನ್ನೆಲ್ಲಾ ಸೀನನು ಬೆಂಗಳೂರಿನಲ್ಲಿ ಖರೀದಿಸಿದ್ದ. ಚಳ್ಳಕೆರೆಯ ಶ್ರೀರಾಮ ಮಂದಿರದಲ್ಲಿ ಮದುವೆಯನ್ನು ಮಾಡುವುದಾಗಿಯೂ, ಚಳ್ಳಕೆರೆಯಲ್ಲಿದ್ದ ವಿಶ್ವಣ್ಣನ ತಮ್ಮ ಪಶುಪತಿ ಮತ್ತು ಇನ್ನಿತರರು ಸಹಾಯ ಮಾಡುವುದಾಗಿಯೂ ನಿಶ್ಚಿತವಾಯಿತು. ಮದುವೆಯ ನಾಂದಿ ಶಾಸ್ತ್ರವನ್ನು ತಳುಕಿನ ಮನೆಯಲ್ಲಿಯೇ ಮಾಡುವುದೂ ಎಂದು ನಿಶ್ಚಿತವಾಯಿತು. ಬೆಂಗಳೂರಿನಿಂದ ಸುಬ್ಬಣ್ಣ ಮತ್ತು ಅವನ ಕುಟುಂಬ, ಸೀನ, ಹೊಸದುರ್ಗದಿಂದ ಸತ್ಯಣ್ಣ ಮತ್ತು ಅವನ ಕುಟುಂಬ ಹಾಗೂ ಮುಂಬಯಿಯಿಂದ ಹನುಮಂತರಾಯ ತಳುಕಿಗೆ ಬಂದಿದ್ದರು. ಚಪ್ಪರ ತೋರಣಾದಿಯಾಗಿ ಎಲ್ಲವೂ ತಯಾರಾಯಿತು. ಮರುದಿನ ಬೆಳಗ್ಗೆ ನಾಂದಿ ಶಾಸ್ತ್ರ ನಡೆಸಬೇಕೆನ್ನುವ ಮುನ್ನಾದಿನದ ಸಂಜೆ ವಿಶ್ವಣ್ಣನಿಗೆ ರಕ್ತ ವಾಂತಿಯಾಗಿತ್ತು. ವಿಶ್ವಣ್ಣನ ತಮ್ಮ ಡಾಕ್ಟರ್ ಪಶುಪತಿ ಸ್ಥಳದಲ್ಲಿಯೇ ಪರೀಕ್ಷಿಸಿ, ನಂತರ ಅಲ್ಲಿಯ ವೈದ್ಯರೊಂದಿಗೆ ಸಮಾಲೋಚಿಸಿ ಚಿತ್ರದುರ್ಗದ ದೊಡ್ಡಾಸ್ಪತ್ರೆಯಲ್ಲಿ ಚಿಕಿತ್ಸೆಗಾಗಿ ಕರೆದುಕೊಂಡು ಹೋಗುವುದೆಂದು ತೀರ್ಮಾನವಾಯಿತು. ಪಶುಪತಿ ಮತ್ತು ಹನುಮಂತರಾಯ ವಿಶ್ವಣ್ಣನೊಂದಿಗೆ ಚಿತ್ರದುರ್ಗದ ಆಸ್ಪತ್ರೆಗೆ ಹೋಗುವುದೆಂದು ತೀರ್ಮಾನವಾಯಿತು. ಸೀನನು ಚಳ್ಳಕೆರೆಗೆ ಹೋಗಿ ವಿಶ್ವಣ್ಣ ತಂಗಿ ಸುಬ್ಬಮ್ಮನ ಮಕ್ಕಳ ನೆರವಿನಿಂದ ರಾತ್ರಿ ೨ ಘಂಟೆಗೆ

ಟ್ಯಾಕ್ಸಿಯೊಂದನ್ನು ತಂದು ವಿಶ್ವಣ್ಣನನ್ನು ಚಿತ್ರದುರ್ಗದ ಆಸ್ಪತ್ರೆಗೆ ದಾಖಲು ಮಾಡಲಾಗಿತ್ತು. ಆ ಸರಿರಾತ್ರಿಯಲ್ಲಿ ವೈದ್ಯರು ತಪಾಸಣೆ ಮಾಡಿ, ತಕ್ಷಣ ರಕ್ತವನ್ನು ಕೊಡಬೇಕೆಂದಿದ್ದರು. ಅಲ್ಲೆಲ್ಲೂ ತಕ್ಷಣಕ್ಕೆ ರಕ್ತ ಸಿಗುವಂತಿರಲಿಲ್ಲ. ಆಸ್ಪತ್ರೆಯ ಆವರಣದಲ್ಲಿ ಮಲಗಿದ್ದ ಕೂಲಿಗಳಿಂದ ರಕ್ತ ತೆಗೆದುಕೊಳ್ಳಲು ಆಸ್ಪತ್ರೆಯ ಸಿಬ್ಬಂದಿಗಳೇ ಸಲಹೆ ನೀಡಿದ್ದರು. ಆ ರಕ್ತವನ್ನು ಪರೀಕ್ಷೆಯೂ ಮಾಡದೇ ವಿಶ್ವಣ್ಣನಿಗೆ ಕೊಟ್ಟಿದ್ದರು. ಸದ್ಯ ಮುಂದೆ ಅದರಿಂದೇನೂ ತೊಂದರೆಯಾಗಲಿಲ್ಲ. ಆಸ್ಪತ್ರೆಗೆ ಓಡಾಡಲು ಮತ್ತು ಹನುಮಂತರಾಯನ ಊಟದ ವ್ಯವಸ್ಥೆಯನ್ನು, ಚಿತ್ರದುರ್ಗದಲ್ಲಿಯೇ ಇದ್ದ ಭಾಗೀರಥಿಯ ಮೂರನೆ ತಂಗಿ ನರಸಮ್ಮ ಮಾಡಿಕೊಟ್ಟಿದ್ದರು. ಅವರೂ ಕೂಡ ಈ ಪರಿಸ್ಥಿತಿಯಿಂದಾಗಿ ಮಂಜುಳೆಯ ಮದುವೆಗೆ ಬಂದಿರಲಿಲ್ಲ. ಎಲ್ಲ ರೀತಿಯ ಸಹಕಾರ ಮತ್ತು ಮನೋಸ್ಥೈರ್ಯ ತುಂಬಿದ ನರಸಮ್ಮ ಮತ್ತು ಆಕೆಯ ಕುಟುಂಬದ ಸಹಾಯಕ್ಕೆ ಎಂದೆಂದಿಗೂ ಋಣಿಯಾಗಿರಬೇಕು. ಎಂದುರೋ ಮಹಾನುಭಾವುಲು ಎಂಬ ಉಕ್ತಿಗೆ ಇವರನ್ನೂ ಸೇರಿಸಿಕೊಳ್ಳಬೇಕು.

ಇತ್ತ ಮನೆಯಲ್ಲಿ ಸುಬ್ಬಣ್ಣ ಮತ್ತು ಸತ್ಯಣ್ಣ ಭಾಗೀರಥಿಯೊಂದಿಗೆ ಸೇರಿ ನಾಂದಿ ಶಾಸ್ತ್ರ ಮುಗಿಸಿದ್ದರು. ಅಂದೇ ಸಂಜೆಗೆ ಚಳ್ಳಕೆರೆಯ ಶ್ರೀರಾಮ ಮಂದಿರಕ್ಕೆ ಮುಂದಿನ ಕಾರ್ಯಗಳಿಗೆ ಎಲ್ಲರೂ ಹೋದರು. ವಿಶ್ವಣ್ಣನ ತಮ್ಮ ಪಶುಪತಿ ಮುಂದೆ ನಿಂತು ಎಲ್ಲವನ್ನೂ ಸಂಭಾಳಿಸುತ್ತಿದ್ದನು. ಅತ್ತ ಆಸ್ಪತ್ರೆಯಲ್ಲಿ ವಿಶ್ವಣ್ಣ ಮತ್ತು ಹನುಮಂತರಾಯ ಇದ್ದರೆ, ಮಿಕ್ಕೆಲ್ಲರೂ ಮದುವೆಯ ಕಾರ್ಯಕ್ರಮದಲ್ಲಿ ಪಾಲ್ಗೊಂಡಿದ್ದರು. ವಿಶ್ವಣ್ಣನಿಗೆ ರಕ್ತದ ಕ್ಯಾನ್ಸರ್ ಇರಬಹುದೆಂದು ಮೊದಲ

ಗುಮಾನಿ. ವೈದ್ಯರು ಎಲ್ಲ ತರಹದ ಪರೀಕ್ಷೆಯನ್ನೂ ಮಾಡಿ ಫಲಿತಾಂಶಕ್ಕಾಗಿ ಕಾಯುತ್ತಿದ್ದರು.

ಮದುವೆ ಮನೆಯಲ್ಲಿ ಓಡಾಟಗಳಿಗೆ ಯಾರ್‍ಯಾರು ಏನೇನು ಕೆಲಸ ಮಾಡಬೇಕೆಂದು ಸೀನಿ ಹೇಳಹತ್ತಿದ್ದನು. ಇಷ್ಟು ಚಿಕ್ಕವನು ನಮಗೇನು ಆದೇಶ ಮಾಡೋದು, ನಾವೇನು ಮಾಡಬೇಕು ಅಂತ ನಮಗೆ ಗೊತ್ತಿದೆ ಅಂತ ಸುಬ್ಬಣ್ಣ ಮತ್ತು ಸತ್ಯಣ್ಣ ಅವರ ಹೆಂಡತಿಯರೊಂದಿಗೆ, ತಾಯಿ ಭಾಗೀರಥಿಗೆ ಹೇಳಿದ್ದರು. ದುಡ್ಡಿನ ವ್ಯವಸ್ಥೆ ಎಲ್ಲವನ್ನೂ ಹನುಮಂತರಾಯ ಮಾಡಿದ್ದಾನೆ, ಅವನೀಗ ಆಸ್ಪತ್ರೆಯಲ್ಲಿರೋದ್ದರಿಂದ, ಜವಾಬ್ದಾರಿಯನ್ನು ನಾಲ್ಕನೆಯವನಿಗೆ ವಹಿಸಿದ್ದಾನೆ, ಎಲ್ಲರೂ ಅನುಸರಿಸಿಕೊಂಡು ಹೇಗೋ ಮದುವೆ ಮುಗಿಸಿಕೊಡಿ ಎಂದು ಕೇಳಿಕೊಂಡಿದ್ದಳು. ಅದಕ್ಕೆ ಮೊದಲನೆಯವನು, ನಾನು ಹಸೆ ಮಣೆಯ ಮೇಲೆ ಕುಳಿತುಕೋಬೇಕು, ನನ್ನಿಂದ ಏನೂ ಕೆಲಸ ನಿರೀಕ್ಷಿಸಬೇಡಿ ಎಂದಿದ್ದನು. ಸತ್ಯಣ್ಣ, ನನಗೆ ಎದೆ ನೋವು ಬರ್ತಿದೆ, ನಾನೇನೂ ಕೆಲಸ ಮಾಡೋಕ್ಕೆ ಆಗಲ್ಲ ಎಂದಿದ್ದ. ಅದೂ ಅಲ್ಲದ್ದೇ ಹತ್ತಿರದಲ್ಲೇ ಇದ್ದ ತನ್ನ ಅತ್ತೆಯ ಮನೆಗೆ ತನ್ನ ಹೆಂಡತಿ ಮತ್ತು ಮಕ್ಕಳೊಂದಿಗೆ ಅಲ್ಲಿಗೆ ಹೋಗಿದ್ದನು. ಭಾಗೀರಥಿ ಮತ್ತು ಸೀನನೇ ಎಲ್ಲವನ್ನೂ ಮಾಡಹತ್ತಿದರು. ಭಾಗೀರಥಿಗೆ ತನ್ನ ಸಂಬಂಧದಲ್ಲಿ ಹೆಣ್ಣು ಮಕ್ಕಳ ಸಹಾಯದ ಬಲವೇ ಇದ್ದಿತು. ಅವರೆಲ್ಲರೂ ಕೈ ಮೀರಿ ಸಹಾಯ ಮಾಡಿರದಿದ್ದರೆ ಆಕೆ ಭೂಮಿಗೆ ಇಳಿದುಹೋಗಿರುತ್ತಿದ್ದಳು. ಆಗ ಇಬ್ಬರು ಮೂವರು ಸಂಬಂಧಿಗಳು ತಾವು ಸಹಾಯ ಮಾಡುತ್ತೇವೆ ಅಂತ ಮುಂದೆ ಬಂದಿದ್ದರು. ಅವರಲ್ಲಿ ಸೀನನಿಗೆ ಹೆಣ್ಣು ಕೊಡುವ ಪ್ರಸ್ತಾಪವೂ ಬಂದಿತ್ತು. ಹೀಗಾಗಿ ಅವರ ಸಹಾಯವನ್ನು ಸೀನ ನಿರಾಕರಿಸಿದ್ದನು. ರಾತ್ರಿ ಪೂರ್ತಿ

ನಿದ್ರೆ ಮಾಡದೆಯೇ ಎಲ್ಲ ಕೆಲಸಗಳನ್ನೂ ಅಮ್ಮನ ಸಹಾಯದಿಂದ ಮಾಡಿ ಮುಗಿಸಿದ್ದನು.

ಪಶುಪತಿಯ ಸಲಹೆಯ ಮೇರೆಗೆ ಸೀನಿ ಅಂಗಡಿ ಸಾಮಾನಿಗೆ, ತರಕಾರಿಗೆ, ಹಾಲಿಗೆ, ಹೂವು. ಹಣ್ಣುಗಳಿಗೆ ಮತ್ತು ಇತರೆ ಸಣ್ಣ ಪುಟ್ಟ ವಸುಗಳಿಗೆಲ್ಲಾ ಓಡಾಡಿ ಮದುವೆಯ ಮನೆಗೆ ಬರುವಂತೆ ನೋಡಿಕೊಂಡಿದ್ದನು. ವರಪೂಜೆಯ ದಿನ ಮಧ್ಯಾಹ್ನ ನಾಲ್ಕಕ್ಕೆ ವರನ ಕಡೆಯ ಬಂಧುಗಳು ಮತ್ತು ಮಿತ್ರರೆಲ್ಲರೂ ಒಂದು ಬಸ್ಸಿನಲ್ಲಿ ಬಂದಿಳಿದರು. ಬರುತ್ತಿದ್ದಂತೆಯೇ ಭಾಗೀರಥಿ ಅವರಿಗೆ ವಸ್ತುಸ್ಥಿತಿ ತಿಳಿಸಿ, ತನ್ನ ಪತಿ ಆಸ್ಪತ್ರೆಯಲ್ಲಿದ್ದುದರಿಂದ ಸ್ವಲ್ಪ ಅನುಸರಿಸಿಕೊಂಡು ಹೋಗಬೇಕೆಂದು ಕೇಳಿಕೊಂಡಿದ್ದಳು. ರಾಮ ಮಂದಿರಕ್ಕೆ ಬಂದು ಸೇರಿದ ಕೂಡಲೇ, ನಮ್ಮವರಿಗೆಲ್ಲ ಮಲಗಲು ಹಾಸಿಗೆ, ದಿಂಬು ಮತ್ತು ಹೊದಿಕೆಗಳನ್ನು ಸರಬರಾಜು ಮಾಡಿ ಅಂತ ಕೇಳಿದ್ದರು. ಇವರುಗಳು ಮನೆಯಲ್ಲಿದ್ದ ಮತ್ತು ರಾಮ ಮಂದಿರದಲ್ಲಿದ್ದ ಜಮಖಾನಗಳನ್ನು ಮಾತ್ರ ಅದಾಗಲೇ ಇರಿಸಿದ್ದರು. ಹಾಸಿಗೆ ದಿಂಬು ಬೇಕೇ ಬೇಕು ಅಂತ ರಗಳೆ ಶುರು ಆಯ್ತು. ಈ ಸಂದರ್ಭದಲ್ಲಿ ಸೀನಿ ಸ್ವಲ್ಪ ತಾಳ್ಮೆ ಕಳೆದುಕೊಂಡು ವರನ ಹತ್ತಿರ ಹೇಳಿದ್ದ, ನಮ್ಮಪ್ಪ ಆಸ್ಪತ್ರೆಯಲ್ಲಿದ್ದು ಸಾವು ಬದುಕಿನ ನಡುವೆ ಸೆಣಸಾಡುತ್ತಿದ್ದಾರೆ, ಇಲ್ಲಿ ಕೆಲಸ ಮಾಡೋಕ್ಕೆ ಕೂಡಾ ಯಾರೂ ಇಲ್ಲ, ಸ್ವಲ್ಪ ನೀವೂ ಸ್ಥಿತಿಯನ್ನು ಅರಿತುಕೊಂಡು ಅನುಸರಿಸಿಕೊಳ್ಳಬೇಕೆಂದಿದ್ದನು. ಆದರೆ ಅವರದ್ದು ಒಂದೇ ಹಠ. ಇದನ್ನು ಕಂಡ ವಿಶ್ವಣ್ಣನ ತಮ್ಮ ಪಶುಪತಿ ಆತನಿಗೆ, 'ಏಯ್ ನೀನು ಸುಮ್ನಿರೋ, ನಾನು ಎಲ್ಲ ನೋಡಿಕೊಳ್ತೀನ" ಅಂತ ಹೇಳಿ, ವರನ ತಂದೆ ತಾಯಿಯರಿಗೆ

'ನೀವೇನೂ ಯೋಚಿಸಬೇಡಿ, ನಿಮಗೇನೇನು ಬೇಕೋ ಎಲ್ಲವನ್ನೂ ತರಿಸಿಕೊಡ್ತೇವೆ' ಅಂತ ಹೇಳಿದ್ದನು. ನಂತರ ಸೀನನನ್ನು ಜೊತೆಗೆ ಕರೆದುಕೊಂಡು, ಮೂರ್ನಾಲ್ಕು ಲಾಡ್ಜ್ ಗಳಿಗೆ ಹೋಗಿ, ನಮ್ಮೂರಿನ ಮರ್ಯಾದೆ ಪ್ರಶ್ನೆ ಎದುರಾಗಿದೆ, ನಿಮ್ಮ ಹತ್ತಿರ ಇರುವ ಎಲ್ಲ ಹಾಸಿಗೆ, ದಿಂಬು ಮತ್ತು ಹೊದಿಕೆಗಳನ್ನು ಕೊಡಿ, ಬಾಡಿಗೆ ಎಷ್ಟಾದರೂ ಪರವಾಗಿಲ್ಲ ಎಂದು ತರಿಸಿದ್ದನು. ವರಪೂಜೆ ಮುಗಿದು ಬೀಗರ ಕಡೆಯವರದ್ದೆಲ್ಲಾ ಊಟವಾಗಿ ಮಲಗಲು ವ್ಯವಸ್ಥೆಯಾಯಿತು. ತಾಂಬೂಲ ಚೀಲಗಳಿಗೆ ಹಾಕುವುದು, ಅಡಿಗೆಯವರು ಕೇಳಿದ ಸಾಮಾನುಗಳನ್ನು ಕೊಡುವುದು, ಬೆಳಗಿನ ಸ್ನಾನಕ್ಕೆ ಬಿಸಿ ನೀರಿನ ವ್ಯವಸ್ಥೆ ಮಾಡುವುದು ಎಲ್ಲವನ್ನೂ ಸೀನ ಮಾಡುತ್ತಿದ್ದರೆ, ಭಾಗೀರಥಿ ಮಗಳೊಂದಿಗಿದ್ದು, ಒಳಗಿನ ಎಲ್ಲ ಕೆಲಸಗಳನ್ನೂ ಮಾಡುತ್ತಿದ್ದಳು. ಆಕೆಯೊಂದಿಗೆ ಆಕೆಯ ತಂಗಿಯರು ಮತ್ತು ಇತರೆಯ ಸಂಬಂಧಿ ಹೆಣ್ಣುಮಕ್ಕಳು ಸಹಾಯ ಮಾಡಿದ್ದರು. ಭಾಗೀರಥಿ ಮಧ್ಯೆ ರಾತ್ರಿ ಎರಡು ಘಂಟೆಗೆ ಉಗ್ರಾಣಕ್ಕೆ ಬಂದು ನೋಡಿದರೆ, ತಾಂಬೂಲ ಚೀಲಗಳನ್ನು ರೆಡಿ ಮಾಡುತ್ತಿದ್ದ ಮಗ ಅಲ್ಲಿಯೇ ನಿದ್ರೆ ಹೋಗಿದ್ದನು. ಒಂದು ಘಂಟೆಗಳ ಕಾಲ ಅವನು ಅಲ್ಲಿಯೇ ಮಲಗಿರುವಂತೆ ನೋಡಿಕೊಂಡು, ನಂತರ ಅವನನ್ನು ಬೀಗರಿಗೆ ಸ್ನಾನಕ್ಕೆ ರೆಡಿ ಮಾಡಲು ಎಬ್ಬಿಸಿದ್ದಳು. ಮರುದಿನ ಮದುವೆ ಎಲ್ಲವೂ ಸಾಂಗವಾಗಿ ನಡೆದಿತ್ತು. ಮೂರನೆಯ ದಿನ ಬೀಗರ ಔತಣವಾದ ನಂತರ ಎಲ್ಲರೂ ದಾವಣಗೆರೆಗೆ ಮೊದಲೇ ಸಿದ್ಧಪಡಿಸಿದ್ದ ಬಸ್ಸಿನಲ್ಲಿ ಹೊರಟರು. ಅತ್ತ ಬೀಗರು ಹೋದ ತಕ್ಷಣ, ಉಳಿದ ಸಾಮಾನುಗಳನ್ನು ಅಂಗಡಿಗೆ ವಾಪಸ್ಸು ಕೊಡುವುದು, ಎಲ್ಲರಿಗೂ ಹಣ ಕೊಡುವುದು ಇತ್ಯಾದಿ ಮುಗಿಸಿ, ಭಾಗೀರಥಿ

ಮತ್ತು ಸೀನ ಚಿತ್ರದುರ್ಗದ ಆಸ್ಪತ್ರೆಗೆ ಹೋಗಿದ್ದರು. ಅಲ್ಲಿ ನೋಡಿದರೆ, ವಿಶ್ವಣ್ಣ ಇರಲಿಲ್ಲ. ಆಸ್ಪತ್ರೆಯ ಸಿಬ್ಬಂದಿ ಹೇಳಿದ್ದರು, ಅಂದು ಬೆಳಗ್ಗೆ 11 ಘಂಟೆಗೆ ಅವರು ಗುಣಮುಖರಾಗಿದ್ದರೆಂದೂ, ವೈದ್ಯರು ಆತನನ್ನು ಡಿಸ್ಚಾರ್ಜ್ ಮಾಡಿ ಮನೆಗೆ ಕಳುಹಿಸಿದ್ದರು. ಭಾಗೀರಥಿ ತನ್ನ ತಂಗಿ ನರಸಮ್ಮನ ಮನೆಗೆ ಹೋದರೆ, ವಿಶ್ವಣ್ಣ ಆರಾಮವಾಗಿ ಕುಳಿತಿದ್ದನು. ಎಲ್ಲರಿಗೂ ಆಶ್ಚರ್ಯ. ವೈದ್ಯರ ವರದಿ ಕೂಡಾ ಬಂದಿದ್ದು, ಕ್ಯಾನ್ಸರ್ ಇಲ್ಲ ಎಂದಿದ್ದರು. ಆದರೆ ರಕ್ತ ವಾಂತಿ ಮಾಡಿಕೊಂಡಿದ್ದಕ್ಕೆ ಕಾರಣ ಮಾತ್ರ ಗೊತ್ತಿಲ್ಲ ಎಂದಿದ್ದರು. ನೋಡಿ, ವಿಧಿಯದೆಂತಹ ಆಟ. ವಿಶ್ವಣ್ಣನಿಗೆ ಹೆಣ್ಣು ಮಕ್ಕಳೆಂದರೆ ಪ್ರಾಣ. ಮೊದಲ ಮಗಳನ್ನು ಅತಿಯಾಗಿ ಮುದ್ದು ಮಾಡುತ್ತಿರುವಾಗಲೇ, ಅವಳನ್ನು ಕಳೆದುಕೊಂಡಿದ್ದನು. ಈ ಹೆಣ್ಣು ಮಗುವಿನ ಕನ್ಯಾದಾನ ತಾನು ಮಾಡಿಕೊಡಲಾಗಿರಲಿಲ್ಲ. ನಾಂದಿಯ ಸಮಯಕ್ಕೆ ರಕ್ತ ವಾಂತಿ ಮಾಡಿ ಆಸ್ಪತ್ರೆ ಸೇರಿದವನು, ಹೆಣ್ಣು ಮಗು ಗಂಡನ ಮನೆಗೆ ಹೋದ ಸಮಯದಲ್ಲೇ ಆಸ್ಪತ್ರೆಯಿಂದ ಮನೆಗೆ ಬಂದಿದ್ದನು. ಇದೆಂತಹ ವಿಧಿಯಾಟ.

ಒಮ್ಮೆ ಭಾಗೀರಥಿಯ ತಮ್ಮನ ಹೆಂಡತಿ (ತನ್ನ ಎರಡನೆಯ ತಂಗಿಯ ಮಗಳು ಕೂಡಾ) ತನ್ನ ತಂದೆ ಮೂರ್ತಿಯವರೊಂದಿಗೆ ತಳುಕಿಗೆ ಹೋಗಿದ್ದಳು. ಅಲ್ಲಿಂದ ವಾಪಸ್ಸು ತನ್ನೂರಿಗೆ ಹೊರಡುವಾಗ, ಅರಿಶಿನ ಕುಂಕುಮ ಕೊಟ್ಟ ಭಾಗೀರಥಿಯ, ಮನೆಯಲ್ಲಿ ಹೂವು ಇಲ್ಲದಿರುವುದು ತಿಳಿದು, ವಿಶ್ವಣ್ಣನಿಗೆ, ಆಕೆಗೆ ಎದುರಿನ ಅಂಗಡಿಯಿಂದ ಹೂವು ಕೊಡಿಸಿ ಎಂದಿದ್ದಳು. ಮನೆಯ ಎದುರಿಗೇ ಬಸ್ ನಿಲ್ದಾಣವಿದ್ದು, ಅಲ್ಲಿಗೆ ಹೊರಡುವಾಗಲೇ ಒಬ್ಬ ಹುಡುಗ ಹೂವನ್ನು ಮಾರುತ್ತಾ ಬಂದಿದ್ದ.

ಆತನಿಗೆ ನಾಲ್ಕು ಮೊಳ ಮಲ್ಲಿಗೆ ಹೂವು ಕೊಡಲು ವಿಶ್ವಣ್ಣ ಹೇಳಿದ. ಆಗ ಮೂರ್ತಿಯವರು ಒಂದೇ ಮೊಳ ಸಾಕು ಅದ್ಯಾಕೆ ಸುಮ್ನೆ ದುಡ್ಡು ವ್ಯರ್ಥ ಅಂದಾಗ, ವಿಶ್ವಣ್ಣ, ಅವಳು ನನ್ನ ಮಗಳಯ್ಯಾ, ನೀನ್ಯಾಕೆ ಮಧ್ಯೆ ಮಾತಾಡ್ತೀಯ ಅಂದು ಬಾಯಿ ಮುಚ್ಚಿಸಿದ್ದನು.

ಮುಂದಿನ ವರ್ಷವೇ ಸೀನನಿಗೆ ಮದುವೆ ನಿಶ್ಚಿತವಾಗಿತ್ತು. ಹುಡುಗಿ ಅಳಿಯನ ಚಿಕ್ಕಪ್ಪನ ಮಗಳಾಗಿದ್ದಳು. ಅವರಿದ್ದದ್ದು ಬೆಂಗಳೂರಿನಲ್ಲಿ. ಮದುವೆ ಬೆಂಗಳೂರಿನಲ್ಲೇ ಮದುವೆ ನಡೆಸಿಕೊಟ್ಟಿದ್ದರು. ಮಗಳು ಆಗ ಗರ್ಭಿಣಿ. ಮದುವೆಗೆ ಮಗಳು ಮಾತ್ರ ಬಂದಿದ್ದಳು. ಆಕೆಯ ಪತಿ ಮತ್ತು ಕುಟುಂಬದವರು ಯಾರೂ ಬಂದಿರಲಿಲ್ಲ. ಮದುವೆ ಮುಗಿಸಿಕೊಂಡು ಮಗಳನ್ನು ತಳುಕಿಗೆ ಕರೆದುಕೊಂಡು ಬಂದಿದ್ದರು. ಸ್ವಲ್ಪವೇ ದಿನಗಳಲ್ಲಿ ಮಗಳು ಗಂಡು ಮಗುವನ್ನು ಹೆತ್ತಿದ್ದಳು. ಭಾಗೀರಥಿಯ ಪೂಜೆ ಪುನಸ್ಕಾರಗಳ ಫಲವಾದ ಆ ಮಗುವಿಗೆ ಗುರುದತ್ತನೆಂದೇ ನಾಮಕರಣ ಮಾಡಿದ್ದರು. ಮಗಳ ಮದುವೆಯಲ್ಲಿಆದ ಗಲಾಟೆಯಿಂದ, ಅಳಿಯ ಮತ್ತು ನಾಲ್ಕನೆಯ ಮಗನ ನಡುವೆ ಶೀತಲ ಸಮರ ನಡೆದೇ ಇತ್ತು. ಮಗ ಬಂದಾಗಲೆಲ್ಲಾ ಅಳಿಯ ಮನೆಗೆ ಬರುತ್ತಿರಲಿಲ್ಲ, ಅಳಿಯ ಇದ್ದಾಗ ಮಗ ಬರುತ್ತಿರಲಿಲ್ಲ. ಸ್ವಲ್ಪ ದಿನಗಳಲ್ಲೇ ಅಳಿಯನಿಗೆ ಆಕ್ಸಿಡೆಂಟ್ ಆಗಿ ಬದುಕಿ ಉಳಿಯುವುದೇ ಕಷ್ಟವಾಗಿತ್ತು. ಅವಳ ಬಾಳಿನ ಬಗ್ಗೆ ಹೇಳಿಕೊಂಡು ತನ್ನ ಮಗನಿಗಿಂತ ಚಿಕ್ಕವನಾದ ತನ್ನ ತಮ್ಮನ ಮುಂದೆ ಅತ್ತಿದ್ದರು. ದೇವರ ಕೃಪೆಯಿಂದ ಆತ ಸಾಮಾನ್ಯ ಸ್ಥಿತಿಗೆ ಬಂದಿದ್ದನು. ಆನಂತರ ಅವರುಗಳಲ್ಲಿದ್ದ ವೈಮನಸ್ಯವೆಲ್ಲಾ ಮಂಜಿನಂತೆ ಮಾಯವಾಗಿತ್ತು.

ಅಮ್ಮನ ಕೈ ಬರಹ

ಸೀನನ ಮದುವೆ ಆದ ಸಮಯದಲ್ಲೇ ಹನುಮಂತರಾಯ ಮುಂಬಯಿಯಿಂದ ವರ್ಗವಾಗಿ ಬೆಂಗಳೂರಿಗೆ ಬಂದಿದ್ದನು. ಸ್ವಲ್ಪ ಕಾಲ ಅವರಿಬ್ಬರೂ ಒಂದೇ ಮನೆಯಲ್ಲಿಯೇ ಇದ್ದರು. ನಂತರ ಹನುಮಂತರಾಯ ಬೇರೆ ಕೊಠಡಿಯನ್ನು ಹಿಡಿದು ಹೋಗಿದ್ದನು. ಅದಾದ ಸ್ವಲ್ಪ ಕಾಲದಲ್ಲಿ ಸೀನನು ಬ್ಯಾಂಕಿನ ಪರೀಕ್ಷೆ ಪಾಸುಮಾಡಿ ಆಫೀಸರಾಗಿ ದೂರದ ಮುಂಬಯಿಗೆ ಹೋಗಿದ್ದನು.

ಸೀನನ ಮಾತುಗಳು

1989ರಲ್ಲಿ ನಾನು ಬ್ಯಾಂಕಿನ ಪರೀಕ್ಷೆ ಪಾಸು ಮಾಡಿ ಪದೋನ್ನತಿಯಾಗಿ ಮುಂಬಯಿಗೆ ಹೋದೆನು. ನನ್ನ ಪತ್ನಿ ಆಗ ಗರ್ಭಿಣಿ, ತಾಯಿಯ ಮನೆಯಲ್ಲಿದ್ದಳು. ಕಾಲಾನುಕ್ರಮೇಣ ಅವಳಿಗೆ ಒಂದು ಹೆಣ್ಣು ಮಗುವೂ ಹುಟ್ಟಿತು. ಆ ಮಗುವಿನ ನಾಮಕರಣವನ್ನು ಬೆಂಗಳೂರಿನಲ್ಲಿ ಬೀಗರ ಮನೆಯಲ್ಲಿ ನಡೆಸಿದ್ದರು. ಅದಕ್ಕೆ ಭಾಗೀರಥಿ ಹೋಗಿದ್ದಳು. ಈಗೀಗ ಭಾಗೀರಥಿ ಮತ್ತು ವಿಶ್ವಣ್ಣನಿಗೆ ಮನಸ್ಸು ಸಮತೋಲವಾಗಿದ್ದು, ಹೊಟ್ಟೆ ಬಟ್ಟೆಗೇನೂ ತೊಂದರೆ ಇಲ್ಲದೇ ನೆಮ್ಮದಿಯ ಜೀವನ ನಡೆಸುತ್ತಿದ್ದರು. ಇಷ್ಟು ವರ್ಷಗಳ ತಪಸ್ಸಿನ ಫಲದಿಂದ ಅವರ ಕುಟುಂಬ ಒಂದು ಹಂತಕ್ಕೆ ಬಂದು ಇತರರಂತೆ ಗಂಡ ಹೆಂಡತಿ ತಳುಕಿನಲ್ಲಿ ವಾಸಿಸುತ್ತಿದ್ದು, ದಿನಂಪ್ರತಿ ಜೀವನದ ಇಲ್ಲಿಯವರೆಗಿನ ಘಟನೆಗಳನ್ನು ಮೆಲುಕು ಹಾಕುತ್ತಿದ್ದರು. ವಿಶ್ವಣ್ಣನಿಗೆ ಅದಾಗ 70ರ ಹತ್ತಿರದ ವಯಸ್ಸು. ದುಶ್ಚಟಗಳಿಗೆಲ್ಲವಕ್ಕೂ ವಿದಾಯ ಹೇಳಿದ್ದನು. ಊರಲ್ಲಿ ಯಾರೇ ಕಷ್ಟ ಎಂದರೂ ಹಿಂದೆ ಮುಂದೆ ನೋಡದೆಯೇ ಕೈಲಾದ ಸಹಾಯ ಮಾಡುತ್ತಿದ್ದರು. ಸ್ವತಂತ್ರ ಸೇನಾನಿಯಾಗಿದ್ದ ಕಾರಣ ವಿಶ್ವಣ್ಣನಿಗೆ ರೈಲ್ವೇಯಲ್ಲಿ ಮೊದಲ ದರ್ಜೆಯ ಪಾಸು ಸಿಕ್ಕಿತ್ತು. ಅವರು ದೇಶದಲ್ಲಿ ಎಲ್ಲಿ ಬೇಕಾದರೂ ಪ್ರಯಾಣ ಮಾಡಬಹುದಿತ್ತು. ವಿಶ್ವಣ್ಣ ಸ್ವಾತಂತ್ರ್ಯ ಹೋರಾಟದಲ್ಲಿ ಭಾಗವಸಿದ್ದರೆಂದು ಅವರಿಗೆ ಕೇಂದ್ರ ಮತ್ತು ರಾಜ್ಯ ಸರಕಾರಗಳ ವತಿಯಿಂದ ಪಿಂಚಣಿ ಜೊತೆಗೆ ರೈಲಿನಲ್ಲಿ ಪ್ರಯಾಣಿಸಲು ಮೊದಲ ದರ್ಜೆಯ ಪಾಸನ್ನೂ ಕೊಟ್ಟಿದ್ದರು. 1991ರಲ್ಲಿ ನನ್ನ ತಂದೆ ತಾಯಿಯರು ಟ್ರೈನಿನಲ್ಲಿ ಗಾಣಗಾಪುರಕ್ಕೆ ಹೋಗಿ ದತ್ತಾತ್ರೇಯನ ದರ್ಶನ

ಮಾಡಿಕೊಂಡು ಹಾಗೆಯೇ ಮುಂಬೈಗೆ ಬಂದಿದ್ದರು. ಮುಂಬೈನ ಯಾಂತ್ರಿಕ ಜೀವನ ಅವರಿಗೆ ಸ್ವಲ್ಪವೂ ಹಿಡಿಸಿರಲಿಲ್ಲ.

ತಳುಕಿನಲ್ಲಿ ಅವರಿಗೆ ಬೇಕಾದ ಕಡೆ ಹೋಗಿ ಬರಲು ಅವಕಾಶವಿತ್ತು. ಮನೆಯ ಪಕ್ಕದಲ್ಲಿ ಒಂದು ಸಣ್ಣ ಕೈದೋಟವನ್ನು ಮಾಡಿಕೊಂಡಿದ್ದರು. ಹೂಗಿಡಗಳು, ಸೀಬೇಹಣ್ಣಿನ ಗಿಡ, ತೊಗರಿ ಗಿಡ, ಕರಿಬೇವಿನ ಸೊಪಿನ ಮರ, ರಾಮಫಲದ ಗಿಡ, ತೆಂಗಿನ ಗಿಡ, ಮಾವು ಮತ್ತು ಹಲಸಿನ ಗಿಡಗಳನ್ನು ನೆಟ್ಟು ಪ್ರತಿದಿನವೂ ಅವುಗಳ ಆರೈಕೆ ಮಾಡುತ್ತಿದ್ದರು. ಆದರೆ ಮುಂಬೈನಲ್ಲಿ ಹಾಗಿರಲಿಲ್ಲ. ನಾವಿದ್ದ ಕ್ವಾರ್ಟರ್ಸಿನ ಗೇಟು ದಾಟುತ್ತಿದ್ದಂತೆಯೇ ಬಸ್ ಸ್ಟಾಪ್ ಇತ್ತು. ವಾಹನಗಳ ಭರಾಟೆ ಬಹಳವಾಗಿ ಎಲ್ಲಿಗೂ ಹೋಗಲಾಗುತ್ತಿರಲಿಲ್ಲ. ಇನ್ನು ಕ್ವಾರ್ಟರ್ಸಿನ ಒಳಗೆ ಓಡಾಡಲು ಮಾತ್ರ ಜಾಗವಿತ್ತು. ಪ್ರತಿದಿನ ಬೆಳಗ್ಗೆ ಮತ್ತು ಸಂಜೆ ಬೃಂದಾವನವನ್ನು ಸುತ್ತುವರಿದಂತೆ ಕ್ವಾರ್ಟರ್ಸನ್ನು ಸುತ್ತುತ್ತಿದ್ದರು. ನನ್ನ ತಾಯಿಗಾದರೋ ನನ್ನ ಪತ್ನಿ ಮತ್ತು ಮಗುವಿನ ಜೊತೆ ಇತ್ತು. ನನ್ನ ತಂದೆಗೆ ಬಹಳ ಬೇಜಾರಾಗುತ್ತಿತ್ತು. ಇನ್ನು ನಾನು ಸಂಜೆಗೆ ಮನೆಗೆ ಸುಸ್ತಾಗಿ ಬರುತ್ತಿದ್ದೆ. ಎಲ್ಲಿಗಾದರೂ ಕರೆದುಕೊಂಡು ಹೋಗು ಎಂದು ಹೇಳಲಾಗುತ್ತಿರಲಿಲ್ಲ. ಆದರೂ ಊಟವಾದ ಬಳಿಕ ಅಲ್ಲಿಯೇ ಹತ್ತಿರದಲ್ಲಿ ಒಂದು ಸುತ್ತು ಸುತ್ತಾಡುತ್ತಿದ್ದೆವು. ನನ್ನ ಬಾಲ್ಯದಿಂದ ನನ್ನ ತಂದೆಯ ಜೊತೆಗೆ ನನಗೆ ಸಲುಗೆ ಇರಲಿಲ್ಲ. ಈಗ ನನ್ನ ಜೊತೆ ಹಳೆಯದನ್ನೆಲ್ಲಾ ಮನ ಬಿಚ್ಚಿ ಮಾತನಾಡುತ್ತಿದ್ದರು. ಅವರ ಎಷ್ಟೊ ತಿಳಿಯದ ವಿಷಯಗಳೆಲ್ಲವನ್ನೂ ತಿಳಿಸಿದ್ದರು.

2-3 ದಿನಗಳಿಗೊಮ್ಮೆ ಅವರುಗಳಿಗೆಂದು ನಾನು ಹಣ್ಣುಗಳನ್ನು ತರುತ್ತಿದ್ದೆ. ಮಹಾರಾಷ್ಟ್ರದ ಮಾವಿನ ಹಣ್ಣು ಮತ್ತು ದ್ರಾಕ್ಷಿ ಬಹಳ ಪ್ರಸಿದ್ಧ. 2 ಕಿಲೋಗ್ರಾಂಗಳ ದ್ರಾಕ್ಷಿಯ ಡಬ್ಬವನ್ನು ಆಗಾಗ ತಂದು ಕೊಡುತ್ತಿದ್ದೆ. ಮೊದಲನೆಯ ಸಲ ತಂದಾಗ ನನ್ನ ಪತ್ನಿ ರಾತ್ರಿ ತಿನ್ನಲೆಂದು ಅವರುಗಳಿಗೆ ಪೂರ್ಣ ಡಬ್ಬವನ್ನು ಕೊಟ್ಟಿದ್ದಳು. ಅವರಿಬ್ಬರೂ ಎಷ್ಟು ಮುಗ್ಧರೆಂದರೆ ಇಡೀ ಡಬ್ಬವನ್ನೇ ಖಾಲಿ ಮಾಡಿದ್ದರು. ಆ ಸಮಯದಲ್ಲಿ ನಾನು ಅವರುಗಳ ಮೇಲೆ ರೇಗಿದ್ದೆ. ಕೊಟ್ಟಾಗ ಅಷ್ಟನ್ನೂ ತಿನ್ನಬೇಕೆಂದು ಅವರು ತಿಳಿದದ್ದು ಅವರ ತಪ್ಪಲ್ಲ, ನಾವೇ ಅವರಿಗೆ ಸರಿಯಾಗಿ ಹೇಳಿರಲಿಲ್ಲ. ಅಂದಿನ ನನ್ನ ಕೋಪದ ಬಗ್ಗೆ ಈಗೆಷ್ಟು ಪರಿತಪಿಸಿದರೇನು?

ನನ್ನ ತಂದೆ ದೈವಾಧೀನರಾದ ಒಂದು ವರುಷಗಳ ತರುವಾಯ ನನ್ನ ತಾಯಿ ಒಂದು ವರುಷಗಳ ಮಟ್ಟಿಗೆ ನಮ್ಮ ಮನೆಗೆ ಬಂದಿದ್ದರು. ಆಗ ಇವರಿಗೆ ನನ್ನ ಸ್ನೇಹಿತರಾದ ರಂಗರಾವ್ ಅವರ ತಾಯಿ ಸುಮಿತ್ರಮ್ಮನವರು ಜೊತೆ ಸಿಕ್ಕಿದ್ದರು. ಅವರೂ ಕನ್ನಡದವರೇ. ಇಬ್ಬರೂ ಅಕ್ಕ ತಂಗಿಯರೇನೋ ಎನ್ನುವಷ್ಟು ಅನ್ಯೋನ್ಯತೆಯಿಂದ ಇದ್ದರು. ಪ್ರತಿ ದಿನ ಬೆಳಗ್ಗೆ 10 ಘಂಟೆಗೆ ಮಾತಿಗೆ ಕುಳಿತರೆ ಸಂಜೆ 8 ರವರೆವಿಗೆ ಒಟ್ಟಿಗೆ ಮಾತನಾಡುತ್ತಿ ದ್ದುದೇ. ಇವರಲ್ಲದೇ ಕೆಲವು ಬಾರಿ ನನ್ನ ಬಂಗಾಳೀ ಸ್ನೇಹಿತನೊಬ್ಬನ ತಾಯಿಯೂ ಇವರುಗಳೊಂದಿಗೆ ಸಂಜೆಯ ಮಾತಿಗೆ ಕುಳಿತುಕೊಳ್ಳುತ್ತಿದರು. ಅವರಿಗೆ ಇವರಿಬ್ಬರ ಭಾಷೆ ಬರದಿದ್ದರೂ, ಇವರುಗಳಿಗೆ ಅವರ ಭಾಷೆ ಬರದಿದ್ದರೂ ಅದು ಹೇಗೋ ಒಬ್ಬರಿಗೊಬ್ಬರು ಅರಿತುಕೊಂಡು ಮಾತನಾಡುತ್ತಿದ್ದರು. ಅಂತೂ ಒಂದು ವರುಷ ನನ್ನ ಮಗಳಿಗೆ ಅಜ್ಜಿಯ ಸಖ್ಯ ಸಿಕ್ಕಿದ್ದುದೇ ಒಂದು ಪುಣ್ಯ.

ಒಮ್ಮೆ ಮಧ್ಯಾಹ್ನ ಊಟವಾದ ಬಳಿಕ ಎಲ್ಲರೂ ಕುಳಿತು ಮಾತನಾಡುತ್ತಿದ್ದರು. ನಾನು ಆಫೀಸಿಗೆ ಹೋಗಿದ್ದೆನು. ನನ್ನ ಪತ್ನಿಗೆ ಇಲ್ಲಿಯವರೆವಿಗೆ ಮನೆಯಲ್ಲಿ ಆಗಿದ್ದ ಜಗಳ ಕದನಗಳ ಬಗ್ಗೆ ಏನೇನೂ ತಿಳಿದಿರಲಿಲ್ಲ. ನನ್ನಮಗಳು ಒಂದೂವರೆ ವರ್ಷದವಳು. ಈ ಹಿಂದೆ ಗಣಪತಿ ಹಬ್ಬದ ಸಮಯದಲ್ಲಿ ತಳುಕಿನ ನಡೆದಿದ್ದ ಜಗಳದ ರೀತಿಯೇ, 'ಆ ಮಗುವಿಗೆ ಯಾಕೆ ಹೊಡೆಯಬಾರದು, ಯಾಕೆ ಅಷ್ಟು ಮುದ್ದು ಮಾಡ್ತೀರಿ' ಅಂತ ಅತ್ತಿಗೆ ತಗಾದೆ ತೆಗೆದಳು. ನಾನು ಸಂಜೆ ಮನೆಗೆ ಬರುವ ಹೊತ್ತಿಗಾಗಲೇ ಸ್ವಲ್ಪ ಜ್ವರವಿತ್ತು. ಮನೆಗೆ ಬಂದು ಕೈಕಾಲು ತೊಳೆದುಕೊಳ್ಳುವಷ್ಟರಲ್ಲಿ, ಅಪ್ಪ ನನ್ನನ್ನು ಕರೆದು ಹೊರಗೆ ಒಂದು ಸುತ್ತು ಹೋಗಿ ಬರೋಣ ಬಾ ಎಂದಿದ್ದರು. ಕಾಫಿಯನ್ನೂ ಕುಡಿಯದೇ ಅಪ್ಪನ ಜೊತೆ ಹೊರಹೊರಟೆ. ಮನೆಯಿಂದಾಚೆಗೆ ಕಾಲಿಟ್ಟ ತಕ್ಷಣವೇ ಅಪ್ಪ ಹೇಳಿದರು, ನಿನ್ನ ಮಗಳಿಗೆ ಮತ್ತು ಹೆಂಡತಿಗೆ, ಸುಬ್ಬಣ್ಣ ಮತ್ತು ಅವನ ಹೆಂಡತಿ ಬೈದರು. ಮೊದಲೇ ಜ್ವರದ ತಾಪದಿಂದ ಬಳಲುತ್ತಿದ್ದವನಿಗೆ ಸರ್ರ್ ಅಂತ ಕೋಪ ನೆತ್ತಿಗೇರಿತು. ಸೀದಾ ಮನೆಯೊಳಗೆ ನುಗ್ಗಿದವನು, ನನ್ನ ಅಣ್ಣ ಮತ್ತು ಅತ್ತಿಗೆಗೆ, ಮೊದಲಿನಿಂದಲೂ ನಿಮ್ಮಗಳನ್ನು ನೋಡ್ತಿದ್ದೀನಿ, ನೀವುಗಳು ಹೀಗೆ ಎಲ್ಲಿ ಹೋದರೂ ತರಲೆ ಮಾಡುವ ಹಾಗಿದ್ರೆ, ಈಗಿಂದೀಗಲೇ ಮನೆಯಿಂದ ಹೊರಟುಬಿಡಿ. ನಮಗೆ ಮನಃಶಾಂತಿ ಬೇಕು, ಅಂದಿದ್ದೆ. ಆಗ ಸುಬ್ಬಣ್ಣ, ನೋಡು ನೀನು ನಮ್ಮನ್ನು ಹೋಗು ಅಂತಿದ್ದೀಯ, ನಾವೇನೂ ಹೋಗಲು ತಯಾರಾಗಿಲ್ಲ, ನೀನೇ ನಮ್ಮನ್ನು ಹೊರ ಹಾಕ್ತಿದ್ದೀಯ, ನಾವೀಗ ಹೊರಟೆವು ಅಂತ ಅವನು ಮತ್ತು ಅವನ ಕುಟುಂಬ ಆ ರಾತ್ರಿಯೇ ಮುಂಬಯಿಯಿಂದ ಹೊರಟಿದ್ದರು. ನಂತರ

ತಿಳಿದು ಬಂದದ್ದೇನೆಂದರೆ, ಮಲಾಡದಿಂದ ಮುಂಬಯಿ ಸೆಂಟ್ರಲ್‌ಗೆ ಹೋದವರು, ಹುಬ್ಬಳ್ಳಿಗೆ ಬಸ್ಸಿನಲ್ಲಿ ಪ್ರಯಾಣಿಸಿದ್ದರು. ಅಲ್ಲಿ ಅವನ ಭಾವಮೈದುನನ ಮನೆಯಲ್ಲಿ ತಂಗಿದ್ದು ನಂತರ ಬೆಂಗಳೂರಿಗೆ ವಾಪಸ್ಸಾಗಿದ್ದರು.

ಮಗಳು ಮಂಜುಳಗೆ ಎರಡನೆಯ ಗಂಡು ಮಗ ಹುಟ್ಟಿದ್ದನು. ಆಗಾಗ ಚಳ್ಳಕೆರೆಯಲ್ಲಿರುವ ವಿಶ್ವಣ್ಣನ ಚಿಕ್ಕಮ್ಮ ನಂಜಮ್ಮನ ಮನೆಗೆ ಹೋಗಿ ದಂಪತಿಗಳು ಹೋಗಿ ಬರುತ್ತಿದ್ದರು. ಆ ಮನೆಯಲ್ಲಿ ಚಿಕ್ಕಮ್ಮ ನಂಜಮ್ಮನೊಂದಿಗೆ ಮಗ ಪಶುಪತಿ ಮತ್ತು ಅವನ ಕುಟುಂಬ ಇದ್ದರು. ಪಶುಪತಿಯ ಹೆಂಡತಿ ಪುಷ್ಪ ಬೇರೆ ಯಾರೂ ಆಗಿರದೇ, ತನ್ನ ಅಣ್ಣ ರಾಮಸ್ವಾಮಯ್ಯನವರ ಮೊಮ್ಮಗಳು ಅಂದರೆ ರಾಮಸ್ವಾಮಯ್ಯನವರ ಮಗಳಾದ ನಾಗಮ್ಮನ ಮಗಳು. ಆಕೆಯ ತಂದೆ ವಿಶ್ವಣ್ಣನಿಗೆ ನಿಕಟವಾದ ಸ್ನೇಹಿತರು ಕೂಡಾ. ನಂಜಮ್ಮನೊಂದಿಗೆ ವಿಶ್ವಣ್ಣ ತನ್ನ ತಂದೆಯಿಂದ ತಾನು ದೂರಾದ ಮೇಲೆ ನಡೆದ ಘಟನೆಗಳನ್ನೆಲ್ಲಾ ಚರ್ಚಿಸುತ್ತಿದ್ದರು. ಆಗಲೇ ಆಕೆ, ತನ್ನ ಪತಿ ಆಗಾಗ್ಯೆ ತನ್ನ ಮಕ್ಕಳನ್ನು (ರಂಗಮ್ಮ ಮತ್ತು ವಿಶ್ವಣ್ಣ) ನೋಡಿಕೊಳ್ಳುತ್ತಿದ್ದ ಕೋಟಗುಡ್ಡ ಸುಬ್ಬಾಶಾಸ್ತ್ರಿಗಳಿಗೆ ಕಳುಹಿಸುತ್ತಿದ್ದ ಮನಿ ಆರ್ಡರ್ ರಸೀದಿಗಳನ್ನೆಲ್ಲಾ ತೋರಿಸಿದ್ದಳು. ಆಕೆಗೂ ವಯೋ ಸಂಬಂಧದ ಅರಳು ಮರಳು. ತಾನು ನಿಮ್ಮೆಲ್ಲರನ್ನೂ ಇಟ್ಟುಕೊಳ್ಳದೆಯೇ, ಗಂಡನ ಆಸ್ತಿಯಲ್ಲಿ ಏನನ್ನೂ ಕೊಡದೇ ಮೋಸ ಮಾಡಿದೆ ಎಂದು ವಿಶ್ವಣ್ಣನೊಂದಿಗೆ ಹೇಳಿಕೊಳ್ಳುತ್ತಾ ಒದ್ದಾಡುತ್ತಿದ್ದಳು. ಈಗ ಅದನ್ನೆಲ್ಲಾ ಮರೆಯುವಂತೆ ವಿಶ್ವಣ್ಣನೇ ಆಕೆಗೆ

ಹೇಳಿದ್ದನು. ಒಮ್ಮೆ ಹೀಗೆಯೇ ಅಲ್ಲಿಗೆ ಹೋಗಿದ್ದರು. ಒಮ್ಮೆ ಹೀಗೆಯೇ ಅಲ್ಲಿಗೆ ಹೋಗಿದ್ದರು. ಅಂದು ಮಧ್ಯಾಹ್ನ ಊಟವಾದ ಬಳಿಕೆ ತಮ್ಮನ ಮನೆಯಲ್ಲಿಯೇ ಮಂಚದ ಮೇಲೆ ಮಲಗಿದ್ದನು. ಎಚ್ಚರವಾದ ನಂತರ ತಮ್ಮನ ಪತ್ನಿ ಪುಷ್ಪಳ ಜೊತೆ ನಂಜಮ್ಮನಿಗೆ ಬೈದಾಡಿದ್ದನು. ಆಕೆ, ಹೋಗ್ಲಿ ಬಿಡಿ ಭಾವ. ಆಗಿದ್ದು ಆಗಿ ಹೋಯ್ತು. ಇನ್ನು ಮೇಲಾದರೂ ಚೆನ್ನಾಗಿರೋಣ ಎಂದಿದ್ದಳು. ಅದೇ ಕಡೆಯ ಮಾತಾಗಿತ್ತು. ನೋಡ ನೋಡುತ್ತಿದ್ದಂತೆಯೇ ಆತನ ಕತ್ತು ವಾಲುವುದ ನೋಡಿ, ಪುಷ್ಪ ಆತನನ್ನು ಹಿಡಿದುಕೊಂಡಲು. ಅಷ್ಟು ಹೊತ್ತಿಗಾಗಲೇ ಪ್ರಾಣ ಪಕ್ಷಿ ಹಾರಿ ಹೋಗಿತ್ತು. ಆ ಸಮಯದಲ್ಲಿ ಪಶುಪತಿ ಮನೆಯಲ್ಲಿರಲಿಲ್ಲ. ಮಾರನೆಯ ದಿನ ಬೆಳಗ್ಗೆಯೇ ಆತ ಮನೆಗೆ ಬಂದದ್ದು. ಅಷ್ಟು ಹೊತ್ತಿಗಾಗಲೇ, ಹತ್ತಿರದಲ್ಲೇ ಇದ್ದ ವೈದ್ಯರೊಬ್ಬರು ಪರೀಕ್ಷಿಸಿ ಸಾವಿನ ವಿಷಯ ತಿಳಿಸಿದ್ದರು. ಬೆಂಗಳೂರಿನಲ್ಲಿದ್ದ ಸುಬ್ಬಣ್ಣ ಮತ್ತು ಹನುಮಂತರಾಯನಿಗೆ, ಹೊಸದುರ್ಗದಲ್ಲಿದ್ದ ಸತ್ಯಣ್ಣನಿಗೆ ಮತ್ತು ಜಗಳೂರಿನಲ್ಲಿದ್ದ ಮಗಳಿಗೂ ದೂರವಾಣಿಯ ಮೂಲಕ ತಕ್ಷಣ ಹೊರಟು ಬರುವಂತೆ ತಿಳಿಸಿದ್ದರು. ಹನುಮಂತರಾಯ ಮುಂಬಯಿಯಲ್ಲಿರುವ ಸೀನನಿಗೂ ವಿಷಯ ತಿಳಿಸಿದ್ದ. ಮಾರನೆಯ ಬೆಳಗ್ಗೆ ಸೀನನ ಹೊರತಾಗಿ ಎಲ್ಲರೂ ಬಂದು ಸೇರಿದ್ದರು. ಚಳ್ಳಕೆರೆಯಲ್ಲಿದ್ದ ಕೆಲವರು ಈತ ಸ್ವಾತಂತ್ರ್ಯ ಸೇನಾನಿಯಾಗಿದ್ದರು ಎಂದು ತ್ರಿವರ್ಣ ಧ್ವಜವನ್ನು ಪಾರ್ಥಿವ ಶರೀರದ ಮೇಲಿಟ್ಟು, ರುದ್ರಭೂಮಿಗೆ ಕೊಂಡೊಯ್ದಿದ್ದರು.

ಹನುಮಂತರಾಯ ತನ್ನ ಚಿಕ್ಕಮ್ಮ ತ್ರಿಪುರಾಂಬ ಮತ್ತು ಚಿಕ್ಕಪ್ಪ ಜಗನ್ನಾಥಶಾಸ್ತ್ರಿಗಳೊಂದಿಗೆ ಕಾರಿನಲ್ಲಿ ಬರುವ ಹೊತ್ತಿಗಾಗಲೇ ಚಿತೆಗೆ

ಬೆಂಕಿ ಇಟ್ಟದ್ದಾಗಿತ್ತು. ಸೀನ ಮುಂಬಯಿಯಿಂದ ತನ್ನ ಕುಟುಂಬದೊಂದಿಗೆ ಬೆಂಗಳೂರಿಗೆ ಬಂದು, ಕುಟುಂಬವನ್ನು ಅಲ್ಲಿ ಬಿಟ್ಟು ತಾನೊಬ್ಬನೇ ಚಳ್ಳಕೆರೆಗೆ ಬರುವ ಹೊತ್ತಿಗೆ ಮೊದಲ ಮೂವರು ಗಂಡು ಮಕ್ಕಳು ಅಸ್ತಿವಿಸರ್ಜನೆಗೆಂದು ಹರಿಹರಕ್ಕೆ ಹೋಗಿದ್ದರು. ಅಸ್ತಿವಿಸರ್ಜನೆಯ ನಂತರ 6ನೆಯ ದಿನದಿಂದ ಮಾಡುವ ಅಪರ ಕರ್ಮಗಳಿಗೆ ಅಲ್ಲಿಯೇ ವ್ಯವಸ್ಥೆ ಮಾಡಿ ಬಂದಿದ್ದರು.

5ನೆಯ ದಿನದ ಮಧ್ಯಾಹ್ನಕ್ಕೆ ಕರ್ತೃಗಳಾದ ನಾಲ್ಕೂ ಮಕ್ಕಳು ಹರಿಹರಕ್ಕೆ ಹೊರಟರು. ತಲುಪಿದ ನಂತರ ಅಲ್ಲಿಯ ಪುರೋಹಿತರ (ನರಸಿಂಹ ಜೋಡಿಗಳು ಅಂತಿರಬೇಕು) ಮನೆಗೆ ಹೋಗಿ ಏನೇನು ಮಾಡಬೇಕು ಎಂಬುದರ ಬಗ್ಗೆ ತಿಳಿದುಕೊಳ್ಳಲಾಯಿತು. ಹತ್ತಿರವೇ ಇದ್ದ ಶಂಕರಮಠದ ವಸತಿ ಸ್ಥಾನದಲ್ಲಿ ಉಳಿದುಕೊಂಡರು. ಭಾಗೀರಥಿಯ ತಮ್ಮ ಕಿಟ್ಟಪ್ಪ ಕೂಡಾ ಅವರೊಂದಿಗೆ ಸೇರಿದನು. ಆತನಿಗೆ ಅಪರ ಕರ್ಮದ ಬಗ್ಗೆ ಹೆಚ್ಚಿನ ತಿಳುವಳಿಕೆ ಇದ್ದುದರಿಂದ, ಆತನ ಸಲಹೆಯಂತೆ ನಡೆಯಿರೆಂದು ಭಾಗೀರಥಿ ಮಕ್ಕಳಿಗೆ ಹೇಳಿದ್ದಳು. ಮೊದಲ ದಿನದ ಕರ್ಮ ಮಾಡುವ ಮೊದಲು ಎಲ್ಲರೂ ತಲೆಯ ಕೂದಲನ್ನು ತೆಗೆಸಿಕೊಳ್ಳಬೇಕೆಂದು ಪುರೋಹಿತರು ಹೇಳಿದ್ದರು. ಅದಕ್ಕೆ ಸೀನ ಸಿದ್ಧನಿರಲಿಲ್ಲ. ಆಗ ಭಾಗೀರಥಿ ಅವನಿಗೆ ಹೇಳಿದ್ದಳು, ನಿನಗೆ ಜನ್ಮ ಕೊಟ್ಟವರು ಅಪ್ಪ, ಜನ್ಮದಲ್ಲಿ ಒಮ್ಮೆ ಇಂತಹ ಅವಕಾಶ ಒದಗಿ ಬರುವುದು, ಅವರಿಗಾಗಿ ಅಲ್ಲದೇ ಮತ್ತಿನ್ಯಾರಿಗೆ ಮತ್ತು ಯಾವಾಗ ತಲೆಕೂದಲು ತೆಗೆಸಿಕೊಳ್ತೀಯ ಅಂದಾಗ ಅವನು ತಣ್ಣಗಾಗಿ ಒಪ್ಪಿಕೊಂಡಿದ್ದನು. ಪುರೋಹಿತರ ಕರ್ಮ ಮಾಡಿಸುವಾಗ ಪ್ರತಿಯೊಂದು ವಿಷಯವನ್ನೂ ಕೂಲಂಕಷವಾಗಿ ವಿವರಿಸಿ ಹೇಳುತ್ತಿದ್ದರು.

ಬಹಳ ಕಾಲದಿಂದ ತಂದೆ ತಾಯಿಯ ನಿಕಟತೆ ಕಡಿದು ಹೋದದ್ದರಿಂದಲೋ ಅಥವಾ ವಯಸ್ಸಾದವರು ಅಂತಲೋ ಏನೋ ಒಬ್ಬ ಮಕ್ಕಳಲ್ಲಿಯೂ ದುಃಖದ ಛಾಯೆಯೇ ಇರಲಿಲ್ಲ. ಹುಡುಗಾಟಿಕೆ ಮಾಡಿಕೊಂಡೇ ಇರುತ್ತಿದ್ದರು. ಸೋದರಮಾವ ಮುಂದಿನ ದಿನಕ್ಕೆ ಏನೇನು ಮಾಡಬೇಕು ಎಂದು ಹೇಳುತ್ತಿದ್ದ. ಆತ ವಯಸ್ಸಿನಲ್ಲಿ ಸುಬ್ಬಣ್ಣನಿಗಿಂತ 15 ದಿನಗಳಷ್ಟು ಚಿಕ್ಕವನಾದರೂ ವಿಷಯಗಳನ್ನು ಚೆನ್ನಾಗಿ ತಿಳಿದುಕೊಂಡಿದ್ದ. ಕರ್ಮ ಮುಗಿಸಿದ ಮೇಲೆ ಪ್ರತಿನಿತ್ಯ ಮಧ್ಯಾಹ್ನ ನಾಲ್ಕರ ಮೇಲೆ ಹರಿಹರದ ರೈಲ್ವೇ ಸ್ಟೇಷನ್ನಿಗೆ ಹೋಗಿ ಲೋಕಾಭಿರಾಮವಾಗಿ ಮಾತನಾಡುತ್ತಿದ್ದರು. ಇವರುಗಳೆಲ್ಲರಿಗೆ ಸಂಜೆಯ ಫಲಾಹಾರಕ್ಕೆ ಜೋಯಿಸರ ಮನೆಯಲ್ಲಿಯೇ ವ್ಯವಸ್ಥೆ ಆಗಿತ್ತು.

ಹತ್ತನೆಯ ದಿನ ಧರ್ಮೋದಕ ಏರ್ಪಾಡಾಗಿತ್ತು. ಅದಕ್ಕೆ ಮುನ್ನಾದಿನ ಭಾಗೀರಥಿ ಹರಿಹರಕ್ಕೆ ಬಂದು ಮಕ್ಕಳನ್ನು ಸೇರಿದ್ದಳು. ಆಕೆ ಸ್ವತಃ ತಾಳಿ ತೆಗೆಯಲೆಂದೂ, ಯಾರೂ ಅಲ್ಲಿರಬಾರದೆಂದೂ, ಪತಿ ವಿಯೋಗದ ಸಂಕೇತವಾದ ಮಿಕ್ಕ ಏನನ್ನೂ ಮಾಡಕೂಡದೆಂದೂ ಮಕ್ಕಳೆಲ್ಲರೂ ಒಮ್ಮತದಿಂದ ಆಕೆಗೆ ತಿಳಿಸಿದ್ದರು. ಹನ್ನೊಂದು ಮತ್ತು ಹನ್ನೆರಡನೆಯ ದಿನದ ಕಾರ್ಯಗಳನ್ನು ಮುಗಿಸಿ, ಹನ್ನೆರಡನೆಯ ದಿನದ ಮಧ್ಯಾಹ್ನಕ್ಕೇ ಎಲ್ಲರೂ ಚಳ್ಳಕೆರೆಗೆ ಬಂದಿದ್ದರು. ಅಲ್ಲಿಯ ಶ್ರೀ ರಾಮಮಂದಿರದಲ್ಲಿ ಹದಿಮೂರನೆಯ ದಿನದ ಕಾರ್ಯಕ್ರಮವನ್ನು ವಿಶ್ವಣ್ಣನ ತಮ್ಮ ಪಶುಪತಿಯೇ ವ್ಯವಸ್ಥೆ ಮಾಡಿದ್ದನು. ಎಲ್ಲ ಕೆಲಸಗಳನ್ನೂ ಮಾಡಿದ್ದ ಆತ, ಇವರುಗಳು ಬಂದು ಹೋಗುವುದಷ್ಟೇ ಆಗುವಂತೆ

ನೋಡಿಕೊಂಡಿದ್ದನು. ವಿಶ್ವಣ್ಣನ ಭಾವಚಿತ್ರ ಅವರಲ್ಲಿ ಜಾಸ್ತಿ ಇರಲಿಲ್ಲ. ಇದ್ದುದರಲ್ಲೇ ಪಿಂಚಣಿಗಾಗಿ ಗಂಡ ಹೆಂಡತಿ ಜೊತೆಯಾಗಿ ತೆಗೆಸಿಕೊಂಡಿದ್ದ ಒಂದು ಚಿತ್ರ ಸ್ವಲ್ಪ ಚೆನ್ನಾಗಿತ್ತು. ಪಶುಪತಿಯ ಮಗ ಶ್ರೀನಿವಾಸ ರಾತ್ರಿಯೆಲ್ಲಾ ಕುಳಿತು ಆ ಚಿತ್ರದಿಂದ ವಿಶ್ವಣ್ಣನ ಭಾಗವನ್ನು ತೆಗೆದು ದೊಡ್ಡದಾಗಿ ಮಾಡಿ, ಹದಿಮೂರನೆಯ ದಿನದ ಕಾರ್ಯಕ್ರಮದಲ್ಲಿ ಇಟ್ಟಿದ್ದನು. ಬಹಳ ಸುಂದರವಾಗಿ ಮಾಡಿದ್ದ, ಆ ಚಿತ್ರ, ವಿಶ್ವಣ್ಣನೇ ಎದ್ದು ಬಂದಂತಿತ್ತು. ಕೊನೆಯ 5-6 ವರ್ಷಗಳಲ್ಲಿ ವಿಶ್ವಣ್ಣ ತನ್ನ ತಮ್ಮನ ಮನೆಗೆ ಹೆಚ್ಚಾಗಿ ಹೋಗುತ್ತಿದ್ದು, ತಮ್ಮನ ಮಕ್ಕಳು ಬಹಳವಾಗಿ ಹಚ್ಚಿಕೊಂಡಿದ್ದರು. ಆತ ಮರಣ ಹೊಂದಿದ ದಿನವಂತೂ ಆ ಮಕ್ಕಳ ದುಃಖ ಹೇಳತೀರದು. ತಮ್ಮ ಕುಟುಂಬದ ಹಿರಿಯ ಕೊಂಡಿಯೊಂದು ಕಳಚಿತೆಂದು ವಿಪರೀತವಾಗಿ ಅತ್ತಿದ್ದರು. ಪಶುಪತಿಗೂ ಅಣ್ಣನ ಮೇಲೆ ವಿಪರೀತ ಅಭಿಮಾನವಿತ್ತು. ವೃತ್ತಿಯ ನಿಮಿತ್ತ ಇಷ್ಟು ದಿನಗಳು ದೂರಾಗಿದ್ದವರು, ಈಗೀಗ ಬಹಳ ಹತ್ತಿರವಾಗಿದ್ದರು. ಎಲ್ಲ ಕೆಲಸಗಳಿಗೂ ಅಣ್ಣನ ಮಾರ್ಗದರ್ಶನ ತೆಗೆದುಕೊಳ್ಳುತ್ತಿದ್ದ. ದೀಪ ಕೊನೆಯ ಘಳಿಗೆಯಲ್ಲಿ ಉಜ್ವಲ ಬೆಳಕನ್ನೀಯುವುದು ನೋಡಿದ್ದೇವೆ. ಇವರ ಬಾಂಧವ್ಯವೂ ಕೊನೆಯ ದಿನಗಳಲ್ಲಿ ಹಾಗೆಯೇ ಇತ್ತು. ಅಪ್ಪನ ನೆನಪಿಗಾಗಿ ಹನುಮಂತರಾಯನು ಚಿಕ್ಕಪ್ಪನ ಇಬ್ಬರು ಹೆಣ್ಣುಮಕ್ಕಳಿಗೂ ತನ್ನ ತಂಗಿಯ ಜೊತೆ ತಲಾ 10000 ರೂಪಾಯಿಗಳನ್ನು ಕೊಟ್ಟಿದ್ದನು. ಎಲ್ಲ ಕಾರ್ಯಗಳೂ ಮುಗಿದ ಮೇಲೆ ಭಾಗೀರಥಿ ಒಬ್ಬಳೇ ತಳುಕಿನ ಮನೆಯಲ್ಲಿ ಇರುತ್ತೇನೆ ಎಂದಿದ್ದಳು. ಒಂದು ವರ್ಷ ಯಾರ ಮನೆಗೂ ಹೋಗುವಂತಿಲ್ಲ, ತನಗೆ ತಿಳಿದಂತೆ ದೇವತಾ ಧ್ಯಾನ ಮಾಡಿಕೊಂಡಿರುತ್ತೇನೆಂದಿದ್ದಳು.

ಹನುಮಂತರಾಯ ಆಗಾಗ್ಯೆ ಬೆಂಗಳೂರಿನಿಂದ ಬಂದು ಅಮ್ಮನನ್ನು ನೋಡಿಕೊಂಡು ಹೋಗುತ್ತಿದ್ದನು.

ಸೀನನ ಮಾತುಗಳು

1993 ಜನವರಿ ಮೊದಲ ಶ್ರಾದ್ಧ ತಳುಕಿನ ಮನೆಯಲ್ಲಿಯೇ ಮಾಡಿದ್ದರು. ಅದು ಮುಗಿದ ಬಳಿಕ, ಮನೆಯಲ್ಲಿದ್ದ ಸಾಮಾನುಗಳನ್ನೆಲ್ಲಾ ಒಂದು ಕೊಠಡಿಯಲ್ಲಿರಿಸಿ, ಮನೆಯನ್ನು ಸತ್ಯಣ್ಣ ನೋಡಿಕೊಳ್ಳುವನೆಂದೂ, ಭಾಗೀರಥಿಯು ನಾಲ್ಕನೆಯ ಮಗನೊಂದಿಗೆ ಮುಂಬಯಿಗೆ ಬಂದಳು. ಮೊದ ಮೊದಲು ಅವರು ಬರಲು ತಯಾರಿರಲಿಲ್ಲ. ಆದರೂ ಕಡೆಯ ಮಗನ ಹೆಚ್ಚಿನ ಒತ್ತಾಯಕ್ಕೆ ಮಣಿದು ಹೊರಟರು. ಬರುವಾಗ ಟ್ರೈನ್‌ನಲ್ಲಿಯೇ ಅವರಿಗೆ ಹುಷಾರಿರಲಿಲ್ಲ. ಅವರಿಗೇನಾಗಿದೆ ಎಂದು ನನಗೆ ತಿಳಿಯಲೇ ಇಲ್ಲ. ವಿಪರೀತ ಕೆಮ್ಮು, ಸುಸ್ತು, ಜ್ವರ ಎಲ್ಲವೂ ಒಟ್ಟಿಗೇ ಒತ್ತರಿಸಿಕೊಂಡು ಬಂದಿತ್ತು. ಮುಂಬೈ ತಲುಪಿದ ಮಾರನೆಯ ದಿನ ಪರೀಕ್ಷೆಗಾಗಿ ಹತ್ತಿರದ ಆಸ್ಪತ್ರೆಗೆ ಅವರನ್ನು ಕರೆದೊಯ್ದಿದ್ದೆ. ವೈದ್ಯರ ಪ್ರಕಾರ ಅವರಿಗೆ ಮಧುಮೇಹ ರೋಗವಿದೆಯೆಂದೂ, ಟ್ರೈನ್‌ನಲ್ಲಿ ಪ್ರಯಾಣಿಸುತ್ತಿದ್ದಾಗ ಸಣ್ಣದಾಗಿ ಹೃದಯಾಘಾತವಾಗಿದೆಯೆಂದೂ ತಿಳಿಯಿತು. ಅವರನ್ನು ತಕ್ಷಣ ಅಲ್ಲಿಯೇ ಸೇರಿಸಿ ಔಷಧೋಪಚಾರವನ್ನು ಮಾಡಿಸಲಾಯಿತು. ಮನೆಗೆ ಬಂದಂದಿನಿಂದ ಪ್ರತಿನಿತ್ಯ ಬೆಳಗ್ಗೆ ಮತ್ತು ಸಂಜೆಗೆ ಅವರು ಮಾತ್ರ ತೆಗೆದುಕೊಂಡರೋ ಇಲ್ಲವೋ ಎಂದು ನೋಡುವುದು ನನ್ನ ಖಾಯಂ ಕೆಲಸವಾಗಿತ್ತು. ಅವರ ಧ್ಯಾನವೆಲ್ಲಾ ಊರಿನ ಕಡೆಗೇ ಇದ್ದರೂ ಮೊಮ್ಮಗಳ ಆಟ ಪಾಠಗಳಲ್ಲಿ ಸ್ವಲ್ಪ ಕಾಲ

ಮುಳುಗಿಹೋಗುತ್ತಿದ್ದರು. ಆಗಲೇ ನನ್ನ ಸ್ನೇಹಿತರ ತಾಯಿ ಸುಮಿತ್ರಮ್ಮನವರ ಪರಿಚಯವಾಗಿದ್ದು. ಕೆಲವೇ ಘಂಟೆಗಳಲ್ಲಿ ಇವರಿಬ್ಬರೂ ಅಕ್ಕ ತಂಗಿಯರಂತೆ ಬಹಳ ಅನ್ಯೋನ್ಯವಾಗಿಬಿಟ್ಟಿದ್ದರು. ನನ್ನ ತಂದೆಯ ಶ್ರಾದ್ಧದ ದಿನಕ್ಕೆ ಒಂದು ತಿಂಗಳು ಮುಂಚಿತವಾಗಿಯೇ ಅವರೇ ಖುದ್ದಾಗಿ ಫೋನು ಮಾಡಿ ನನ್ನಣ್ಣನಿಗೆ ಬಂದು ಕರೆದೊಯ್ಯಲು ತಿಳಿಸಿದ್ದರು. ನಾನು ಜೊತೆಗೆ ಬರುವೆ, ಅಣ್ಣ ಯಾಕೆ ಬರಬೇಕು ಎಂದರೆ ಕೇಳಿರಲಿಲ್ಲ. ನೀನು ಶ್ರಾದ್ಧದ ಸಮಯಕ್ಕೆ ಬಾ, ನಾನು ಹತ್ತು ದಿನ ಮುಂಚಿತವಾಗಿ ಹೋಗುವೆ ಎಂದಿದ್ದರು. ಅಣ್ಣ ಬಂದ ಕೂಡಲೇ ಊರಿಗೆ ಹೊರಟು ನಿಂತಿದ್ದರು. ಹೋಗುವ ಮುನ್ನ ಎಲ್ಲರಿಗೂ ತಾನು ಹೋಗುವೆ ಎಂದು ಹೇಳಿದ್ದರಂತೆ. ಈ ಒಂದು ವಿಷಯ ಮಾತ್ರ ನನಗೆ ತಿಳಿದಿರಲಿಲ್ಲ. ಸಾಮಾನ್ಯವಾಗಿ ಹೋಗಿ ಬರುವೆ ಎಂದು ಹೇಳುವ ರೂಢಿ ಇರುವುದೇ ಹೊರತು ಹೋಗುವೆ ಎಂದು ಯಾರೂ ಹೇಳುವುದಿಲ್ಲ. ಬೆಂಗಳೂರು ತಲುಪಿದ ನಂತರ ಅವರ ತಂಗಿಯರ (ನಮ್ಮ ತಾತನವರಿಗೆ ಅವರೇ ದೊಡ್ಡ ಮಗಳು) ಮನೆಗಳಿಗೆ ಹೋಗಿ ತಾನಿನ್ನು ಹೋಗುವೆ ಎಂದು ಹೇಳಿದ್ದರಂತೆ. ಮೊದಲಿನಿಂದಲೂ ಕಷ್ಟದಲ್ಲಿ ಕುದಿದ ಜೀವಕ್ಕೆ ಎಲ್ಲರೂ ವಿಶೇಷ ಸ್ಥಾನ ಕೊಟ್ಟಿದ್ದರು. ಯಾರೂ ಇವರ ಮಾತಿಗೆ ಎದುರಾಡುತ್ತಿರಲಿಲ್ಲ. ನನ್ನ ಸೋದರಮಾವನಿಗಂತೂ ಇವರು ಅಕ್ಕನಿಗಿಂತ ಹೆಚ್ಚಾಗಿ ತಾಯಿಯಂತೆಯೇ ಇದ್ದರು. ಇವರ ಸಾವಿನ ಸುದ್ದಿ ಕೇಳಿದ ಕೂಡಲೇ ಮಕ್ಕಳಾದ ನಾವ್ಯಾರೂ ಅತ್ತಿರಲಿಲ್ಲ, ಆದರೆ ಆತ ಮಾತ್ರ ಬಹಳವಾಗಿ ಅತ್ತಿದ್ದನಂತೆ. ಅಷ್ಟು ಅಪ್ಯಾಯಮಾನತೆ ತನ್ನ ಅಕ್ಕನ ಮೇಲೆ. ಇದಕ್ಕೆ ಇನ್ನೊಂದು ಮುಖ್ಯವಾದ ಕಾರಣವೇನೆಂದರೆ ಅವನು

ಹುಟ್ಟುವ ಮೊದಲೇ ನನ್ನ ತಾಯಿಗೆ ಮದುವೆಯಾಗಿತ್ತು ಮತ್ತು ನಮ್ಮ ದೊಡ್ಡಣ್ಣ ಇವನಿಗಿಂತ 15 ದಿನಗಳ ಮುಂಚಿತವಾಗಿ ಹುಟ್ಟಿದ್ದ. ಈ ಹಿರಿಯಕ್ಕನಿಗೆ ತನ್ನ ಮಗನಿಗಿಂತ ಚಿಕ್ಕವನಾದ ತಮ್ಮನ ಮೇಲೆ ಅತೀವ ಪ್ರೇಮ.

ನನ್ನ ಎರಡನೆಯ ಅಣ್ಣನ ಊರಾದ ಹೊಸದುರ್ಗದಲ್ಲಿ ಅಪ್ಪನ ಶ್ರಾದ್ಧ ಮಾಡಿದ್ದರು. ಅದಾದ 5-6 ದಿನಗಳಿಗೆ ನನ್ನ ತಂಗಿಯೊಂದಿಗೆ ಅವಳ ಊರಾದ ಜಗಳೂರಿಗೆ ಹೋಗಿದ್ದರು. ನನ್ನ ತಂಗಿಗೆ ಅಮ್ಮನ ಮೇಲೆ ಅತೀವ ಮಮತೆ. ಅಮ್ಮನಿಗೂ ಒಬ್ಬಳೇ ಆದ ಮಗಳ ಮೇಲೆ ಎಲ್ಲಿಲ್ಲದ ಅಕ್ಕರೆ. ಅಂದು ರಾತ್ರಿ ಅವರಿಗೆ ಸ್ವಲ್ಪ ಎದೆಯಲ್ಲಿ ನೋವು ಕಾಣಿಸಿಕೊಂಡಿತ್ತಂತೆ. ಅದಕ್ಕೆ ನನ್ನ ತಂಗಿ ಗ್ಯಾಸ್ ಆಗಿರಬೇಕೆಂದು ಸ್ವಲ್ಪ ಝುಂಡೂ ಬಾಮ್ ಅನ್ನು ಎದೆಗೆ ತಿಕ್ಕಿದ್ದಾಳೆ. ಮಧ್ಯರಾತ್ರಿ ಎದೆ ನೋವು ಜಾಸ್ತಿ ಆಗಿ ಹತ್ತಿರದ ಆಸ್ಪತ್ರೆಗೆ ಕರೆದೊಯ್ಯಲು ಪ್ರಯತ್ನಿಸಿದ್ದಾರೆ. ಅಷ್ಟರಲ್ಲಿ ಜೀವ ಪಕ್ಷಿ ಹಾರಿ ಹೋಗಿತ್ತು. ಅವರ ಕಡೆಯ ಉಸಿರು ತನ್ನ ಮಗಳ ಮನೆಯಲ್ಲಿ ಇತ್ತು ಅನಿಸುತ್ತದೆ. 1995ರ ಜನವರಿ 12ರ ರಾತ್ರಿ 1 ಘಂಟೆಗೆ ಅಮ್ಮ ನನ್ನ ತಂಗಿಯ ಮನೆಯಲ್ಲಿ ಕೊನೆಯುಸಿರೆಳೆದರು.

ಸರಿ ಇನ್ನು ನಮ್ಮ ವಿಷಯ. ಮತ್ತೆ ಈ ಸಲವೂ ನಾನು ಬ್ಯಾಂಕಿಗೆ ಹೋದ ಸ್ವಲ್ಪ ಸಮಯದಲ್ಲಿ ಅಂದರೆ ಬೆಳಗಿನ 11 ಘಂಟೆಗೆ ಬೆಂಗಳೂರಿನಿಂದ ಫೋನ್ ಬಂದು ವಿಷಯ ತಿಳಿಯಿತು. ತಕ್ಷಣ ದುಡ್ಡು ಹೊಂದಿಸಿಕೊಂಡು ಮನೆಗೆ (ಆಗ ತಾನೆ ಮನೆಗೆ ಫೋನ್ ಬಂದಿತ್ತು) ಫೋನಾಯಿಸಿ ಬೆಂಗಳೂರಿಗೆ ಹೊರಡಲು ತಯಾರಿರುವಂತೆ ನನ್ನ ಪತ್ನಿಗೆ ತಿಳಿಸಿದ್ದೆ. ಮನೆಗೆ ಬರುವ ಮೊದಲು ವಿಮಾನ ನಿಲ್ದಾಣಕ್ಕೆ ಹೋಗಿ

ಬೆಂಗಳೂರಿಗೆ ಟಿಕೆಟ್ ತೆಗೆದುಕೊಂಡೆ. 4 ಘಂಟೆಯ ವಿಮಾನದಲ್ಲಿ ಸ್ಥಳ ಸಿಕ್ಕಿತ್ತು. ಕಳೆದ ಬಾರಿಯಂತೆ ಬಸ್ ಪ್ರಯಾಣದ ದುಸ್ಥಿತಿ ಬರಲಿಲ್ಲವೆಂಬುದೇ ಹೆಚ್ಚಿನ ಸಮಾಧಾನಕರ ವಿಷಯವಾಗಿತ್ತು. ಮನೆಗೆ ಬಂದು ಪತ್ನಿ ಮತ್ತು ಮಗಳನ್ನು ಕರೆದುಕೊಂಡು ಇನ್ನೇನು ಹೊರಟೆವು, ಆಗ ಪಕ್ಕದ ಕಟ್ಟಡದಲ್ಲಿ ವಾಸವಾಗಿದ್ದ ನನ್ನ ಸ್ನೇಹಿತರ ತಾಯಿ ಸುಮಿತ್ರಮ್ಮ (ನನ್ನ ತಾಯಿಗೂ ಅವರು ಸ್ನೇಹಿತೆಯಾಗಿದ್ದರು) ಬಂದು ವಿಷಯವೇನೆಂದು ಕೇಳಿದರು. ತಿಳಿದ ವಿಷಯ ಹೇಳಿದ ಕೂಡಲೇ ತನ್ನ ಅಕ್ಕನನ್ನೇ ಕಳಿದುಕೊಂಡವರಂತೆ ಗೊಳೋ ಎಂದು ಅತ್ತರು. ಅಲ್ಲಿಯವರೆವಿಗೆ ನನಗೇ ಅಳು ಬಂದಿರಲಿಲ್ಲ. ಆಕೆಯ ಮನೋವೇದನೆ ಕಂಡು ನನಗೂ ಕಣ್ಣು ತೇವವಾಗಿತ್ತು. ನಾವು ವಿಮಾನದಲ್ಲಿ ಬೆಂಗಳೂರನ್ನು ಸಂಜೆಗೆ ತಲುಪಿದ್ದೆವು. ಪತ್ನಿ ಮತ್ತು ಮಗಳನ್ನು ಪತ್ನಿಯ ತಾಯಿಯ ಮನೆಗೆ ಕಳುಹಿಸಿ ನಾನು ಬಸ್‌ನಲ್ಲಿ ತಂಗಿಯ ಊರಾದ ಜಗಳೂರಿಗೆ ಪ್ರಯಾಣ ಮಾಡಿದೆ. ಜಗಳೂರನ್ನು ತಲುಪುವ ಹೊತ್ತಿಗೆ ಮಧ್ಯರಾತ್ರಿ ಕಳೆದು 2 ಘಂಟೆಗಳಾಗಿತ್ತು. ಅದೇ ಮೊದಲ ಬಾರಿಗೆ ಜಗಳೂರಿಗೆ ಬಂದಿದ್ದದ್ದು. ನನ್ನ ತಂಗಿಯ ಮನೆಯನ್ನು ಎಲ್ಲಿ ಎಂದು ಹುಡುಕುವುದು? ತಕ್ಷಣ ಹೊಳೆದದ್ದು, ನನ್ನ ಭಾವ ಪೊಲೀಸ್ ನೌಕರಿಯಲ್ಲಿದ್ದ. ಹಾಗಾಗಿ ಹತ್ತಿರ ಪೊಲೀಸ್ ಠಾಣೆಗೆ ಹೋದರೆ ಸುಲಭವಾಗುವುದು ಎಂದು ಬಸ್ ಸ್ಟ್ಯಾಂಡ್ ಪಕ್ಕದಲ್ಲೇ ಇದ್ದ ಪೊಲೀಸ್ ಠಾಣೆಗೆ ಹೋದೆ. ಅಲ್ಲಿ ಯಾರೂ ಕಣ್ಣಿಗೆ ಬೀಳಲಿಲ್ಲ. ಸ್ವಲ್ಪ ಹೊತ್ತು ಅಲ್ಲಿಯೇ ಒಂದು ಸ್ಟೂಲಿನ ಮೇಲೆ ಕುಳಿತಿದ್ದೆ. ಬೆಳಗಿನ ಜಾವದ 4 ಘಂಟೆಗೆ ಒಬ್ಬ ಪೊಲೀಸ್ ಪೇದೆ ಬಂದವರು, 'ತಾವು ಯಾರು? ಏನು ಬೇಕಾಗಿತ್ತು?'

ಎಂದು ಕೇಳಿದ್ದ. ನಾನು ಗಣೇಶ್ ಅವರ ಮನೆಗೆ ಹೋಗಬೇಕೆಂದು ತಿಳಿಸಿದ್ದೆ. ಅವರು ಬೆಳಗಿನ ಜಾವದ ಗಸ್ತಿಗಾಗಿ ಹೊರಟಿದ್ದ ತಮ್ಮ ಸಹೋದ್ಯೋಗಿಗಳ ಜೊತೆ ನನಗೆ ಹೋಗಲು ತಿಳಿಸಿದರು. ತಂಗಿಯ ಮನೆಗೆ ಹೋಗುವಷ್ಟರಲ್ಲಿ ನನ್ನ ಅಣ್ಣಂದಿರು ನನಗಾಗಿ ಕಾಯುತ್ತಿದ್ದರು. ಮನೆಯೊಳಗೆ ಹೋಗದೇ ಹಾಗೆಯೇ ರುದ್ರಭೂಮಿಗೆ ಹೋದೆವು. ಅಲ್ಲಿ ಬೆಂಕಿಯ ಉರಿ ನಂದುತ್ತಿತ್ತು. ಇವಳೇನೇ ನನ್ನ ತಾಯಿ. ನಿನ್ನೆಯವರೆವಿಗೆ ಚೇತನಸ್ವರೂಪಿಯಾಗಿ ಎಲ್ಲರಿಗೂ ಬಾಳುವೆಯ ಹಾದಿಯನ್ನು ತೋರಿಸುತ್ತಿದ್ದವಳು ಇಂದು ಭಸ್ಮವಾಗಿ ಹೋದಳೇ? ಆ ಬೂದಿಯ ಮಧ್ಯೆ ಸಿಡಿದ ತಲೆಬುರುಡೆ ಇತ್ತು. ಅದರ ಮಧ್ಯಭಾಗದಲ್ಲಿ ಒತ್ತಿದ ಗೆರೆ ಕಾಣಿಸುತ್ತಿತ್ತು. ನನ್ನಣ್ಣ ಇದನ್ನು ತೋರಿಸಿ, ನೋಡು ಅಮ್ಮ ಪ್ರತಿನಿತ್ಯ ಎರಡು ಬಾರೆ ತಲೆ ಬಾಚಿಕೊಳ್ತಿದ್ರಲ್ಲ, ಆ ಬೈತಲೆಯ ಗುರುತು. ಕುಂಕುಮ ಇಡುತ್ತಿದ್ದ ಜಾಗದಲ್ಲೂ ಹಾಗೆಯೇ ಸಣ್ಣಗೆ ಗೋಚರಿಸುವಂತಹ ಗುರುತು ಇದ್ದಿತ್ತು. ಮೂಳೆ ಮತ್ತು ಬೂದಿಗಳನ್ನು ಒಂದು ಮಡಕೆಯ ಒಳಗೆ ತುಂಬಿ ಅದಕ್ಕೆ ಬಟ್ಟೆ ಕಟ್ಟಿ ಅಸ್ತಿ ಸಂಚಯಕ್ಕಾಗಿ ಹರಿಹರಕ್ಕೆ ಹೊರಟೆವು. ಎರಡು ವರ್ಷಗಳಲ್ಲಿ ತಂದೆ ತಾಯಿಯರನ್ನು ಕಳೆದುಕೊಂಡ ನಾವು ತಬ್ಬಲಿಗಳ ತರಹ ಕಾಣದೇ ಹೀರೋಗಳ ತರಹ ನಗು ನಗುತ್ತಿದ್ದೆವು. ಹರಿಹರದಲ್ಲಿ ಅಪರ ಕರ್ಮವನ್ನು ಮಾಡಿದ್ದೆವು. ಈ ಸಮಯದಲ್ಲಿ ನಾವು ಅಣ್ಣಂದಿರು ಮತ್ತು ನನ್ನ ತಂಗಿ ಮಾತನಾಡುತಿದ್ದಾಗ ತಿಳಿದ ವಿಷಯವೇನೆಂದರೆ, ಅಮ್ಮನಿಗೆ ಮುಂಬೈನಲ್ಲಿ ಹುಷಾರಿಲ್ಲದಿದ್ದದ್ದು, ಆಸ್ಪತ್ರೆ ಸೇರಿದ್ದು, ಪ್ರತಿ ನಿತ್ಯ ಎರಡು ಬಾರಿ ಅವರು ಮಾತ್ರೆಗಳನ್ನು ಸೇವಿಸಬೇಕಾದದ್ದು ಇವರುಗಳಿಗೆ ತಿಳಿದಿರಲೇ ಇಲ್ಲ. ನನ್ನ ತಾಯಿಯೂ ಯಾರಿಗೂ

ತಿಳಿಸಿರಲಿಲ್ಲ. ಮುಂಬೈನಿಂದ ಹೊರಡುತ್ತೇನೆ ಎಂದು ತಿಳಿದ ಕೂಡಲೇ ಎಲ್ಲವೂ ವ್ಯವಸ್ಥೆ ಮಾಡಿಕೊಂಡಿದ್ದರು. ಮುಂಬೈ ಬಿಟ್ಟೊಡನೆಯೇ ಮಾತ್ರೆ ತೆಗೆದುಕೊಳ್ಳುವುದನ್ನು ನಿಲ್ಲಿಸಿದ್ದರು. ತಂಗಿಯ ಮನೆಯಲ್ಲಿ ಅವರಿಗೆ ಎದೆ ನೋವು ಕಾಣಿಸಿಕೊಂಡಾಗ ಆಗಿದ್ದುದು ಹೃದಯಾಘಾತ. ಇದು ಯಾರಿಗೂ ತಿಳಿದಿರಲೇ ಇಲ್ಲ.

ಇದು ನಾನು ಮಾಡಿದ ಅಚಾತುರ್ಯ. ಅವರ ಆರೋಗ್ಯದ ವಿಷಯ ತಿಳಿಸಿದ್ದರೆ ಇನ್ನೂ ಸ್ವಲ್ಪ ಕಾಲ ಬದುಕುತ್ತಿದ್ದರೋ ಏನೋ? ಆ ವಿಧಿಯೇ ನನ್ನ ಬುದ್ದಿಯ ಮೇಲೆ ಮಂಕು ಕವಿದಿತ್ತೇನೋ? ಎಲ್ಲ ವಿಧಿಲಿಖಿತ. ನಾವು ಆತ ಆಡಿಸಿದಂತೆ ಆಡುವ ಗೊಂಬೆಗಳು.

ನಮ್ಮ ತಂದೆ ಮತ್ತು ತಾಯಿಯರ ಅಪರ ಕರ್ಮದ ಮೊದಲಿನಿಂದ ಕಡೆಯವರೆವಿಗೆ ನಮ್ಮ ಸೋದರಮಾವ ನಮ್ಮೊಡನೆಯೇ ಇರುತ್ತಿದ್ದ. ಎರಡೂ ಸಲ ನಮಗ್ಯಾರಿಗೂ ಅಷ್ಟು ವ್ಯಥೆ ಆಗಿರಲಿಲ್ಲ ಅಥವಾ ಅದರ ಕಡೆ ನಮ್ಮಗಳ ಮನ ಒಲಿದಿರಲಿಲ್ಲ. ನಮ್ಮ ಸೋದರಮಾವ ಮಾತ್ರ ಬಹಳ ಖಿನ್ನನಾಗಿದ್ದನು. ಅದೇಕೇ ಅನ್ನುವುದು ಈಗ ನನಗೆ ಅರಿವಾಗುತ್ತಿದೆ. ಅಪ್ಪ ಅಥವಾ ಅಮ್ಮನ ಶ್ರಾದ್ಧದ ದಿನ, ಚಿಕ್ಕಂದಿನ ದಿನಗಳಿಂದಲ್ಲಿ ನಮ್ಮೊಂದಿಗಿನ ಅವರ ಒಡನಾಟದ ನೆನಪು ತರ್ವುದು. ಮತ್ತು ಅದು ಈಗ ಕಳೆದು ಹೋಗಿರುವುದರಿಂದ ಬಹಳವಾಗಿ ವ್ಯಥೆ ತರಿಸುತ್ತದೆ. ಆದರೆ ನಮ್ಮೊಂದಿಗೆ ಇರುವ ನಮ್ಮ ಮಕ್ಕಳಿಗೆ ಈ ವಿಷಯವನ್ನು ಹೇಳಿದರೂ ಅರ್ಥ ಆಗುವುದಿಲ್ಲ. ಗೊಡ್ಡು ಪುರಾಣ ಅನ್ನುವರು. ಇರುವುದೆಲ್ಲವ ಬಿಟ್ಟು ಇಲ್ಲದುದರ ಎಡೆಗೇ ತುಡಿವುದು ಈ ಮನ - ಎಂತಹ ಸತ್ಯದ ಮಾತುಗಳಿವು

ನನ್ನ ತಂದೆ ಮತ್ತು ತಾಯಿಯರು ಎಂದಿಗೂ ಯಾರ ಮನೆಗೂ ಹೋಗಲಿಲ್ಲ ಮತ್ತು ಯಾವ ಮಕ್ಕಳ ಕೈಗೂ ಸಿಕ್ಕಿ ಹಾಕಿಕೊಳ್ಳಲಿಲ್ಲ. ಕೊನೆಯ ಉಸಿರಿನವರೆವಿಗೂ ಸ್ವತಂತ್ರವಾಗಿ ಬದುಕಿದವರು. ನನ್ನ ತಾಯಿ ಮಾತ್ರ ಕೊನೆಯ ಒಂದು ವರ್ಷ, ಕೊನೆಯ ಮಗನಾದ ನನ್ನ ಹತ್ತಿರ ಇದ್ದರು.

ಮಕ್ಕಳು ಕೊಂಬೆಗಳ ತರಹ ವಿರುದ್ಧ ದಿಕ್ಕಿಗೆ ಬೆಳೆದದ್ದು. ಬೇರನ್ನು ಕೇಳುವವರು, ನೋಡುವವರು ಯಾರೂ ಇಲ್ಲ.

ಕೊನೆಯ ಮಗನೂ ಮುಂಗೋಪಿ. ಸೊಸೆ ವಯಸ್ಸಿನಲ್ಲಿ ಬಹಳ ಚಿಕ್ಕವಳು - ತನ್ನ ಯೋಚನೆಗೂ ಅವಳ ಯೋಚನೆಗೂ ಸಾಮ್ಯತೆ ಇಲ್ಲ. ಅದೂ ಅಲ್ಲದೇ ಸ್ಥಿತಿವಂತರ ಮನೆಯಲ್ಲಿ ಬೆಳೆದು ಬಂದ ಹೆಣ್ಣು. ಅವಳ ನಯ ನಾಜೂಕು ಜೀವನ ಶೈಲಿ ತನಗೆ ಒಗ್ಗುತ್ತಿರಲಿಲ್ಲ. ಹೇಗೋ ಒಂದು ವರ್ಷ ಸಾವರಿಸಿಕೊಂಡು ಇದ್ದದ್ದಾಯ್ತು. ದಿನದಲ್ಲಿ ಮನೆಯಲ್ಲಿ ಆದದ್ದನ್ನು ಮಗನ ಮುಂದೆ ಹೇಳೋ ಹಾಗಿಲ್ಲ. ಅವನಿಗೆ ಕೇಳುವ ವ್ಯವಧಾನವೂ ಇಲ್ಲ. ತಾನು ಬಾಯಿ ಬಿಟ್ಟರೆ ಅವನು ರೇಗ್ತಾನೆ.

ಭಾಗೀರಥಿ ಬಾಡದ ಹೂ - ಮನೆಯಲ್ಲೆಲ್ಲಾ ಪಸರಿಸಿರುವ, ಇಂದಿಗೂ ಕುಟುಂಬದ ಎಲ್ಲರ ಮನೆಯಲ್ಲಿಯೂ ಸದಾ ಸೂಸುತ್ತಿರುವ ಸುಗಂಧ.

ದುರ್ಗಂಧಕ್ಕೆ ಈ ಮನೆಗಳಲ್ಲಿ ಅವಕಾಶವೇ ಇಲ್ಲ.

ನಾಳೆಯದರ ಬಗ್ಗೆ ಯಾಕೆ ಸಂಜೆ ಊಟದ ಬಗ್ಗೆ ಯೋಚಿಸೋಕ್ಕೆ ಆಗುತ್ತಿಲ್ಲ ಯಾಕೆ ಅಂದ್ರೆ, ಕೈನಲ್ಲಿ ಏನೂ ಇಲ್ಲ. ಬೆಳಗ್ಗೆ ಸಂಜೆ ಊಟದ

ಬಗ್ಗೆ ಚಿಂತಿಸೋಕ್ಕೂ ಕೈನಲ್ಲಿ ತಲೆಯಲ್ಲಿ ಏನೇನೂ ಇಲ್ಲ. ವಿಧಿ ಹಾಗೆ ಮಾಡಿಸುತ್ತಿತ್ತು.

ವಿಶ್ವಣ್ಣನಿಗೆ ತನ್ನ ಮಕ್ಕಳು ಸ್ವಂತ ಕಾಲ ಮೇಲೆ ನಿಂತುಕೊಳ್ಳಬೇಕು, ಇನ್ನೊಬ್ಬರ ಹಂಗಿನ ಜೀವನ ಬೇಡ, ತಮ್ಮ ವಂಶದ ಬಗ್ಗೆ ಎಲ್ಲಿಯೂ ಹೇಳಿಕೊಂಡು ಕನಿಕರ ಅಥವಾ ಪ್ರಯೋಜನ ತೆಗೆದುಕೊಳ್ಳುವುದು ಬೇಡ ಎಂಬ ನಿಲುವು ಇತ್ತು. ಅದೇ ಭಾಗೀರಥಿಗೆ ತಮ್ಮವರು ನಮ್ಮವರು ಅಂತ ಮಕ್ಕಳಿಗೆ ತಿಳಿದಿರಲಿ ಎಂದು ಎಲ್ಲರ ಮನೆಗಳಿಗೂ ಕರೆದೊಯ್ಯುತ್ತಿದ್ದಳು, ಅವರುಗಳ ಮನೆಯಲ್ಲಿ ಏನೇ ಕೆಲಸವಿದ್ದರೂ ಮಾಡಿಕೊಡುತ್ತಿದ್ದಳು, ಈಗ ಒಬ್ಬರಿಗೆ ಸಹಾಯ ಮಾಡಿದರೆ ಮುಂದೆ ತಮಗೆ ಇನ್ನ್ಯಾರಾದರೂ ಮಾಡುವರು ಎಂಬ ನಿಲುವು. ಅಲ್ಲದೇ ನಮ್ಮ ವಂಶದ ಬಗ್ಗೆ ತಿಳಿದು ತಾವೂ ಅದಕ್ಕೆ ತಕ್ಕುದಾಗಿ ಹೆಸರು ಮಾಡಿ ಜೀವಿಸಲು ಪ್ರೇರೇಪಣೆ ಕೊಟ್ಟಿದ್ದಳು. ಇಬ್ಬರದ್ದೂ ತದ್ವಿರುದ್ಧ ಭಾವಗಳು. ಕೊನೆಗೂ ಆಕೆಯೇ ಗೆದ್ದದ್ದು. ಎಂದೂ ತಂದೆಯಂತೆ ಮಕ್ಕಳು ದುಶ್ಚಟಗಳಿಗೆ ದಾಸರಾಗಬಾರದು ಎಂಬ ನಿಟ್ಟಿನಲ್ಲೇ ಬೆಳೆಸಿದಳು. ಅಷ್ಟೇ ಅಲ್ಲ, ಎಷ್ಟೋ ಸಲ ಗಂಡನನ್ನೂ ದಾರಿಗೆ ತಂದಿದ್ದಳು.

ಹೀಗೆ ಮೇಲೆ ತಿಳಿಸಿದ ಎಷ್ಟೋ ಘಟನೆಗಳಲ್ಲೆಲ್ಲಾ ಆಕೆ ನೋವು ತಿಂದದ್ದೇ. ಆದರೂ ಧೃತಿಗೆಡದೇ ಸಂಸಾರದ ನೊಗಕ್ಕೆ ಹೆಗಲು ಕೊಟ್ಟು ಎಳೆದಿದ್ದಳು. ಕೊನೆಯವರೆವಿಗೂ ತನ್ನವರೇ ತನಗೆ ನೋವು ಕೊಟ್ಟರೂ ಆಕೆ ಮಾತ್ರ ಅವರಿಗೆ ಕೆಟ್ಟದ್ದು ಎಣಿಸಲಿಲ್ಲ. ಯಾರಿಂದ ಆಕೆಗೆ ಸಹಾಯ ದೊರಯಬೇಕಿತ್ತೋ ಅವರಿಂದ ನೋವು ಸಿಕ್ಕಿತ್ತು. ವಿಧಿಯ ಬಲವಿದ್ದ ಆಕೆಗೆ ತನ್ನವರಲ್ಲದವರು ಸಾಥ್ ನೀಡಿದ್ದು ಹೆಚ್ಚಿನ ವಿಷಯ.

ಎಷ್ಟೆಲ್ಲಾ ಕಷ್ಟ ಪಟ್ಟರೂ ಆಕೆ ಮೋಸ ತಟವಟಗಳಿಗೆ ದಾಸಿಯಾಗಲಿಲ್ಲ. ಮಕ್ಕಳಿಗೆ ಒಳ್ಳೆಯ ಸಂಸ್ಕಾರವನ್ನೇ ಕೊಡುತ್ತಿದ್ದಳು. ಗಂಡನಿಗಿದ್ದ ಕೆಲವು ದುರಭ್ಯಾಸಗಳೂ ಮಕ್ಕಳಿಗೆ ತಟ್ಟದಂತೆ ನೋಡಿಕೊಳ್ಳುತ್ತಿದ್ದಳು. ಮಕ್ಕಳೆಲ್ಲಾ ಸ್ಥಿತಿವಂತರಾದರೂ ತಾನು ಮಾತ್ರ ಕಷ್ಟ ಪಡುವುದು ತಪ್ಪುತ್ತಿರಲಿಲ್ಲ - ಎಷ್ಟೋ ವಿಷಯ ಹೇಳಿಕೊಳ್ಳಲೂ ಆಗದೇ ಒಳಗೊಳಗೇ ಕುಗ್ಗುತ್ತಿದ್ದುದು.

ಭಾಗೀರಥಿ ಶ್ರೀಗಂಧದಂತೆ - ಜೀವವಿರುವವರೆವಿಗೂ ತೇಯುತ್ತಲೇ ಇದ್ದಳು. ಆದರೆ ಆ ಗಂಧದ ಕೊರಡು ಈಗಿಲ್ಲದಿದ್ದರೂ, ಸುವಾಸನೆ ಮಾತ್ರ ಚಿರಂತನವಾಗಿದೆ.

ಮಕ್ಕಳ ಏಳಿಗೆಯದೇ ಕನಸು - ಕೊನೆಗೂ ಅದು ಕನಸಾಗಿಯೇ ಉಳಿಯಿತು. ಆಕೆ ಇಹಲೋಕ ತ್ಯಜಿಸಿದ ಮೇಲೆ ಮಕ್ಕಳಲ್ಲಿ ಮತ್ತು ಆಕೆಯ ಕುಟುಂಬಕ್ಕೆ ಸಂಪತ್ತು, ಮರ್ಯಾದೆ ಎಲ್ಲ ದೊರೆಯಿತು. ಅದರ ಕನಸು ಕಂಡವಳು ಅನುಭವಿಸಲಾಗಲಿಲ್ಲ. ಇದು ವಿಧಿಯ ನಿಯಮ.

ಸೀನನ ಮಾತುಗಳು

ಭಾಗೀರಥಿ ತನ್ನ ಕೊನೆಯ ಮಗನನ್ನು ತುಂಬಾ ಮುದ್ದಿನಿಂದ ಮುಚ್ಚಟೆ ಮಾಡುತ್ತಿದ್ದಳು. ಅದಕ್ಕೆ ಇಲ್ಲಿ ಒಂದೆರಡು ಉದಾಹರಣೆಗಳಿವೆ.

ನನಗೆ ಮೊತ್ತ ಮೊದಲು ಮೋಸ ಹೋದುದರ ಬಗ್ಗೆ ನೆನಪಿನಲ್ಲಿರುವುದೆಂದರೆ (ಮಸುಕು ಮಸುಕಾಗಿ), ನನ್ನ 2 ನೆಯ ವಯಸ್ಸಿನಲ್ಲಿ ನನಗೆ ಚೌಲವನ್ನು ಮಾಡಿದ್ದರು. ಆಗ ನಾವಿದ್ದದ್ದು

ಲಿಂಗನಮಕ್ಕಿಯ ಈ ಟೈಪಿನ ಮನೆಯಲ್ಲಿ. ತಲೆ ಕೂದಲು ತೆಗೆದ ಮೇಲೆ ಒಂದು ಮಕ್ಮಲ್ ಟೋಪಿಯನ್ನು ಹಾಕಿದ್ದರು. ಸಂಜೆಗೆ ಮನೆಯಲ್ಲಿ ಒಂದು ಸಣ್ಣ ಖುರ್ಚಿಯಲ್ಲಿ ಕುಳ್ಳಿರಿಸಿ ಆರತಿ ಮಾಡಿದ್ದರು. ಅಕ್ಕ ಪಕ್ಕದ ಮನೆಯ ಹೆಂಗಸರೆಲ್ಲರೂ ಬಂದಿದ್ದರು. ಎಲ್ಲರೂ ಹೋಗುವಾಗ ತಲಾ ಒಂದು ರೂಪಾಯಿಯ ನೋಟನ್ನು ಕೊಟ್ಟು ಹೋಗಿದ್ದರು. ಸುಮಾರು 50 ರೂಪಾಯಿಯಷ್ಟು ಅವನ ಹತ್ತಿರ ಸೇರಿತ್ತು. ಅದು ತನ್ನದೇ ಅಂತ ಹಠ. ಹೋಗಲಿ ಮಗು ಹತ್ತಿರಾನೇ ಇರಲಿ ಅಂತ ಬಿಟ್ಟಿದ್ದರು. ಮರುದಿನ ಹಾಲಿನವನು ಬಂದಾಗ ಕೈನಲ್ಲಿದ್ದ ನೋಟುಗಳನ್ನು ತೋರಿಸಿ ಬೇಕಾ ಅಂತ ಕೇಳಿದ್ದಕ್ಕೆ ಅವನು ಹೂಂ ಅಂತ ಇಸಿದುಕೊಂಡು ಹೋಗಿದ್ದ. ಸ್ವಲ್ಪ ಹೊತ್ತಿನಲ್ಲಿ ಅಮ್ಮ ಬಂದು ದುಡ್ಡೆಲ್ಲೋ ಅಂತ ಕೇಳಿದ್ರೆ, ಹಾಲಿನವನಿಗೆ ಬಾಕಿ ಕೊಟ್ಟೆ ಅಂದಿದ್ದೆ. ಹಾಲಿನವನನ್ನು ಕೇಳಿದರೆ, ತನಗೇನೂ ಗೊತ್ತಿಲ್ಲ ಅಂದಿದ್ದ.

ನಾನಾಗ 3ನೆಯ ತರಗತಿಯಲ್ಲಿ ಓದುತ್ತಿದ್ದುದು. ವಾಸ ಇದ್ದ ಸ್ಥಳ ಚಾಮರಾಜನಗರದ ಹತ್ತಿರದ ಹರದನಹಳ್ಳಿ. ಆ ಹಳ್ಳಿಯಲ್ಲಿ ಸುಮಾರು 300-350 ಮನೆಗಳಿದ್ದಿತ್ತು. ಎಲ್ಲ ಜನರೂ ಒಬ್ಬರಿಗೊಬ್ಬರು ಪರಿಚಿತರಿದ್ದರು. ನಮ್ಮ ಮನೆ ಇದ್ದದ್ದು ಊರ ಕೊನೆಯಲ್ಲಿ. ಅದರ ಪಕ್ಕದಲ್ಲೇ ಒಂದು ಹಳ್ಳ ಮತ್ತು ಅದರಾಚೆ ನಮ್ಮ ಶಾಲೆ. ಶಾಲೆಯ ಎದುರಿಗೆ ದೊಡ್ಡ ಮೈದಾನ. ಅದೊಂದು ದಿನ ಎಂದಿನಂತೆ ಆ ಮೈದಾನದಲ್ಲಿ ಹುಡುಗರು ಕಾಲ್ಚೆಂಡಾಟ ಆಡುತ್ತಿದ್ದರು. ಯಥಾಪ್ರಕಾರ ನಾನು ಮೂಲೆಯಲ್ಲಿ ನೋಡುತ್ತಲಿದ್ದೆ. ಯಾಕೆ ಅಂದರೆ ನನ್ನನ್ನು ಅವರು ಆಟಕ್ಕೆ ಸೇರಿಸಿಕೊಂಡಿರಲಿಲ್ಲ. ಒಬ್ಬ ಹುಡುಗ ಜೋರಾಗಿ ಚೆಂಡನ್ನು

ಒದ್ದಾಗ ಅದು ಹತ್ತಿರದ ರಸ್ತೆಯಲ್ಲಿ ಹೋಗುತ್ತಿದ್ದ ಒಬ್ಬ ಸೈಕಲ್ ಸವಾರನಿಗೆ ಬಡಿದಿತ್ತು. ಸೈಕಲ್ ಸವಾರ ನನ್ನ ಕಡೆಗೆ ಬರುತ್ತಿದ್ದುದನ್ನು ಕಂಡು ನಾನು ಹೆದರಿದೆ. ನಾನೇ ತಪ್ಪಿತಸ್ಥನಂತೆ ಅಲ್ಲಿಂದ ಓಡಿದ್ದೆ. ನಾನು ಜೋರಾಗಿ ಓಡುತ್ತಿದ್ದಷ್ಟೂ ಜೋರಾಗಿ ಅವನು ಸೈಕಲ್ ತುಳಿಯುತ್ತಿದ್ದ. ಒಂದೇ ಉಸುರಿಗೆ ಮನೆಯೊಳಗೆ ಓಡಿ ಅಡುಗೆ ಮನೆಯಲ್ಲಿ ಅವಿತುಕೊಂಡಿದ್ದೆ. ಆ ಸವಾರನಿಗೆ ನನ್ನ ಮನೆಯ ತಿಳಿಯದೇ ಹಾಗೇ ಮುಂದೆ ಹೋಗಿದ್ದ. ಹಿಂದೆಯೇ ನನ್ನ ಅಣ್ಣ ಮನೆ ಒಳಗೆ ಬಂದು 'ಏನೋ ಮಾಡಿದ್ದೆ. ಬೇಕೂಫ. ಆ ಕುಡುಕ ಯಾಕೆ ನಿನ್ನನ್ನು ಸೈಕಲ್‌ನಲ್ಲಿ ಅಟ್ಟಿಸಿಕೊಂಡು ಬಂದದ್ದು'. ನನಗೆ ತಿಳಿಯದು ಎಂದಿದ್ದೆ. ಅಷ್ಟರೊಳಗೇ ಮೈದಾನದಲ್ಲಿ ಆಡುತ್ತಿದ್ದ ಹುಡುಗರ ದಂಡೂ ಮನೆಯ ಮುಂದೆ ಬಂದು ಸೇರಿತ್ತು. ಅವರಲ್ಲೊಬ್ಬ ಮುಂದೆ ಬಂದು, ನನ್ನಣ್ಣನಿಗೆ 'ಸಾರ್, ನಾನೇ ಚೆಂಡನ್ನು ಒದ್ದಾಗ, ಅದು ಹೋಗಿ ಆ ಕುಡುಕನ ಸೈಕಲ್ಲಿಗೆ ತಗುಲಿತ್ತು. ಅವನು ನಮ್ಮೊಂದಿಗೆ ಜಗಳ ಆಡಲು ಬರುವನೆಂದು ಎಣಿಸಿದ್ದೆವು. ಅಷ್ಟರಲ್ಲೇ ನಿಮ್ಮ ಹುಡುಗ ಓಡಿ ಬಂದದ್ದು ನೋಡಿ, ಅವನಿಗೆ ಇವನ ಮೇಲೆ ಅನುಮಾನ ಬಂದು ಅಟ್ಟಿಸಿಕೊಂಡು ಬಂದಿದ್ದ' ಎಂದ. ಆಗ ಮನೆಯಲ್ಲಿ ಎಲ್ಲರೂ ನನ್ನನ್ನು ಬೈದಿದ್ದರು. ನೀನು ತಪ್ಪು ಮಾಡದಿದ್ದಾಗ ಯಾಕೋ ಓಡಿ ಬಂದೆ. ನೋಡು ಈಗ ಅವನೇನಾದ್ರೂ ನಿನ್ನನ್ನು ನೊಡಿದ್ರೆ ಸುಮ್ಮನೇ ಬಿಡಲ್ಲ. ನನಗೋ ಕಾಲು ನಡುಕ ಶುರುವಾಗಿತ್ತು. ಮುಂದೆ 3 ದಿನಗಳು ನಾನು ಶಾಲೆಗೇ ಹೋಗಿರಲಿಲ್ಲ.

ಅಮ್ಮನಿಗೆ ದೇವರ ಮೇಲೆ ಅಪಾರ ಭಕ್ತಿ. ಪ್ರತಿನಿತ್ಯವೂ ಕಷ್ಟದ ದಿನಗಳೇ. ಅದರಲ್ಲೂ ವಿಪರೀತ ಕಷ್ಟದ ದಿನ ಬಂದಾಗ ಕೈನಲ್ಲಿದ್ದ ಒಂದು

ಕಾಸೋ, ಒಂದಾಣೆಯನ್ನೋ ದೇವರ ಡಬ್ಬಿಯಲ್ಲಿ ಒಂದು ಸಣ್ಣ ಬಟ್ಟೆಯಲ್ಲಿ ಗಂಟು ಹಾಕಿ ತಪ್ಪು ಕಾಣಿಕೆ (ಇಡುಗಂಟು) ಅಂತ ಇಡುತ್ತಿದ್ದಳು. ನನ್ನ ಶಾಲೆಯಲ್ಲಿ ಪ್ರತಿ ನಿತ್ಯವೂ ಒಂದಲ್ಲ ಒಂದು ಹುಡುಗರು ಮಾಸ್ತರರಿಗೆ ಸೌತೆಕಾಯಿ, ಕಡಲೆಕಾಯಿ, ಮಿಠಾಯಿ ಹೀಗೆ ತಂದು ಕೊಡುತ್ತಿದ್ದರು. ತಾನೂ ಒಂದು ದಿನ ಮಾಸ್ತರರಿಗೆ ಶಾಲೆಯ ಮುಂಭಾಗದಲ್ಲಿ ಮಾರುವ ಸೌತೆಕಾಯಿ ಅಥವಾ ಕಡಲೆಕಾಯಿ ತಂದು ಕೊಟ್ಟು ಅವರಿಗೆ ಹತ್ತಿರವಾಗಬೇಕೆಂಬ ಆಸೆ ಆಗುತ್ತಿತ್ತು. ಆದರೇನು ಕೈನಲ್ಲಿ ಕಾಸಿಲ್ಲ. ಮನೆಯಲ್ಲಿ ಕೇಳಿದರೂ ಅವರು ಕೊಡುವ ಸ್ಥಿತಿಯಲ್ಲಿರಲಿಲ್ಲ. ದೇವರ ಡಬ್ಬಿಯಲ್ಲಿ ಇಟ್ಟಿದ್ದ ಹಣದ ಬಗ್ಗೆ ಗೊತ್ತಿತ್ತು. ಒಮ್ಮೆ ಯಾರಿಗೂ ತಿಳಿಯದಂತೆ ಅದರಿಂದ 5 ಪೈಸೆಯನ್ನು ಕದ್ದು, ಶಾಲೆಯಲ್ಲಿ ಮಾಸ್ತರರಿಗೆ 3-4 ದಿನಗಳು ಸೌತೆಕಾಯಿ ಮತ್ತು ಕಡಲೆಕಾಯಿ ಕೊಂಡು ಕೊಟ್ಟಿದ್ದೆ. ಅದಾದ ಸ್ವಲ್ಪ ದಿನಗಳಲ್ಲಿ ಒಂದು ಶನಿವಾರ ಅಮ್ಮ ಮತ್ತೆ 5 ಪೈಸೆಯನ್ನು ತಪ್ಪು ಕಾಣಿಕೆಯಾಗಿ ಇಡಲು ಹೋದಾಗ, ಮೊದಲಿನ 5 ಪೈಸೆ ಕಾಣೆಯಾಗಿದ್ದು ಗಮನಕ್ಕೆ ಬಂದಿತು. ಅವಳಿಗೆ ತಕ್ಷಣ ಗೊತ್ತಾಗಿ ಹೊಯ್ತು, ಇವನೇ ಕದ್ದಿದ್ದಾನೆ ಅಂತ. ಸಂಜೆ ಗಂಡ ಮನೆಗೆ ಬರುತ್ತಿದ್ದಂತೆಯೇ ಎಲ್ಲರೆದುರು, 'ದೇವರ ಡಬ್ಬಿಯಲ್ಲಿ ಇಟ್ಟಿದ್ದ 5 ಪೈಸೆ ಯಾಕೆ ಕದ್ದದ್ದು, ಯಾರಿಗೂ ತಿಳಿಯೋಲ್ಲ ಅಂತ ಅನ್ಕೋಬೇಡ, ನೀನೇ ಕದ್ದದ್ದು ಅಂತ ಒಪ್ಕೋ ಇಲ್ಲದಿದ್ದರೆ ದೇವರು ನಿನ್ನ ಕಣ್ಣು ಕಿತ್ತು ಹಾಕ್ತಾನೆ' ಅಂತ ಗದರಿಕೊಳ್ತಿದ್ದಂತೆ, ನಾನು ಅಳೋಕ್ಕೇ ಶುರು ಮಾಡಿದ್ದೆ. ಯಾವಾಗ ಆದರೆ ಆವಾಗ ಒಮ್ಮೆ ತಿರುಪತಿಗೆ ಹೋಗಿ, ಈ ತಪ್ಪು ಕಾಣಿಕೆಯ ಹಣವನ್ನೆಲ್ಲಾ ಹಾಕಿ ಬರೋಣ ಅಂತ ಹೇಳಿದ ಮೇಲೆ,

ಸಮಾಧಾನವಾಗಿದ್ದ. ಅಂದಿನಿಂದ ನನ್ನಲ್ಲಿ ದೇವರ ಮೇಲೆ ಸ್ವಲ್ಪ ಭಯ ಭಕ್ತಿ ಉಂಟಾಗಿತ್ತು. ಅದಾದ 4-5 ವರ್ಷಗಳ ತರುವಾಯವೇ ಅವರು ತಿರುಪತಿಗೆ ಮೊತ್ತ ಮೊದಲ ಬಾರಿಗೆ ಹೋಗಿ ಬಂದಿದ್ದು. ನನ್ನನ್ನು ಮತ್ತು ಹನುಮಂತರಾಯನನ್ನು ಮನೆಯಲ್ಲಿಯೇ ಬಿಟ್ಟು ಹೋಗಿದ್ದರು.

ಒಮ್ಮೆ ಶಾಲೆ ಬೇಗ ಬಿಟ್ಟಿತ್ತು. ಮಿಕ್ಕ ಹುಡುಗರೊಂದಿಗೆ ನಾನೂ ನಡೆದು ಬರುತ್ತಿದ್ದೆ. ಆ ರಸ್ತೆಯಲ್ಲಿ ದಿನಕ್ಕೆ ಒಂದು ಅಥವಾ ಎರಡು ಬಸ್ಸುಗಳು ಬಿಟ್ಟರೆ ಮೂರ್ನಾಲ್ಕು ಲಾರಿಗಳು ಬರುತ್ತಿದ್ದವಷ್ಟೆ. ಮಧ್ಯಾಹ್ನದ 12ರ ಸಮಯ. ಇತರೆ ಹುಡುಗರುಗಳಿಗೆ ತಾನು ತುಂಬಾ ಧೈರ್ಯವಂತ ಅಂತ ತೋರಿಸಿಕೊಳ್ಳಲು ರಸ್ತೆಯ ಮಧ್ಯದಲ್ಲಿ ಮಲಗಿದ್ದೆ. ಅಷ್ಟು ಹೊತ್ತಿಗೆ ದೂರದಲ್ಲೊಂದು ಲಾರಿ ಬರುತ್ತಿತ್ತು. ಅದನ್ನು ಕಂಡ ಮಿಕ್ಕ ಹುಡುಗರೆಲ್ಲರೂ ಮನೆಯ ಕಡೆ ಓಡಿದರು. ಲಾರಿ ಇನ್ನೇನು ಹತ್ತಿರ ಬಂತು ಅನ್ನುವಾಗ ನನಗೆ ತಿಳುವಳಿಕೆ ಬಂದು, ನಾನೂ ಓಡಿದ್ದೆ. ಅದನ್ನೆಲ್ಲಾ ಗಮನಿಸಿದ್ದ ಒಬ್ಬರು ಮನೆಗೆ ವಿಷಯ ತಿಳಿಸಿದ್ದರು. ಸಧ್ಯ ಮನೆಯಲ್ಲಿ ಅಮ್ಮ ಒಬ್ಬರೇ ಇದ್ದು, ಇವನು ಬಂದ ಕೂಡಲೇ ಮೈದಡವಿ, ಇನ್ಮೇಲೆ ಹೀಗೆಲ್ಲಾ ಮಾಡಬೇಡ ಅಂತಷ್ಟೇ ಹೇಳಿದ್ದರು.

ಆಗೆಲ್ಲಾ ಸೊಸೈಟಿಯಿಂದ ಅಕ್ಕಿ ಮತ್ತು ಸಕ್ಕರೆಯನ್ನು ಕೊಂಡು ತರುತ್ತಿದ್ದರು. ಅಂಗಡಿಗಳಲ್ಲಿ ಅದು ದುಬಾರಿ ಆದರೆ, ಸೊಸೈಟಿಯಲ್ಲಿ ಕಡಿಮೆ ದರದಲ್ಲಿ (ಉತ್ತಮವಾದುದಲ್ಲ, ಕೆಲವೊಮ್ಮೆ ಹುಳು, ಕಲ್ಲು, ಕಡ್ಡಿಗಳೂ ಅವುಗಳಲ್ಲಿ ಇರುತ್ತಿದ್ದವು). ಹೆಚ್ಚಿನ ಸಮಯದಲ್ಲಿ ಅದನ್ನೆಲ್ಲಾ ತಾನೇ ತರುತ್ತಿದ್ದಳು ಅಥವಾ ನನ್ನ ಕೈಲಿ ತರಿಸುತ್ತಿದ್ದಳು. ಒಮ್ಮೆ ಸೊಸೈಟಿಗೆ ಕಳುಹಿಸುವ ಮುನ್ನ ಹಣ ಕೊಡುವಾಗ, ಯಾವುದೋ

ಜ್ಞಾನದಲ್ಲಿ 10 ಪೈಸೆಯನ್ನು ಜಾಸ್ತಿಯಾಗಿಯೇ ಕೊಟ್ಟಿದ್ದಳು. ಆ ಪುಂಡ ಏನಮ್ಮಾ ಒಂದು ಕೇಜಿಗೆ ಅಂತ ಕೊಟ್ಟಿದ್ದೀಯಲ್ಲಾ, ಐದು ಕೇಜಿ ತರ್ಬೇಕಲ್ಲ, ಇನ್ನೂ 40 ಪೈಸೆ ಜಾಸ್ತಿ ಕೊಡು ಅಂದಿದ್ದ. ಅವನ ಮನಸ್ಸಿನಲ್ಲಿ 50 ಪೈಸೆ ಲಪಟಾಯಿಸಬಹುದು ಅಂತ ಅಂದುಕೊಂಡಿದ್ದ. ಆದರೆ ಭಾಗೀರಥಿ, ಅಯ್ಯೋ ನಿನ್ನ ಕೈನಲ್ಲಿ 5 ಕೇಜಿ ಹೊರೋಕ್ಕಾಗಲ್ಲ, ನಾನೇ ತರ್ತೀನಿ ಅಂದು ಸೊಸೈಟಿಗೆ ಹೋಗಿದ್ದಳು. ಅಲ್ಲಿಂದ ವಾಪಸ್ಸು ಬಂದ ಮೇಲೆ ಅವಳಿಗೆ ಮಗನ ಕೃತ್ರಿಮ ಬುದ್ಧಿ ಅರ್ಥ ಆಗಿತ್ತು. ಆದರೂ ಅವನು ಮುದ್ದು ಮುದ್ದೇ.

ಇನ್ನೊಮ್ಮೆ ಆಕೆ ನನ್ನನ್ನು ಕರೆದುಕೊಂಡು ಎಲ್ಲಿಗೋ ಹೊರಟಿದ್ದಳು. ಎದುರಿನಿಂದ ನನ್ನ ಸ್ನೇಹಿತ ಓಡಿ ಬರುತ್ತಿದ್ದ. ಮೊದಲೇ ನಮ್ಮಿಬ್ಬರಿಗೂ ಯಾವುದೋ ವಿಷಯಕ್ಕೆ ಜಗಳವಾಗಿತ್ತು. ಅವನು ಹತ್ತಿರ ಬರುತ್ತಿದ್ದಂತೆ ನಾನು ಆ ಹುಡುಗನ ಹೊಟ್ಟೆಗೆ ಹೊಡೆದು, ಅಮ್ಮಾ ಅಂತ ನಾನೇ ಕೂಗಿದ್ದೆ. ಇದನ್ನು ಕಂಡ ಅಮ್ಮ ಆ ಹುಡುಗನನ್ನೇ ಯಾಕೋ ನನ್ನ ಮಗನಿಗೆ ಹೊಡೀತೀಯ ಅಂತ ಬೈದಿದ್ದಳು. ಹೊರಗಡೆ ತರಲೆ ಮಾಡಿ ಸಿಕ್ಕಿ ಹಾಕಿಕೊಂಡಾಗಲೆಲ್ಲಾ ಅಮ್ಮನ ಸೆರಗಿನ ಅಡಿಯಲ್ಲಿ ಬಚ್ಚಿಟ್ಟುಕೊಳ್ಳುತ್ತಿದ್ದೆ. ಅಮ್ಮ ಎಂದೂ ನನ್ನ ಪರವಾಗಿಯೇ ವಾದಿಸುತ್ತಿದ್ದಳು.

ನಾನು ಕಾಲೇಜಿಗೆ ಹೊಸದಾಗಿ ಸೇರಿದ್ದಾಗ - ಅಂದ್ರೆ 1975ರ ಜೂನ್‌ನಲ್ಲಿ ನಡೆದ ಘಟನೆ. ಮೊದಲ ದರ್ಜೆಯಲ್ಲಿ ಎಸ್ ಎಸ್ ಎಲ್ ಸಿ ಪಾಸಾದ ತಕ್ಷಣ ಅವನಣ್ಣನ ಚಪ್ಪಲಿ ಅವನಿಗೆ ಬಂದಿತ್ತು. ಹಾಗೆಯೇ ಅಣ್ಣನ ಸಿಲ್ಕ್ ಷರ್ಟ್ ಮತ್ತು ಟೆರಿಕಾಟ್ ಪ್ಯಾಂಟುಗಳೂ ಬಂದಿತ್ತು. ಆಗಲೇ

ದೊಡ್ಡಣ್ಣ ಬೆಂಗಳೂರಿನಿಂದ ಬಂದಿದ್ದವನು ಅವನಿಗಾಗಿ ಒಂದು ಹೊಸ ವಾಚು ತಂದುಕೊಟ್ಟಿದ್ದ. ಕಾಲೇಜಿಗೆ ಹೋಗುವಾಗ ಆಗಾಗ್ಯೆ ವಾಚಿನ ಕಡೆ ನೋಡಿಕೊಳ್ತಿದ್ದ. ಮನೆ ಇದ್ದದ್ದು ಮೈಸೂರಿನ ಕೃಷ್ಣಮೂರ್ತಿಪುರಂನಲ್ಲಿ, ಮತ್ತು ಕಾಲೇಜಿದ್ದದ್ದು ರಾಮಾನುಜ ರಸ್ತೆಯಲ್ಲಿ. ಮನೆಯಿಂದ ಕಾಲೇಜಿಗೆ ಗಣೇಶ ಚಿತ್ರಮಂದಿರದ ಮುಂದೆ ಹೋಗುವ ನೇರ ರಸ್ತೆಯಲ್ಲಿ ಪ್ರತಿದಿನ ಬೆಳಗ್ಗೆ 7ಕ್ಕೆ ಹೋಗುತ್ತಿದ್ದ. ಒಂದು ದಿನ ಗಣೇಶ ಚಿತ್ರಮಂದಿರದಿಂದ ಸ್ವಲ್ಪ ಮುಂದಕ್ಕೆ ಹೋಗುತ್ತಿದ್ದಾಗ, ಯಾರೋ ಅವನನ್ನು ಹಿಂದುಗಡೆಯಿಂದ ಕರೆದಂತಾಯ್ತು. ಏ! ನಿಮ್ಮಣ್ಣ ನನ್ನ ಹತ್ತಿರ ದ್ರಾಕ್ಷಿ ಕಳಿಸಿದ್ದಾರೆ. ಅದನ್ನು ಒಣಗಿಸಲು ನಮ್ಮ ಮನೆಯಲ್ಲಿ ಇಟ್ಟಿರುವೆ. ಬಾ ತೆಗೆದುಕೊಂಡು ಹೋಗುವಂತೆ ಎಂದ. ಆವನು ನೀವ್ಯಾರು ತಿಳಿಯಲಿಲ್ಲ ಎಂದ. ಅದಕ್ಕವನು ಅಯ್ಯೋ! ನಿಮ್ಮಣ್ಣ ನನ್ನ ಬಗ್ಗೆ ಹೇಳಲಿಲ್ವಾ? ಅದೇ ಅವರೆಲ್ಲಿದ್ದಾರೆ ಈಗ ಹೇಳು ನೋಡೋಣ, ಎಂದ. ಇವನೋ ಬೇಕೂಫ (ನಂತರ ಗೊತ್ತಾಗಿದ್ದು). ಅಣ್ಣ ಬೆಂಗಳೂರಿನಲ್ಲಿದ್ದಾನೆ, ಪೋಸ್ಟ್ ಆಫೀಸಿನಲ್ಲಿ ಕೆಲಸ ಮಾಡ್ತಿದ್ದಾನೆ, ಅಂತ ಎಲ್ಲವನ್ನೂ ಬಡಬಡನೆ ಹೇಳಿದ್ದ. ಅವನು ಅದನ್ನೇ ಮತ್ತೆ ಮತ್ತೆ ಹೇಳಿ ಬಹಳ ಹತ್ತಿರದವನೆಂಬಂತೆ ನಟಿಸಿದ. ಸ್ವಲ್ಪ ದೂರ ಹೋದ ಮೇಲೆ, ನಮ್ಮ ಮನೆ ಆ ಕಡೆ ಇರೋದು ಬಾ, ನಿನಗೆ ದ್ರಾಕ್ಷಿ ಕೊಡ್ತೀನಿ ಎಂದ. ಆಗ ಇವನ ಮನಸ್ಸಿನಲ್ಲಿ ಏನೇನೂ ಯೋಚನೆ ಇರಲಿಲ್ಲ. ಸುಮ್ಮನೆ ಅವನನ್ನು ಹಿಂಬಾಲಿಸಿದ್ದ. ಅವನೇನು ಮೋಡಿ ಮಾಡಿದ್ದನೋ ಏನೋ. ಹಾಂ! ಮುಖದ ಮೇಲೆ ಗಲೀಜಿದೆ ಎಂದು ಕರವಸ್ತ್ರದಿಂದ ಒಮ್ಮೆ ಒರೆಸಿದ್ದ, ನೆನಪು ಈಗಲೂ ಇದೆ.

ಮುಂದೆ ಅವನು ಹೋಗುತ್ತಿದ್ದ ಹಿಂದೆ ಇವನು. ಅವನು ಪಕ್ಕದ ರಸ್ತೆಯ ಒಂದು ಕಲ್ಲು ಕಟ್ಟೆಯ ಮೇಲೆ ಕುಳಿತು, ನೋಡು ನನ್ನ ಮನೆಗೆ ನೀನು ವಾಚು ಕಟ್ಟಿಕೊಂಡು ಬರಬೇಡ. ಅದನ್ನು ಒಂದು ಹಾಳೆಯಲ್ಲಿ ಸುತ್ತಿಕೊಡುವೆ ಎಂದ. ಇವನು ಸರಿ ಎಂದು ಅವನಿಗೆ ವಾಚು ಕೊಟ್ಟ. ಕ್ಷಣದಲ್ಲಿ ಅವನು ಒಂದು ಪೊಟ್ಟಣವನ್ನು ಇವನ ಕೈಗಿತ್ತ. ಸರಿ ನಡೆ ಹೋಗೋಣ ಎಂದು ಅವನು ಸರಸರನೆ ಮುಂದೆ ಹೋದ. ಕೆಲ ನಿಮಿಷಗಳಲ್ಲಿ ಅವನೆಲ್ಲೂ ಕಂಡು ಬರಲಿಲ್ಲ. ಅಷ್ಟು ಹೊತ್ತಿಗೆ ಇವನಿಗೆ ಏನೋ ಮೋಸ ಆಗಿದೆ ಎಂಬ ಅರಿವಾಯಿತು. ಅತ್ತ ಇತ್ತ ನೋಡಲಾಗಿ, ಆ ಪ್ರದೇಶ ಒಂದು ಮಸೀದಿಯ ಹತ್ತಿರ ಇದ್ದಿತು. ಅಯ್ಯೋ ಇದ್ಯಾಕೆ ನಾನಿಲ್ಲಿ ಬಂದೆ ಎಂದು ಅಂದುಕೊಳ್ಳುವಷ್ಟರಲ್ಲಿಯೇ ಅವನ ಸಹಪಾಠಿ ಸೈಕಲನ್ನೇರಿ ಬರುತ್ತಿರುವುದು ಕಂಡುಬಂದಿತು. ಅವನೊಂದಿಗೆ ಎಲ್ಲ ವಿಷಯವನ್ನೂ ಅರುಹಿದ. ಅವನು ಎಲ್ಲಿ ಆ ಪೊಟ್ಟಣವನ್ನು ತೆಗೆ ನೋಡೋಣ ಎಂದಾಗ, ಅದನ್ನು ತೆಗೆದು ನೋಡಿದರೆ, ಅಲ್ಲಿ ಏನಿದೆ ಒಂದೆರಡು ಕಲ್ಲು ಚೂರುಗಳು. ಅವನು ಅಯ್ಯೋ ಲೇ ಪೆದ್ದ, ಆ ಮನುಷ್ಯ ನಿನ್ನ ವಾಚನ್ನು ಕದ್ದಿದ್ದಾನೆ. ವಾಚು ಹೋದ್ರೆ ಹೋಗಲಿ ಬಿಡು, ನೀನು ಮಸೀದಿ ಒಳಗೆ ಹೋಗಲಿಲ್ವಲ್ಲ. ಅಷ್ಟೇ ಸಾಕು. ಬಾ ಕಾಲೇಜಿಗೆ ಹೋಗೋಣ ಎಂದಿದ್ದ.

ಮಧ್ಯಾಹ್ನ ಮನೆಗೆ ಬಂದ ಸ್ವಲ್ಪ ಹೊತ್ತಿನ ನಂತರ ಅಮ್ಮ ಟೈಮೆಷ್ಟೋ ಅಂತ ಕೇಳಿದ್ರು. ಇವನಾಗ ಸ್ವಲ್ಪ ನಾಟಕ ಮಾಡಿ, ಅಯ್ಯೋ ಇವತ್ತು ಕಾಲೇಜಿಗೆ ವಾಚು ಕಟ್ಟಿಕೊಂಡು ಹೋಗಿರಲಿಲ್ಲ. ಇಲ್ಲಿಯೇ ಎಲ್ಲೋ ಇರಬೇಕು ಎಂದು ಹುಡುಕಹತ್ತಿದ. ಅದಕ್ಕೆ ಅಮ್ಮ ಹತ್ತಿರ ಬಂದು ಲೋ!

ಯಾಕೋ ಸುಳ್ಳು ಹೇಳ್ತೀಯೆ, ನೀನು ಹುಟ್ಟಿದ ದಿನದಿಂದ ನೋಡ್ತಿದ್ದೀನಿ. ಏನೋ ತರ್ಲೆ ಮಾಡ್ಕೊಂಡು ಬಂದಿದ್ದೀಯೆ. ಏನದು ಅಂತ ಸರಿಯಾಗಿ ಹೇಳು, ನಿಮ್ಮಪ್ಪನಿಗೆ ನಾನು ಹೇಳೋಲ್ಲ. ಅಂತಂದ್ರು. ತಕ್ಷಣ ಎಲ್ಲವನ್ನೂ ಉಸುರಿದ್ದ.

1977ರ ಏಪ್ರಿಲ್ ತಿಂಗಳಿನಲ್ಲಿ ನನ್ನ ದ್ವಿತೀಯ ಪಿಯುಸಿ ಪರೀಕ್ಷೆ ಮುಗಿದು, ಹಾಸ್ಟೆಲ್ ತೊರೆದು ಮೈಸೂರಿನಿಂದ ತಳುಕಿಗೆ ಬಂದಿದ್ದೆನು.

ಪರೀಕ್ಷೆಗಳು ಮುಗಿದ ಮೇಲೆ, ಅದೇ ಮೊದಲ ಬಾರಿಗೆ ನಾನೊಬ್ಬನೇ ಬಸ್‌ನಲ್ಲಿ ಪ್ರಯಾಣ ಮಾಡಿದ್ದುದು. ಮೈಸೂರಿನಿಂದ ಬಳ್ಳಾರಿಗೆ ಹೋಗುವ ಬಸ್ಸಿನಲ್ಲಿ ಚಳ್ಳಕೆರೆಗೆ ಬಂದಿಳಿದೆ. ಆಗ ಸಮಯ ರಾತ್ರಿ 10 ಘಂಟೆ. ಆ ಬಸ್ ಮುಂದೆ ತಳುಕಿನಲ್ಲಿ ನಿಲ್ಲುತ್ತಿರಲಿಲ್ಲ. ಹಾಗಾಗಿ ಚಳ್ಳಕೆರೆಯಲ್ಲಿಯೇ ಇಳಿದಿದ್ದೆ. ರಾತ್ರಿಯ ಊಟವೂ ಮಾಡಿರಲಿಲ್ಲ. ಆ ಸಮಯದಲ್ಲಿ ಚಳ್ಳಕೆರೆಯಿಂದ ತಳುಕಿಗೆ ಯಾವುದೂ ಬಸ್ಸುಗಳೂ ಇರಲಿಲ್ಲ. ಮುಂದಿನ ಬಸ್ ಇದ್ದುದು ಮರುದಿನ ಬೆಳಗ್ಗೆಯೇ. ಕೈನಲ್ಲಿ ಬಲು ಭಾರವಾದ ಕಬ್ಬಿಣದ ಪೆಟ್ಟಿಗೆ ಇತ್ತು. ಬಸ್ ನಿಲ್ದಾಣದಲ್ಲಿ ಒಬ್ಬ ನರಪಿಳ್ಳೆಯೂ ಇಲ್ಲ. ಬಹಳ ಹೆದರಿಕೆ ಆಗುತ್ತಿತ್ತು. ಆಗೊಂದು ಲಾರಿ ನಿಧಾನವಾಗಿ ಚಲಿಸುತ್ತಾ ಬರುತ್ತಿತ್ತು. ನನ್ನ ಮುಂದೆಯೇ ನಿಂತು, ಅದರಲ್ಲಿನ ಚಾಲಕ ಮತ್ತು ಕ್ಲೀನರ್ ಬಹಿರ್ದೆಶೆಗೆಂದು ಹೋದರು. ಮತ್ತೆ ವಾಪಸ್ಸು ಬಂದಾಗ, ನನ್ನನ್ನು ನೋಡಿ, 'ಏನೋ ಮರಿ, ಎಲ್ಲಿಗೆ ಹೋಗ್ಬೇಕು? ಕಾಸಿದೆಯಾ?' ನನ್ನ ಹತ್ತಿರ ಇದ್ದ ಮೂರು ರೂಪಾಯಿ ತೋರಿಸಿ, ತಳುಕಿಗೆ ಹೋಗ್ಬೇಕು ಅಂದೆ. 'ಎಷ್ಟು ದೂರ ಆಗತ್ತೆ, ಇಲ್ಲಿಗೆ', ಎನ್ನಲು 15 ಕಿಲೋಮೀಟರು ಅಂದೆ. ಅದಕ್ಕವನು, 'ನೀನೇನೂ

ಸ್ಟೂಡೆಂಟೋ, ಕಾಸು ಕೊಡ್ಬೇಡ, ನಮ್ಮ ಜೊತೆ ಬಾ, ನಿಮ್ಮ ಊರು ಬರುತ್ತಿದ್ದಂತೆಯೇ ಹೇಳು, ನಿಲ್ಲಿಸ್ತೀನಿ' ಅಂದ. ನಿಧಾನವಾಗಿ ಚಲಿಸಿದ ಲಾರಿ, ತಳುಕು ತಲುಪೋ ಹೊತ್ತಿಗೆ ಮಧ್ಯರಾತ್ರಿ 1 ಆಗಿತ್ತು. ಅಲ್ಲಿ ಇಳಿದರೆ, ಯಾರೂ ಇಲ್ಲ. ಬಿಕೋ ಅಂತಿದ್ದ ರಸ್ತೆ. ಅಡ್ಡ ರಸ್ತೆಯಲ್ಲಿ ಮನೆ ಹೇಗೆ ತಲುಪೋದು ಅಂತ ಅಮ್ಮ ಹೇಳಿದ್ದರು. ಅಂದು ಹುಣ್ಣಿಮೆಯ ಮುನ್ನಾ ರಾತ್ರಿ, ಚಂದಿರನ ಬೆಳಕಿತ್ತು. ರಸ್ತೆಯಿಂದ ಅಡ್ಡಾರಸ್ತೆಯಲ್ಲಿ ಊರ ಕಡೆಗೆ ನಡೆದೆ. ಮೊದಲಿಗೆ ಸರ್ಕಾರಿ ಆಸ್ಪತ್ರೆ, ನಂತರ ಪ್ರೌಢಶಾಲೆ (ಈಗ ಜೂನಿಯರ್ ಕಾಲೇಜು), ಹಾಗೆಯೇ ಇಳಿಜಾರಿನಲ್ಲಿ ನಡೆದು ಮೇಲೆ ಹತ್ತಿದರೆ, ಮುಖ್ಯ ರಸ್ತೆ ಬರುವುದು. ಅಲ್ಲಿಂದ 100 ಮೀಟರುಗಳ ಅಂತರದಿಂದ ಮನೆಗಳು ಪ್ರಾರಂಭವಾಗುವುದು. ಎರಡು ರಸ್ತೆ ದಾಟಿದರೆ ಅಲ್ಲೊಂದು ಸಿಹಿ ನೀರಿನ ಬಾವಿ, ಅದರ ಪಕ್ಕದಲ್ಲೇ ನಾವು ಬಾಡಿಗೆಗೆ ಇದ್ದ ಮನೆ. ಆಸ್ಪತ್ರೆಯಿಂದ ಮುಂದೆ ನಡೆಯುತ್ತಿದ್ದಂತೆ ನಾಯಿಗಳ ಊಳಿಡುವ ಸದ್ದು ಕೇಳಿ, ಎದೆಯೊಳಗೆ ಡವಡವ ಸದ್ದಿನ ಹೆದರಿಕೆ. ಈ ಹಿಂದೆ ಓದಿದ್ದ ಪತ್ತೇದಾರಿ, ಭಯಾನಕ ಕಥೆಗಳೆಲ್ಲಾ ಒಮ್ಮೆಲೇ ನೆನಪಾಗಿ, ಮೈಯೆಲ್ಲಾ ನಡುಗ ಹತ್ತಿತು. ಪ್ರೌಢಶಾಲೆಯ ಹತ್ತಿರ ಹೋಗುತ್ತಿದ್ದಂತೆಯೇ ಅಲ್ಲೊಂದು ಹುಣಸೆಮರ ಕಾಣಿಸ್ತು. ಅದರಲ್ಲಿ ದೆವ್ವ ಇರತ್ತೆ ಅಂತ ಓದಿದ ನೆನಪಾಯ್ತು. ಮತ್ತೆ ನಡುಕ, ವಿಪರೀತ ಬೆವರು ಮತ್ತು ಕಣ್ಣು ಕತ್ತಲೆ ಆಗುವಂತೆ ಆಯ್ತು. ತಕ್ಷಣ ನೆನಪಾಗಿದ್ದು ಅಂದ್ರೆ, ನಮ್ಮ ಕಾಲ ಸುತ್ತ ಮೂತ್ರ ವಿಸರ್ಜಿಸಿಕೊಂಡರೆ ದೆವ್ವದ ಭಯ ಹೋಗತ್ತೆ ಅಂತ. ಹಾಗೆಯೇ ಮಾಡಿದ್ದೂ ಆಯ್ತು. ಅದೇನೋ ಸ್ವಲ್ಪ ಧೈರ್ಯ ಬಂದು ಮುಂದಕ್ಕೆ ಹೊರಟೆ. ಪ್ರೌಢಶಾಲೆ ಮುಗಿದು ಹಳ್ಳ ಇಳಿಯುತ್ತಿದ್ದಂತೆಯೇ, ಒಂದು

ಬೆಕ್ಕು ಅಡ್ಡಕ್ಕೆ ಓಡಿ ಹೋಯ್ತು. ಅದು ಬೆಕ್ಕು ಅಂತ ತಿಳಿಯುವುದರೊಳಗೆ, ನನ್ನ ಜೀವ ಬಾಯಿಗೆ ಬಂದಂತಾಗಿತ್ತು. ಕಂಡ ಕಂಡ ದೇವರನ್ನೆಲ್ಲಾ ಧ್ಯಾನ ಮಾಡಿಕೊಂಡು ತಲೆಮೇಲೆ ಕಬ್ಬಿಣದ ಪೆಟ್ಟಿಗೆ ಇಟ್ಟುಕೊಂಡು ನಡೆದೆ. ಸಧ್ಯ ಒಂದೈದು ಹತ್ತು ನಿಮಿಷ ಏನೂ ಆಗಲಿಲ್ಲ. ಅಷ್ಟು ಹೊತ್ತಿಗೆ ಮುಖ್ಯ ರಸ್ತೆಗೆ ಬಂದಿದ್ದೆ. ಅಲ್ಲಿಂದಲೇ ಮೊದಲ ಮನೆಯ ಹತ್ತಿರದ ಬೀದಿ ದೀಪ ಕಾಣಿಸುತ್ತಿತ್ತು. ಸಧ್ಯ ಹೇಗೋ ಊರು ಸೇರಿಕೊಂಡೆನಲ್ಲಾ ಅಂತ ಸಂತಸ ಆಯ್ತು. ಮೊದಲ ಮನೆ ಹತ್ತಿರ ಬಂದಾಗ, ಆ ಮನೆಯ ಜಗುಲಿ ಮೇಲೆ ಮಲಗಿದ್ದವರು, 'ಯಾರೋ ಅಲ್ಲಿ ಅಂತ' ಕೂಗಿದ್ದರು. ನಾನು ಉತ್ತರಿಸಿದರೂ ಅವರಿಗೆ ಕೇಳಿಸ್ತಿರಲ್ಲ. ಬಾಯಿಯಿಂದ ಸ್ವರ ಹೊರಟಿದ್ದರೆ ತಾನೆ, ಅವರಿಗೆ ಕೇಳಿಸೋಕ್ಕೆ. ಅವರೇ ಎದ್ದು ಬಂದು, ಹತ್ತಿರದಿಂದ ಮುಖ ನೋಡಿ, 'ಓಹೋ! ವಿಶ್ವಣ್ಣನ ಮಗನಾ, ನೀನು ಸಂಜೆಗೆ ಬರ್ತೀಯಾ ಅಂತ ಹೇಳ್ತಿದ್ದ. ಆದರೆ ಬಸ್ಸು ಬರೋದು ಲೇಟಾಗಿದೆ ಅನ್ಸತ್ತೆ. ಸರಿ ಹೀಗೆ ನೇರವಾಗಿ ಹೋಗು, ಅಲ್ಲಿ ಒಂದು ಪೋಸ್ಟ್ ಡಬ್ಬ ಕಾಣಿಸತ್ತೆ, ಅಲ್ಲಿ ಬಲಕ್ಕೆ ತಿರುಗಿಕೋ, ಅಲ್ಲಿ ಬಾವಿ ಕಾಣಿಸತ್ತೆ, ಅಲ್ಲೇ ಜಗುಲಿ ಮೇಲೆ ನಿಮ್ಮಪ್ಪ ಮಲಗಿರ್ತಾನೆ, ಹೋಗು', ಎಂದಿದ್ದರು. ಮನೆಗೆ ಹೋಗಿ ಸೇರಿಕೊಂಡಮೇಲೆ ತಿಳಿಯಿತು, ನನ್ನ ಪ್ಯಾಂಟೆಲ್ಲಾ ಒದ್ದೆ ಆಗಿದೆ. ಅಮ್ಮ ನನ್ನನ್ನು ನೋಡಿ, ಮುಸಿ ಮುಸಿ ನಕ್ಕು, ಬಟ್ಟೆ ಬಿಚ್ಚಿ, ಬೇರೆ ಹಾಕಿಕೋ, ಹಾಸುಗೆ ರೆಡಿ ಇದೆ, ಮಲಕ್ಕೋ, ಬೆಳಗ್ಗೆ ಮಾತಾಡೋಣ', ಅಂದಿದ್ದರು.

ಇಷ್ಟೆಲ್ಲಾ ಮುಚ್ಚಟೆಯಿಂದ ಬೆಳೆಸಿದ್ದ ಅಮ್ಮ ನನಗೆ ಎಂದಿಗೂ ದೇವರೇ ಹೌದು.

ಅಪ್ಪ

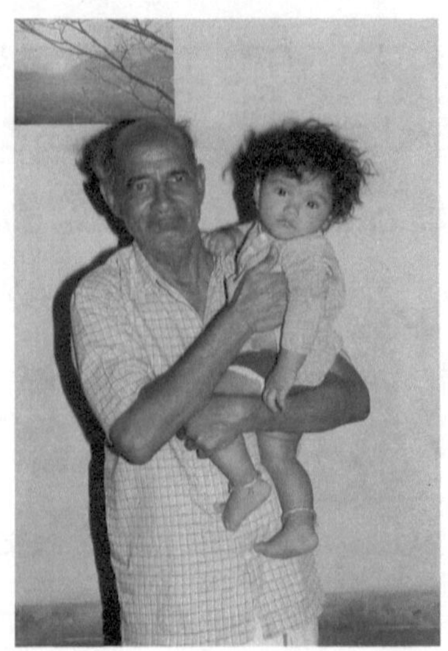

ಎಲ್ಲ ಮಕ್ಕಳೂ ಹುಟ್ಟಿನಿಂದ ತಾಯ ಹಾಲ ಕುಡಿದು ಬೆಳೆದರೆ, ವಿಶ್ವೇಶ್ವರ ತನ್ನಮ್ಮನನ್ನೇ ತಿಂದು ಬದುಕಿದನಂತೆ. ಹುಟ್ಟಿದ್ದು ಜುಲೈ 21, 1921.

ತಳುಕಿನ ವೆಂಕಣ್ಣಯ್ಯ ಶ್ರೀನಿವಾಸರಾಯರು ವೃತ್ತಿಯಲ್ಲಿ ಶೇಕದಾರರು. ದೊಡ್ಡಸುಬ್ಬಣ್ಣನವರ ತಮ್ಮ ಮತ್ತು ಕನ್ನಡದ ಮೊದಲ ಪ್ರೊಫೆಸರ್ ಆಗಿದ್ದ ತಳುಕಿನ ವೆಂಕಣ್ಣಯ್ಯನವರ ಚಿಕ್ಕಪ್ಪನವರು. ಇಡೀ ತಾಲ್ಲೂಕಿಗೇ ಬಹಳ ಬೇಕಾದ ಮನುಷ್ಯ. ಮೊದಲನೆ ಹೆಂಡತಿ ಬಹಳ ಬೇಗ ಮೃತಳಾದಳು, ನಂತರ ಮದುವೆಯಾದ ಎರಡನೆಯವಳೂ ಅವಳ ಹಿಂದೆಯೇ ಹೋದಳು. ಹೀಗಾಗಿ ಮನೆಯಲ್ಲಿ ಮಕ್ಕಳೇ ಇಲ್ಲದೇ, ಹೇಗೂ ಕಷ್ಟದಲ್ಲಿದ್ದ ಅಣ್ಣನ ಮಕ್ಕಳನ್ನೇ ತನ್ನ ಮಕ್ಕಳೆಂದು ಸಲಹ ಹತ್ತಿದರು. ನಂತರ ಇನ್ನೊಂದು ಮದುವೆಯಾದರು. ಮೂರನೆಯ ಪತ್ನಿಯಾಗಿ ಬಂದವಳು ಸುಬ್ಬಮ್ಮ. ಅಲ್ಲಿಯವರೆಗೆ ಬಿಕೋ ಅನ್ನುತ್ತಿದ್ದ ಮನೆಗೆ ಮೊದಲೊಂದು ಹೆಣ್ಣು ಮಗುವನ್ನು ಹೆತ್ತು, ಕೆಲ ವರುಷಗಳಲ್ಲಿಯೇ

ಇನ್ನೊಂದು ಗಂಡು ಮಗುವನ್ನೂ ಹೆತ್ತಳು. ಮಗು ಹುಟ್ಟಿದ ಮೂರು ವರುಷಗಳಲ್ಲಿಯೇ ಸುಬ್ಬಮ್ಮ ಕಣ್ಮುಚ್ಚಿದ್ದರು. ಏನೇನೋ ಕನಸು ಕಟ್ಟಿಕೊಂಡಿದ್ದ ಶ್ರೀನಿವಾಸರಾಯರ ಜೀವನ ಅಲ್ಲೋಲ ಕಲ್ಲೋಲವಾಯಿತು. ಆಸ್ತಿ ಪಾಸ್ತಿ ಹಣವನ್ನು ಚೆನ್ನಾಗಿ ಹೊಂದಿದ್ದ ರಾಯರು ಅಣ್ಣನ ಮಕ್ಕಳಿಗೆ ಆಸರೆಯಾಗಿದ್ದರು. ಅಣ್ಣನ ಮಕ್ಕಳೆಲ್ಲರೂ ಅವರನ್ನು ಕಕ್ಕ ಎಂದೇ ಸಂಬೋಧಿಸಿತ್ತಿದ್ದರು. ಅಣ್ಣನ ಮಕ್ಕಳ ಏಳಿಗೆಯೇ ಅವರ ಮುಖ್ಯ ಧ್ಯೇಯವಾಗಿತ್ತು. ತನ್ನಿಬ್ಬರು ಮಕ್ಕಳನ್ನೂ ಪ್ರೀತಿಯಿಂದ ಲಾಲಿಸುತ್ತಿದ್ದರು. ಮಗಳು ರಂಗಮ್ಮನಿಗೆ ಆಕೆಯ ಮದುವೆಗೆ ಬೇಕೆನಿಸಿದ್ದ ಎಲ್ಲ ರೀತಿಯ ಆಭರಣಗಳನ್ನೂ ಮಾಡಿಸಿದ್ದರು. ಚಿನ್ನದ ಡಾಬು, ಕತ್ತಿಗೆ ಎರಡು ಸರಗಳು, ಕಿವಿಗೆ ಓಲೆಗಳು, ಅಡ್ಡಿಕೆ, ಕೈಗಳಿಗೆ ಬಂಗಾರದ ಬಳೆಗಳು, ವಂಕಿ, ಮೂಗು ಬೊಟ್ಟು, ಕಾಲ್ಗೆಜ್ಜೆ ಇತ್ಯಾದಿ ಎಲ್ಲವನ್ನೂ ಮಾಡಿಸಿದ್ದರು. ತಮ್ಮ ಗಂಡು ಕೂಸಿಗೂ ಚಿನ್ನದ ಉಂಗುರಗಳು, ಚಿನ್ನದ ಉಡುದಾರ, ಕಾಲ್ಗೆಜ್ಜೆಗಳನ್ನು ಮಾಡಿಸಿದ್ದರು. ಮಕ್ಕಳ ಜೊತೆಗೆ ಸಂತೋಷದಿಂದ ಸಂಸಾರ ಮಾಡುತ್ತಿದ್ದುದು ಆ ವಿಧಿಗೆ ಹಿಡಿಸಲಿಲ್ಲವೇನೋ, ಸುಬ್ಬಮ್ಮನವರು ವಿಶ್ವಣ್ಣನಿಗೆ ಮೂರು ವರುಷ ತುಂಬುವ ವೇಳೆಗೆ ಇಹಲೋಕ ತ್ಯಜಿಸಿದ್ದರು.

ಇದುವರೆಗೆ ಮೂವರು ಹೆಂಡಿರನ್ನು ಕಟ್ಟಿಕೊಂಡು ಎಲ್ಲರೂ ಸ್ವಲ್ಪ ಸಮಯದಲ್ಲಿಯೇ ಒಬ್ಬರ ಹಿಂದೊಬ್ಬರಂತೆ ಸಾವಿನ ಮನೆಗೆ ಹೋರಟು ಹೋಗಿದ್ದರು. ಶ್ರೀನಿವಾಸರಾಯ ಬಲು ಗಟ್ಟಿಗ ಹೆಂಡತಿಯರನ್ನೇ ತಿಂದುಕೊಂಡವನು ಅಂತ ಜನಗಳು ಆಡಿಕೊಳ್ಳಹತ್ತಿದರು. ಆಗ ಅವರ ಬಾಳಿನಲ್ಲಿ ಬಂದವಳೇ ನಾಲ್ಕನೆಯ ಪತ್ನಿ ನಂಜಮ್ಮ. ಅಷ್ಟು

ಹೊತ್ತಿಗಾಗಲೇ ಶ್ರೀನಿವಾಸರಾಯರು ಶೇಕದಾರಿಕೆಯಿಂದ ನಿವೃತ್ತಿ ಹೊಂದಿದ್ದರು. ಚಟ್ಟಕ್ಕೆ ಏರುವ ವೇಳೆಗೆ ಪಟ್ಟಕ್ಕೆ ಏರುವವಳ ಜೊತೆಯಾಯಿತೆಂದು ಜನ ಹಾಸ್ಯ ಮಾಡಹತ್ತಿದರು. ಮೂರನೆಯ ಹೆಂಡತಿಯ ಐದು ವರುಷದ ಮಗಳಾದ ರಂಗಮ್ಮ ಮತ್ತು ಮೂರು ವರುಷದ ವಿಶ್ವಣ್ಣನಿಗೆ ಮಲತಾಯಿಯ ಬಿಸಿ ತಟ್ಟದಿರಲಿ ಎಂದು ಸುಬ್ಬಮ್ಮನ ತಂದೆಯ ಮನೆಗೆ ಮಕ್ಕಳನ್ನು ಸಾಗಹಾಕಿದರು. ಆ ಸಮಯದಲ್ಲಿ ಹೊಸದಾಗಿ ಮನೆಗೆ ಬಂದಾಕೆ ತನ್ನ ತಾಯಿ ಮತ್ತು ತಮ್ಮನೊಂದಿಗೆ ಈ ಎರಡು ಮಕ್ಕಳ ಮೈಮೇಲಿದ್ದ ಬಂಗಾರದ ಸಂಪತ್ತನ್ನು ಮರೆ ಮಾಡಿ ಕಳುಹಿಸಿದ್ದರು. ಸುಬ್ಬಮ್ಮನವರ ತಂದೆ ಕೋಟಗುಡ್ಡದ ಸುಬ್ಬಾಶಾಸ್ತ್ರಿಗಳೆಂದರೆ ಇಡಿಯ ವೈದಿಕ ಕ್ಷೇತ್ರದಲ್ಲಿಯೇ ಹೆಸರುವಾಸಿ. ತನ್ನ ಮೊಮ್ಮಕ್ಕಳ ಮೇಲಿನ ವಿಪರೀತ ವ್ಯಾಮೋಹದಿಂದಾಗಿ ಮಗಳ ಸಾವಿನ ನಂತರ ಅವರುಗಳನ್ನು ತಮ್ಮ ಮನೆಗೆ ಕರೆತಂದರು. ಶಾಸ್ತ್ರಿಗಳಿಗೆ ಉಣಲು ಉಡಲು ತೊಂದರೆ ಇಲ್ಲದಿದ್ದರೂ ಸ್ಥಿತಿವಂತರಾಗಿರಲಿಲ್ಲ. ಸಂಪತ್ತಿನ ಜೀವನದಲ್ಲಿ ಹುಟ್ಟಿದವರಿಗೆ ಬಡತನದ ಚುರುಕು ತಟ್ಟ ಹತ್ತಿತು. ಮೊಮ್ಮಗಳು ರಂಗಮ್ಮನಿಗೆ ಬಹಳ ಬೇಗ ಮದುವೆ ಮಾಡಿದರು. ಆಕೆಗೂ ಒಬ್ಬ ಮಗಳಾಗಿ, ಆಕೆಯ ಹೆಸರು ಸರೋಜಮ್ಮ ಎಂದಿಟ್ಟಿದ್ದರು. ವಿವಾಹದ ನಂತರ ಆಕೆ ಕಲ್ಯಾಣದುರ್ಗದಲ್ಲಿ ವಾಸವಾಗಿದ್ದರು.

ನಂಜಮ್ಮ ಶ್ರೀನಿವಾಸರಾಯರಿಗೆ ನಾಲ್ಕು ಮಕ್ಕಳಾದುವು. ಅವುಗಳಲ್ಲಿ ಮೂರು ಹೆಣ್ಣು ಮತ್ತು ಒಂದು ಗಂಡು ಮಗು. ವಿಶ್ವಣ್ಣನಿಗೆ ತನ್ನ ತಂಗಿಯರು ಮತ್ತು ತಮ್ಮನ ಮೇಲೆ ಅತಿಯಾದ ಅಭಿಮಾನ ಮತ್ತು ಪ್ರೀತಿ

ಇತ್ತು. ಇದಕ್ಕೆ ಹಲವು ನಿದರ್ಶನಗಳಿವೆ. ಮೊದಲ ತಂಗಿ ಸುಬ್ಬಮ್ಮ ಮಗಳನ್ನು ತನ್ನ ನಾಲ್ಕನೆಯ ಮಗನಿಗೆ ಮದುವೆ ಮಾಡಬೇಕೆಂಬ ಹಂಬಲ ಇತ್ತು. ಎರಡನೆಯ ತಂಗಿ ವಿಶಾಲಾಕ್ಷಿಯ ಮದುವೆಯಲ್ಲಿ ಧಾರೆ ಎರೆದುಕೊಟ್ಟವರೇ ವಿಶ್ವಣ್ಣ ಮತ್ತು ಭಾಗೀರಥಿ. ಎಷ್ಟೋ ಸಲ ಆಕೆಯ ಮನೆಗೂ ಹೋಗುತ್ತಿದ್ದರು. ಅಣ್ಣ ಒಮ್ಮೆ ತಮ್ಮನ ಮನೆಯಲ್ಲಿ ತಂದೆಯ ಶ್ರಾದ್ಧವನ್ನು ಮಾಡಿದ್ದಾಗ ಆಕೆಯೂ ಬಂದಿದ್ದಳು. ಇನ್ನು ಮೂರನೆಯ ತಂಗಿ ಬೇರೆಯ ಜಾತಿಯವರನ್ನು ಮದುವೆ ಆದರು ಅಂತ ಮನೆಯವರೆಲ್ಲರೂ ದೂರವಿಟ್ಟಿದ್ದರೂ ವಿಶ್ವಣ್ಣ ಮಾತ್ರ ಆಕೆಯ ಮನೆಗೆ 1972-73ರಲ್ಲಿ ಒಮ್ಮೆ ಹೋಗಿದ್ದರು (ಬೆಂಗಳೂರಿನ ರಾಜಾಜಿನಗರದಲ್ಲಿ ಅವರ ಮನೆ ಇತ್ತು). ಆಕೆಯೇ ಅಣ್ಣನನ್ನು ಸರಿಯಾಗಿ ಮಾತನಾಡಿಸಲಿಲ್ಲ. ಅಷ್ಟೇ ಅಲ್ಲ ವಿಶ್ವಣ್ಣನ ಸಂಸಾರವನ್ನುಮನೆಯೊಳಗೆ ಬಿಟ್ಟುಕೊಳ್ಳಲೂ ಇಲ್ಲ. ಇನ್ನು ತಮ್ಮ ವೃತ್ತಿಯಲ್ಲಿ ಸರಕಾರೀ ವೈದ್ಯನಾಗಿ ಊರೂರಿಗೆ ವರ್ಗವಾಗಿ ಹೋಗುತ್ತಿದ್ದನು. ಆತ ಚಳ್ಳಕೆರೆಗೆ ಬಂದ ನಂತರ ಆಗಾಗ್ಯೆ ಹೋಗಿ ಬರುತ್ತಿದ್ದರು. ಅಷ್ಟೇ ಅಲ್ಲ ಆತನೂ ಕೂಡಾ ಅಣ್ಣನಿಗೆ ಹುಷಾರಿಲ್ಲದಿದ್ದಾಗ ಆಸ್ಪತ್ರೆಗೆ ಸೇರಿಸುವುದು, ಅಣ್ಣನ ಮಗಳ ಮದುವೆಯಲ್ಲಿ ಓಡಾಟ, ಅಣ್ಣನ ಅಂತ್ಯದಲ್ಲೂ ಎಲ್ಲ ರೀತಿಯ ಸಹಾಯವನ್ನೂ ಮಾಡಿದ್ದನು. ಆತನ ಕುಟುಂಬವೂ ಬಹಳ ಅನ್ಯೋನ್ಯವಾಗಿತ್ತು, ಈಗಲೂ ಹಾಗೆಯೇ ಇದೆ.

ಕೊನೆ ಕೊನೆಯಲ್ಲಿ ನಂಜಮ್ಮನಿಗೆ ತನ್ನ ತಪ್ಪಿನ ಅರಿವಾಗಿ, ವಿಶ್ವಣ್ಣನ ಮುಂದೆ ಎಲ್ಲವನ್ನೂ ಹೇಳಿಕೊಳ್ಳುತ್ತಿದ್ದಳು. ತಾನು ಮಾಡಬಾರದ್ದನ್ನೆಲ್ಲಾ ಮಾಡಿದ್ದು, ಈಗ ದೇವರು ತಮಗೆ ಶಿಕ್ಷೆ ವಿಧಿಸುತ್ತಿದ್ದಾನೆ ಅಂತ ಹೇಳಿಕೊಂಡಾಗ, ಇತರರು ಈ ಅಜ್ಜಿ ಅರಳು

ಮರಳಿನಲ್ಲಿ ಏನೇನೋ ಬಡಬಡಾಯಿಸುತ್ತಿದ್ದಾಳೆ ಎಂದುಕೊಳ್ಳುತ್ತಿದ್ದರು. ಆಕೆಯ ತಪ್ಪರಿವಿನ ಮಾತು ವಿಶ್ವಣ್ಣನಿಗೆ ಮಾತ್ರವೇ ಅರ್ಥವಾಗುತ್ತಿತ್ತು.

ಚಿಕ್ಕವನಾದ ವಿಶ್ವಣ್ಣ ಮನೆಯಲ್ಲಿ ಎಲ್ಲರ ಕಣ್ಮಣಿ ಮುದ್ದುಗಾರ ಪುಟ್ಟನಾದ. ಅಲ್ಲಿ ಅವನಾಡದ ಆಟಗಳೇ ಇಲ್ಲ. ಅವನು ಹೆದರುತ್ತಿದ್ದದ್ದು ಸೋದರಮಾವ ಗಂಗಾಧರ ಶಾಸ್ತ್ರಿಗಳಿಗೆ ಮಾತ್ರ. ಮನೆ ಮಾತು ತೆಲುಗು. ಬೆಳಗ್ಗೆ ಅಷ್ಟು ಹೊತ್ತಿಗೇ ಮನೆಯ ಮುಂದೆ ಇರುವ ಮರವನೇರಿ ಕೂತಿರುತ್ತಿದ್ದ. ಚಿಕ್ಕ ವಯಸ್ಸಿಗೇ ವಿತಂತುವಾದ ದೊಡ್ಡಮ್ಮ ನರಸಮ್ಮ ತಿಂಡಿ ತಿನ್ನಲು ಕರೆದರೆ "ವಾಡು ಗಂಗಾಧರಡು ಪಯ್ಯಿನಾಡ ಮೊದಟ ಚೂಡು, ತರುವಾತ ವಸ್ತಾನು, ವಾಡು ಕೊಟ್ಟೆಸ್ತಾಡು" ಅಂತ ಕೂಗಿ ಹೇಳ್ತಿದ್ದ. ದೊಡ್ಡಮ್ಮ ಮತ್ತು ತಾತನ ಮುದ್ದಿನಿಂದ ಓದಿನ ಕಡೆಗೆ ಗಮನ ಕೊಡಲಿಲ್ಲ. ಸರಿಯಾಗಿ ಶಾಲೆಗೂ ಹೋಗುತ್ತಿರಲಿಲ್ಲ. ಹುಡುಗ ಸರಿಯಾಗಿ ಓದಿ ಬೆಳೆದು ತನ್ನ ಕಾಲ ಮೇಲೆ ನಿಂತುಕೊಳ್ಳುವಂತಾಗಲೆಂಬುದು ಅವರೆಲ್ಲರ ಮಹದಾಸೆ. ಆದ್ದರಿಂದಲೇ ಸೋದರಮಾವ ಗಂಗಾಧರ ಶಾಸ್ತ್ರಿಗಳು ಹೆದರಿಕೆಯಲ್ಲಿ ಇಟ್ಟಿದ್ದರು. ಗಂಡ ಮಕ್ಕಳು ಯಾರೂ ಇಲ್ಲದ ದೊಡ್ಡಮ್ಮ ನರಸಮ್ಮನಿಗೆ ತಂಗಿಯ ಮಗನ ಮೇಲೆ ಬಲು ವ್ಯಾಮೋಹ. ಮುಚ್ಚಟೆಯಲ್ಲಿ ಬೆಳೆಸುತ್ತಿದ್ದರು. ಅವನೇನು ತಪ್ಪು ಮಾಡಿದರೂ ಅಣ್ಣನಿಂದ ಮುಚ್ಚಿಡುತ್ತಿದ್ದರು.

ಅತ್ತ ತಂದೆ ಶ್ರೀನಿವಾಸರಾಯರಿಗೆ ಅಣ್ಣನ ಮಕ್ಕಳ ಅಭ್ಯುದಯದ ಕಡೆಗೇ ಒಲವು. ಆಸ್ತಿ ಪಾಸ್ತಿ ಇದ್ದ ಮನೆಯಲ್ಲಿ, ನಾಲ್ಕನಯೆ ಹೆಂಡತಿ ತನ್ನ ಅಮ್ಮ ಮತ್ತು ತಮ್ಮನೊಂದಿಗೆ ಬಂದು ಅವರೊಂದಿಗೆಯೇ ಇದ್ದು ದರ್ಬಾರು ಮಾಡುತ್ತಿದ್ದರು. ಹಾಗಾಗಿ ಇತ್ತ ಮಗಳು ಮತ್ತು ಮಗನ ಕಡೆಗೆ

ಗಮನವನ್ನೇ ಕೊಟ್ಟಿರಲಿಲ್ಲ. ಆಗಾಗ್ಯೆ ಸ್ವಲ್ಪ ಹಣವನ್ನು ಮಕ್ಕಳ ಜೀವನಕ್ಕಾಗಿ ಕಳುಹಿಸುತ್ತಿದ್ದರು. ಆದರೂ ತಂದೆ ತಾಯಿಯ ನೆರಳು, ಪ್ರೀತಿ ಇಲ್ಲದ ಚಿಕ್ಕ ಮಕ್ಕಳ ಬಾಳೂ ಬಾಳೇ! ಸ್ಥಿತಿವಂತ ಜೀವನದಲ್ಲಿ ಹುಟ್ಟಿದ್ದವನಿಗೆ ನಾಳಿನ ಚಿಂತೆಯ ಜೀವನ ಎದುರಿಸುವುದು, ಮುಂದೆ ರೊಚ್ಚಿಗೇಳುವ ಸ್ವಭಾವಕ್ಕೆ ತಿರುಗಿತು. ಬಂಡಾಯ, ಮುಂಗೋಪ, ಏತಿ ಅಂದ್ರೆ ಪ್ರೇತಿ ಅನ್ನುವ ಲಕ್ಷಣ ಆತನ ಅವಿಭಾಜ್ಯ ಅಂಗವಾಯಿತು. ಬಹಳ ವರ್ಷಗಳ ತರುವಾಯ, ಆತನ ರಕ್ತ ತಣ್ಣಗಾಗುವ ವೇಳೆಗೆ, ವಯಸ್ಸಾಗಿದ್ದ ಚಿಕ್ಕಮ್ಮ ನಂಜಮ್ಮ ತಾವುಗಳು ಮಾಡಿದ ತಪ್ಪನ್ನು ಆತನೊಂದಿಗೆ ಹೇಳಿಕೊಳ್ಳುತ್ತಿದ್ದರಂತೆ. ಇತರ ಕೇಳುಗರು ಈಕೆಗೆ ಅರಳು ಮರುಳು, ಏನೋ ವಟಗುಟ್ಟುತ್ತಿದ್ದಾಳೆ ಎನ್ನುತ್ತಿದ್ದರಂತೆ.

ಒಂದೆಡೆ ಸೋದರಮಾವನ ಕಪಿಮುಷ್ಟಿ, ಇನ್ನೊಂದೆಡೆ ತಾತ ದೊಡ್ಡಮ್ಮರ ಮುದ್ದಿನಿಂದ ಬೆಳೆಯುತ್ತಿದ್ದ ವಿಶ್ವಣ್ಣ, ಬಹಳ ಬೇಗ ದುಶ್ಚಟಗಳಿಗೆ ಬಲಿಯಾದ, ಹಾಗೆಯೇ ಪೋಲಿ ಹುಡುಗರರಲ್ಲೊಂದಾದ. ಪ್ರಾಯಕ್ಕೆ ಬರುತ್ತಿದ್ದಂತೆಯೇ, ಸರಿಯಾದ ಕೆಲಸ ಬದುಕಿಲ್ಲದೇ ಊರೂರು ಅಲೆಯ ಹತ್ತಿದ. ಆಗ ಮನೆಯಿಂದ ಹೊರಬಿದ್ದವನು ಮತ್ತೆ ಮನೆ ಸೇರಲೇ ಇಲ್ಲ. ಹದಿಹರೆಯ ದಾಟಿದ ಮೇಲೆ ಬ್ರಿಟಿಷರ ವಿರುದ್ಧದ ಸ್ವಾತಂತ್ರ ಸಂಗ್ರಾಮದಲ್ಲಿ ಭಾಗಿಯಾದ. ಸುಭಾಷ್ ಚಂದ್ರ ಬೋಸರ ಇಂಡಿಯನ್ ನ್ಯಾಷನಲ್ ಆರ್ಮಿಯ ಕಡೆಗೆ ಅವನ ಒಲವು. 20ರ ಪ್ರಾಯದಲ್ಲಿ ಕ್ವಿಟ್ ಇಂಡಿಯಾ ಚಳುವಳಿಯಲ್ಲಿ ಭಾಗಿಯಾಗಿ, ಇತರ ಸ್ನೇಹಿತರರೊಡಗೂಡಿ ತನ್ನೂರಲ್ಲೇ ಇದ್ದ ಗಗನ ಮಹಲ್ ಎಂಬ ಕಟ್ಟಡವನ್ನು ಸುಡಲು ಪ್ರಯತ್ನಿಸಿದ.

1941-42ರ ಸಮಯವದು. ಆಗ ಸ್ವಾತಂತ್ರ್ಯ ಸಂಗ್ರಾಮದ ಉತ್ತುಂಗ ಸಮಯ. ದೇಶದಲ್ಲೆಲ್ಲಾ ದೇಶಭಕ್ತರು ಬ್ರಿಟಿಷ ಆಳ್ವಿಕೆಯ ವಿರುದ್ಧ ಹೋರಾಡುತ್ತಿದ್ದರು. ಆಂಧ್ರಪ್ರದೇಶದ ಪೆನುಕೊಂಡೆಯಲ್ಲಿ ಲಲಿತ ಮಹಲ್ ಎಂಬ ಬ್ರಿಟಿಷರ ಒಂದು ಕಟ್ಟಡವಿತ್ತು. ನನ್ನ ತಂದೆಯ ಜೊತೆ ಇನ್ನು ಮೂವರು ಸೇರಿ ರಾತ್ರಿಯ ಹೊತ್ತಿನಲ್ಲಿ ಅದಕ್ಕೆ ಬೆಂಕಿ ಹಚ್ಚಿ ಸುಟ್ಟಿದ್ದರು. ಆ ಕಾರಣ ಇವರು ನಾಲ್ವರನ್ನೂ ಪೊಲೀಸರು ದಸ್ತಗಿರಿ ಮಾಡಿ ಜೇಲಿನಲ್ಲಿಟ್ಟಿದ್ದರು. ಸುಮಾರು ಒಂದು ವರ್ಷದ ಅವಧಿಯಲ್ಲಿ, ಕೆಲವು ಕಾಲ ಅನಂತಪುರ, ಕೆಲವು ಕಾಲ ಕಡಪ, ಇನ್ನು ಕೆಲವು ಕಾಲ ಕರ್ನೂಲಿನ ಜೇಲಿಗಳಲಿಟ್ಟಿದ್ದರು. ಕೋರ್ಟಿನಲ್ಲೂ ಇದರ ಬಗ್ಗೆ ವಿಚಾರಣೆ ನಡೆಯುತ್ತಿತ್ತು. ಆ ಸಮಯದಲ್ಲಿ ಪೆನುಕೊಂಡೆಯ ಪೊಲೀಸ್ ಸ್ಟೇಷನ್ನಿಗೆ ಸಬ್ ಇನ್ಸ್‌ಪೆಕ್ಟರ್ ಒಬ್ಬರು ಹೊಸದಾಗಿ ಬಂದಿದ್ದರು. ಕೈದಿಗಳೆಲ್ಲರ ಕುಟುಂಬದ ಬಗ್ಗೆ ವಿಚಾರಿಸುತ್ತಿದ್ದರು. ಇವರು ಕೊಟಗುಡ್ಡ ಸುಬ್ಬಾಶಾಸ್ತ್ರಿಗಳ ಮೊಮ್ಮಗ ಅಂದಾಗ - ಮಾ ಅಯ್ಯಗಾರಿ ಮನುವುಡಾ ನುವ್ವು? (ನನ್ನ ಗುರುಗಳ ಮೊಮ್ಮಗನಾ ನೀನು) ಎಂದು ಎಲ್ಲೂ ಏನೂ ದಾಖಲಿಸದೇ ಇವರನ್ನು ಬಿಟ್ಟು ಬಿಟ್ಟಿದ್ದ. ಆಗಿನ್ನೂ ಕೋರ್ಟಿನಲ್ಲಿ ವಿಚಾರಣೆ ನಡೆಯುತ್ತಿತ್ತು. ಮುಂದಿನ ಕೋರ್ಟಿನ ವಿಚಾರಣೆ ಇವರು ಗೈರಾಗಿದ್ದರು. ಹಾಗಾಗಿ ಕೋರ್ಟಿನ ಮುಂದಿನ ವಿಚಾರಣೆಯ ದಾಖಲೆಗಳಲ್ಲಿ ಇವರ ಬಗ್ಗೆ ಉಕ್ತವಾಗಿರಲಿಲ್ಲ. ಇವರನ್ನು ಬಿಟ್ಟ ಸ್ವಲ್ಪವೇ ದಿನಗಳಲ್ಲಿ, ಕೋರ್ಟಿನ ವಿಚಾರಣೆಯೂ ಮುಗಿದು, ಇತರರನ್ನೂ ಜೈಲಿನಿಂದ ಮುಕ್ತಿಗೊಳಿಸಿದ್ದರಂತೆ. ಹಾಗಾಗಿ ಸ್ವಾತಂತ್ರ್ಯ ಬಂದ ನಂತರ ಎಲ್ಲರನ್ನೂ

ಸ್ವಾತಂತ್ರ್ಯ ವೀರರೆಂದು ಪರಿಗಣಿಸಿದರೂ, ಇವರನ್ನು ಮಾತ್ರ ಹಾಗೆ ಪರಿಗಣಿಸಿರಲಿಲ್ಲ.

ಅದೇ ಸಮಯದಲ್ಲಿ ಒಬ್ಬ ಪಂಜಾಬಿಯನ್ನೂ ಸೆರೆಹಿಡಿದಿದ್ದರಂತೆ. ಆತ ಸೇನೆಯಲ್ಲಿ ಯೋಧನೆಂಬುದು ಪೊಲೀಸರಿಗೆ ಆಗ ತಿಳಿಯದು. ಆತ ಯೋಧನೆಂದು ಹೇಳಿದ್ದರೂ ನಂಬದೇ, ಕಿಡಿಗೇಡಿಯೆಂದೂ ಸ್ವಾತಂತ್ರ್ಯ ಹೋರಾಟಗಾರರಲ್ಲೊಬ್ಬನೆಂದೂ ಸೆರೆಮನೆಯಲ್ಲಿ ಇಟ್ಟಿದ್ದರಂತೆ. ಆತನ ಹಿರಿಯ ಅಧಿಕಾರಿಗಳಿಂದ ಆತನ ಬಗ್ಗೆ ಸಮಜಾಯಿಶಿ ಬರುವುದು ಸ್ವಲ್ಪ ದಿನಗಳೇ ಹಿಡಿದುವು. ಅದಾದ ನಂತರ ಆತನ ಕ್ಷಮೆ ಕೇಳಿ ಪೊಲೀಸರು ಬಿಟ್ಟಿದ್ದರಂತೆ. ಆತ ಸೆರೆಯಲ್ಲಿದ್ದಾಗ ಪ್ರತಿ ನಿತ್ಯವೂ ಆತನಿಗೆ ಪೂರಿ ಮತ್ತು ಶ್ರೀಖಂಡ ಬೇಕಿತ್ತಂತೆ. ಅಲ್ಲಿಯ ಜೇಲಧಿಕಾರಿಗಳು ಎಲ್ಲರಿಗೂ ಕೊಡುವಂತೆ ಅವನಿಗೂ ಚಪಾತಿ, ಅನ್ನ ಕೊಡುತ್ತಿದ್ದರಂತೆ. ಸ್ವಲ್ಪ ದಿನಗಳಲ್ಲಿ ಆತನ ಕೋರಿಕೆಯಂತೆ ಪೂರಿ ಶ್ರೀಖಂಡ ತರಿಸಿಕೊಟ್ಟಿದ್ದರಂತೆ. ಆತ ಇವರುಗಳೊಂದಿಗೆ ಹಂಚಿ ತಿಂದಾಗ, ಅಲ್ಲಿಯವರೆವಿಗೂ ಜೀವನದಲ್ಲಿ ಪೂರಿ ಶ್ರೀಖಂಡ ತಿನ್ನದಿದ್ದವರಿಗೆ ಇವರಲ್ಲಿ ಆಗ ಹಬ್ಬದ ವಾತಾವರಣವಂತೆ. ಆತನ ದಿರಿಸಿನಲ್ಲಿ ನಾಲ್ಕೈದು ಕಡೆ ಪಾಕೀಟುಗಳಿದ್ದು, ಎಲ್ಲದರಲ್ಲೂ ಹತ್ತರ, ನೂರರ ನೋಟುಗಳಿದ್ದುವಂತೆ.

ಒಮ್ಮೆ ಹೊಸಹಳ್ಳಿಯ ಹನುಮನೆದುರು ಗುಬ್ಬಿಯ ಚಿದಂಬರಾಶ್ರಮದ ಗುರುಗಳಿಂದ ತಳುಕಿನ ಸಂತತಿಯವರಿಗೆ ರಾಜಾಶೀರ್ವಾದ ಏರ್ಪಡಿಸಿದ್ದರಂತೆ. ಅಲ್ಲೇ ಊಟದ ವ್ಯವಸ್ಥೆಯನ್ನೂ ಮಾಡಿದ್ದರು. ಅಡುಗೆ ಯಾರು ಮಾಡುವುದು ಎಂಬುದೇ ದೊಡ್ಡ ಪ್ರಶ್ನೆಯಾಯಿತಂತೆ. ದೊಡ್ಡವರು ಹೇಳಿದಂತಾಗಲಿ ಎಂದದ್ದಕ್ಕೆ,

ದೊಡ್ಡವರು ಹೇಳಿದ್ದಂತೆ, ಜಯಶಂಕರಯ್ಯ ಮತ್ತು ವಿಶ್ವಣ್ಣ ಅಡುಗೆ ಮಾಡಲಿ ಅಂತ (ಕಿಟ್ಟಪ್ಪ ಅಂದರೆ ಕೃಷ್ಣರಾಯರು. ಚಿಕ್ಕ ವಯಸ್ಸಿನಲ್ಲಿಯೇ ಅವರನ್ನು ಬೇರೆಯವರ ಮನೆಗೆ ದತ್ತಕಕ್ಕೆ ಕೊಟ್ಟಿದ್ದರಂತೆ). ಹಾಗಾಗಿ ಇವರಿಬ್ಬರೂ ರಾಜಾಶೀರ್ವಾದದಿಂದ ಹೊರಕ್ಕೆ ಎಂಬ ಅಭಿಪ್ರಾಯ ಅವರದ್ದಿತ್ತಂತೆ. ಆಗ ಇದನ್ನೆಲ್ಲಾ ನೋಡುತ್ತಿದ್ದ, ವಿಶ್ವಣ್ಣ ಕೋಪಗೊಂಡು, ರಾಜಮರ್ಯಾದೆಗೆ ಮಾತ್ರ ನಾವುಗಳು ತಳುಕಿನ ವಂಶಸ್ಥರಲ್ಲ, ಈ ಬೋ*ಮಕ್ಕಳಿಗೆ ಅಡುಗೆ ಮಾಡೋಕ್ಕೆ ಮಾತ್ರ ನಾವು ಬೇಕಾ. ದೊಡ್ಡವರು ತಮ್ಮ ತಪ್ಪನ್ನು ಅರಿತು ಅವರಿಗೆ ಸಮಜಾಯಿಷಿ ಮಾಡೋದೇ ಕಷ್ಟವಾಗಿತ್ತಂತೆ. ಆಗ ಹಿರಿಯರು ಹೇಳಿದ್ದೇನೆಂದರೆ, ವಿಶ್ವಣ್ಣ ತಂದೆಯಿಂದ (ಕಕ್ಕ ಎಂದು ಸಂಬೋಧಿಸುತ್ತಿದ್ದ ಚಿಕ್ಕಪ್ಪ) ನಾವುಗಳು ಒಂದು ಮಟ್ಟಕ್ಕೆ ಬಂದಿದ್ದೀವಿ, ಈಗ ಇಲ್ಲಿರುವ ಜಮೀನಿನಲ್ಲಿ ಎಲ್ಲರಿಗೂ ಪಾಲು ಕೊಟ್ಟಂತೆ ವಿಶ್ವಣ್ಣನಿಗೂ ಪಾಲು ಕೊಡೋಣ ಎಂದಿದ್ದರು. ಆ ಪಾಲಿನ ಎರಡೂ ಮುಕ್ಕಾಲು ಎಕರೆ ಜಮೀನು ವಿಶ್ವಣ್ಣನ ಹೆಸರಿಗಾಗಿತ್ತು.

ಈಗಾಗಲೇ ಪುಂಡಾಟ ಆಡುತ್ತಿದ್ದವನನ್ನು ಇದೇ ರೀತಿ ಬಿಟ್ಟರೆ ಹುಡುಗ ಹಾಳಾಗಿ ಹೋಗ್ತಾನೆ ಅಂತ ಹಿರಿಯರು ತಿಳಿದು, ಇವನಿಗೆ ಮದುವೆ ಮಾಡಿದರೆ ನೆಲೆಯೂರಬಹುದು ಎಂದು, ಸಂಬಂಧದಲ್ಲಿಯೇ ಸೂರಣ್ಣನ ಮಗಳು ಭಾಗೀರಥಿಯನ್ನು ಮದುವೆಗೆ ಗೊತ್ತು ಮಾಡಿದರಂತೆ. ಎಂದೂ ಕುಟುಂಬದಲ್ಲಿ ಸರಿಯಾಗಿ ಬೆಳೆಯದವನಿಗೆ ಹೆಂಡತಿಯನ್ನು ಕಟ್ಟಿ ಮನೆಯಲ್ಲೇ ಇದ್ದು ಸಂಸಾರ ಮಾಡು ಅಂದ್ರೆ ಅದೆಂತು ಮಾಡಿಯಾನು! ಪುಂಡಾ ಪೋಕರಿಗಳ ಸ್ನೇಹಿತರೊಂದಿಗೆ ಅಲ್ಲಿ ಇಲ್ಲಿಯ

ಓಡಿಯಾಡಿಕೊಂಡಿದ್ದ. ಸರಿಯಾಗಿ ಓದಲಿಲ್ಲ. ಮದುವೆಯ ಸಮಯದಲ್ಲಿ ಎಚ್ ಎ ಎಲ್‌ನಲ್ಲಿ ಕೆಲಸ ಮಾಡುತ್ತಿದ್ದ.

ಪ್ರೀತಿಯಲ್ಲೇ ಆಗಲಿ, ದ್ವೇಷದಲ್ಲೇ ಆಗಲಿ ವಿಶ್ವಣ್ಣನಿಗೆ ಭಾವನೆಗಳನ್ನು ಪದಗಳ ರೂಪದಲ್ಲಿ ವ್ಯಕ್ತಪಡಿಸಲಾಗುತ್ತಿರಲಿಲ್ಲ. ಕುಟುಂಬದಲ್ಲಿ ಎಲ್ಲರನ್ನೂ ಪ್ರೀತಿಸುತ್ತಿದ್ದರೂ ಅವರಿಗೆ ಅದು ಅರ್ಥವಾಗುತ್ತಿರಲಿಲ್ಲ. ಆತ ಶತ್ರುಗಳನ್ನೂ ಪ್ರೀತಿಸಿದರು, ಪ್ರೀತಿಸಿ ಗೆದ್ದರು. ಬಡವರನ್ನು ಕಂಡರೆ ಕನಿಕರ - ತನ್ನಲ್ಲಿ ಏನೇ ಇದ್ದರೂ ಹಿಂದೆ ಮುಂದೆ ನೋಡದೆಯೇ ಕೊಟ್ಟುಬಿಡೋದು. ಮನೆಯ ಬಗ್ಗೆ ಎಂದೂ ಯೋಚಿಸದವನು. ಅದಕ್ಕೆ ತಕ್ಕಂತಹ ಹೆಂಡತಿ, ಏನೇ ಇದ್ದರೂ ಅದರಲ್ಲಿಯೇ ಜೀವನ ನಡೆಸುತ್ತಿದ್ದಳು.

ಮುಂದಿನ ಜೀವನವನ್ನು ಪತ್ನಿ ಭಾಗೀರಥಿಯ ಕಥೆಯಲ್ಲಿ ನೋಡಬಹುದು.

ಸೀನನ ಮಾತುಗಳು

1992ರ ಡಿಸೆಂಬರ್ 30 ರ ರಾತ್ರಿ 10ಕ್ಕೆ ನನ್ನ ತಂದೆ ಎನಿಸಿಕೊಂಡಿದ್ದ ಆ ಆತ್ಮ ಇಹಲೋಕ ಬಿಟ್ಟು ಹೋಗಿತ್ತು. ಅಂದಿನ ತಿಥಿ ಪುಷ್ಯ ಶುದ್ಧ ಸಪ್ತಮಿ. ಅಂದಿನ ದಿನದ ಬಗೆಗಿನ ಒಂದು ನೆನಪು.

ಅಂದು ಬೆಳಗ್ಗೆಯಿಂದಲೇ ನನ್ನ ಮನಸ್ಸಿನಲ್ಲಿ ಏನೋ ತಳಮಳ. ಏನಾಗ್ತಿದೆ ಎಂದು ಹೇಳಿಕೊಳ್ಳಲಾಗದ ಸಂಕಟ. ಮನೆಯಲ್ಲಿ ಊಟ ಸರಿಯಾಗಿ ಸೇರಿರಲಿಲ್ಲ. ಅಂದು ಅಂದರೆ, ಡಿಸೆಂಬರ್ 31ರಂದು ಬೆಳಗ್ಗೆ 11 ಘಂಟೆಗೆ ನಮ್ಮ ಡಿಪಾರ್ಟ್‌ಮೆಂಟಿಗೆ ಒಂದು ಫೋನ್ ಕರೆ ಬಂದಿತ್ತು. ಏನೋ ಕೆಲಸ

ಮಾಡ್ತಾ ಇದ್ದೆ. ಆದ್ರೆ ಗಮನ ಕೆಲಸದ ಕಡೆ ಇರಲೇ ಇಲ್ಲ. ಸ್ನೇಹಿತರು ಕೇಳಿದ್ದರು, ಏನಾಗಿದೆ ನಿನಗೆ, ಹುಷಾರಿಲ್ವೇ? ಇವತ್ತು ಶೇವ್ ಮಾಡಿಲ್ಲ. ಮುಖ ಸ್ವಲ್ಪ ಕುಂದಿದಂತೆ ಕಾಣ್ತಿದೆ. ಎಲ್ಲೋ ನೋಡಿಕೊಂಡು ಏನನ್ನೋ ಬರೆಯುತ್ತಿದ್ದೀಯಲ್ಲ. ಸ್ವಲ್ಪ ಆರಾಮು ಮಾಡು. ಒಂದು ಚಹಾ ಕುಡಿ ಎಂದಿದ್ದರು. ಅಷ್ಟು ಹೊತ್ತಿಗೆ ಅರ್ಜಂಟಾಗಿ ಫೋನ್ ಕರೆ ಬಂದಿದೆ ಎಂದು ತಿಳಿದು ಓಡಿದ್ದೆ. ಫೋನಿನ ಆ ಕಡೆ ಇದ್ದದ್ದು ನನ್ನ ಹೆಂಡತಿಯ ಅಣ್ಣ ಬಾಲಸುಬ್ರಹ್ಮಣ್ಯ. ಬೆಂಗಳೂರಿನಿಂದ ಮಾತನಾಡುತ್ತಿದ್ದರು. 'ನಿಮಗೆ ಒಂದು ಸ್ಯಾಡ್ ನ್ಯೂಸ್ ಇದೆ ಸಾರ್. ತಕ್ಷಣವೇ ಬೆಂಗಳೂರಿಗೆ ಹೊರಟು ಬರಬೇಕು. ನಿನ್ನೆ ರಾತ್ರಿ 9 ಘಂಟೆಗೆ ನಿಮ್ಮ ತಂದೆ ಹೋಗ್ಬಿಟ್ರು, ತಕ್ಷಣ ಮಗುವನ್ನು ಮತ್ತು ಗೌರಿಯನ್ನು ಕರೆದುಕೊಂಡು ಬೆಂಗಳೂರಿಗೆ ಬನ್ನಿ'. ಒಂದು ಕ್ಷಣ ಏನು ಮಾಡಬೇಕೆಂಬುದೇ ನನಗೆ ತಿಳಿಯಲಿಲ್ಲ. ಮೇಲಧಿಕಾರಿಗಳು ತಕ್ಷಣ ಬೆಂಗಳೂರಿಗೆ ಹೋಗಲು ಅನುವು ಮಾಡಿಕೊಟ್ಟರು. ಸ್ವಲ್ಪ ಹಣವನ್ನು ಹೊಂದಿಸಿಕೊಂಡು ಮನೆಗೆ ಹೋಗಿ ಕುಟುಂಬವನ್ನು ಕರೆದುಕೊಂಡು ಮೊದಲು ಹೊರಟದ್ದು ಹತ್ತಿರದಲ್ಲೇ ಇದ್ದ ವಿಮಾನ ನಿಲ್ದಾಣಕ್ಕೆ. ಹೇಗಾದರೂ ಮಾಡಿ ನಮ್ಮಪ್ಪನ ಮುಖ ನೋಡ್ಬೇಕು ಅನ್ನೋ ಆಸೆ. ಆ ಸಮಯದಲ್ಲಿ ಬೆಂಗಳೂರಿಗೆ ಯಾವುದೂ ವಿಮಾನಗಳು ಇರ್ಲಿಲ್ಲ. ಮಾರನೆಯ ದಿನ ಇದೆ ಎಂದಿದ್ದರು. ಟ್ರೈನ್‌ನಲ್ಲಿ ಅಂದು ಪ್ರಯಾಣಿಸುವ ಅವಕಾಶವಿರಲಿಲ್ಲ. ಹಾಗೇ ಅಲ್ಲಿಂದ ಮುಂಬೈ ಸೆಂಟ್ರಲ್‌ನಲ್ಲಿರುವ ಬಸ್ ನಿಲ್ದಾಣಕ್ಕೆ ಬಂದೆವು. ಅರ್ಜಂಟಾಗಿ ಮನೆಯಿಂದ ಹೊರಟಿದ್ದವರು ಕೈಚೀಲ ಬಿಟ್ಟು ಬೇರೇನನ್ನೂ ತಂದಿರಲಿಲ್ಲ. ಅದರಲ್ಲಿ ಅಂದು ತೆಗೆದುಕೊಂಡು ಹೋಗಿದ್ದ ಊಟದ ಡಬ್ಬಿ ಹಾಗೆಯೇ ಇತ್ತು.

ಜೊತೆಗೆ ಒಂದು ಟವೆಲ್. ಬಸ್ ನಿಲ್ದಾಣ ತಲುಪಿದಾಗ ತಿಳಿದದ್ದು, ಅಂದಿನ ಬೆಂಗಳೂರಿನ ಬಸ್ ರದ್ದಾಗಿದೆ ಮತ್ತು ಹುಬ್ಬಳ್ಳಿಗೆ ಹೋದರೆ ಅಲ್ಲಿ ಬೆಂಗಳೂರಿಗೆ ತಕ್ಷಣ ಬಸ್ ಸಿಗುವುದೆಂದು. ೨ ಘಂಟೆಯ ಹುಬ್ಬಳ್ಳಿಯ ಬಸ್ಸನ್ನೇರಿದೆವು. ಆ ಬಸ್ಸು ಎಲ್ಲ ಸ್ಥಳಗಳಲ್ಲೂ ನಿಂತು ಹೊರಡುತ್ತಿತ್ತು. ನನಗಂತೂ ಎಷ್ಟು ಬೇಗ ಊರಿಗೆ ಹೋಗಿ ಸೇರುವೆನೋ, ಮುಖವಾದರೂ ನೋಡಲು ಸಿಗುವುದೋ ಎಂಬ ಚಿಂತೆ. ನನ್ನವಳಿಗೆ ನನ್ನ ಚಿಂತೆ. ಇನ್ನು ನನ್ನ ಮಗಳು ೩ ವರ್ಷದ ಕೂಸು. ಅವಳು ಆಗಾಗ್ಯೆ ನನ್ನವಳನ್ನು ಕೇಳುತ್ತಿದ್ದಳು. ಎಲ್ಲಿಗೆ ಹೋಗ್ತಿದ್ದೀವಿ? ತಾತ ಸತ್ತೋದ್ರು ಅಂದ್ಯಲ್ಲ, ಹಾಗಂದ್ರೇನು? ಅಪ್ಪ ಮಾತಾಡ್ತಿಲ್ಲ - ನೀನೇ ಹೇಳು. ಹೀಗೆ ಒಂದೇ ಸಮನೆ ಮಾತನಾಡ್ತಾನೇ ಇದ್ದಳು. ರಾತ್ರಿಯ ಊಟಕ್ಕೆಂದು ಸತಾರದಲ್ಲಿ ಬಸ್ ನಿಂತಿತು. ಅಲ್ಲಿ ನೋಡಿದ್ರೆ ಆ ಹೊಟೆಲ್‌ನಲ್ಲಿ ಶಾಕಾಹಾರಿ ಮಾಂಸಾಹಾರಿ ಎರಡೂ ಇದ್ದು, ಸರಿ ಸುಮಾರು ಜನರು ಮಾಂಸಾಹಾರವನ್ನೇ ತಿನ್ನುತ್ತಿದ್ದರು. ನಾನು ಹೊಟ್ಟೆ ಹಸಿವಿಲ್ಲವೆಂದು ಹೇಳಿ, ಪತ್ನಿಗೆ ಬೇಕಾದರೆ ಏನ್ನಾದರೂ ತೆಗೆದುಕೋ ಎಂದಿದ್ದೆ. ಅದಕ್ಕವಳು ತನಗೂ ಹೊಟ್ಟೆ ಹಸಿವಿಲ್ಲವೆಂದಳು. ಇನ್ನು ಮಗುವಿಗೆ? ಆಗ ನೆನಪಾಗಿದ್ದು ಬೆಳಗ್ಗೆ ತೆಗೆದುಕೊಂಡಿದ್ದ ಊಟದ ಡಬ್ಬಿ. ಅದರಲ್ಲಿ ೫-೬ ಚಪಾತಿಗಳಿದ್ದವು. ನನ್ನ ಮಗಳು ಅದನ್ನೇ ತಿಂದಿದ್ದಳು. ಮನೆಯಲ್ಲಿ ಸರಿಯಾದ ಪದಾರ್ಥಗಳಿಲ್ಲದೇ ಇದ್ದರೆ ಊಟ ಮಾಡದ ಕುಶುಬಿಷ್ಟಿ ಅಂದು ಕಮಕ್ ಕಿಮಕ್ ಅನ್ನದೇ ತಿಂದಿದ್ದಳು. ಆ ಸನ್ನಿವೇಶದಲ್ಲಿ ಹೆಚ್ಚಿನ ತಿಳುವಳಿಕೆ ಇರುತ್ತದಂತೆ. ಹಾಗೂ ಎಂತಹ ಕಷ್ಟಗಳನ್ನೂ

ತಡೆದುಕೊಳ್ಳುವ ಶಕ್ತಿ ಬರುವುದಂತೆ. ನಮಗಂತೂ ಇದರ ಅನುಭವ ಆಗಿತ್ತು.

ಬೆಳಗ್ಗೆ 7 ಘಂಟೆಗೆ ಸರಿಯಾಗಿ ಬಸ್ಸು ಹುಬ್ಬಳ್ಳಿಯನ್ನು ತಲುಪಿತ್ತು. ಅಲ್ಲಿ ಪಕ್ಕದಲ್ಲೇ ಬೆಂಗಳೂರಿಗೆ ಹೊರಡುವ ಬಸ್ ನಿಂತಿತ್ತು. ಅದರಲ್ಲಿ ಕುಳಿತು ಸಂಜೆಯ ವೇಳೆಗೆ ಬೆಂಗಳೂರನ್ನು ತಲುಪಿದ್ದೆವು. ನನ್ನ ಪತ್ನಿಯ ಮನೆಯ ಬಾಗಿಲಿನವರೆಗೆ ಹೋಗಿ (ಆ ಸನ್ನಿವೇಶದಲ್ಲಿ ಯಾರ ಮನೆಗೂ ಹೋಗಬಾರದಂತೆ), ಅವರನ್ನು ಬಿಟ್ಟು ಹಾಗೆಯೇ ಮತ್ತೆ ಬಸ್ ನಿಲ್ದಾಣಕ್ಕೆ ಹೊರಟೆ. ಒಂದು ವಿಷಯ ಹೇಳಲು ಮರೆತಿದ್ದೆ. ನನ್ನ ತಂದೆ-ತಾಯಿ ಇದ್ದದ್ದು ನಮ್ಮ ಊರು ತಳುಕಿನಲ್ಲಿ. ಅಂದು ಅದೇನೋ ಕೆಲಸದ ಮೇಲೆ ಹತ್ತಿರದ ಚಳ್ಳಕೆರೆಗೆ ಬಂದು ಅಲ್ಲಿ ನನ್ನ ಚಿಕ್ಕಪ್ಪನ ಮನೆಗೆ ಹೋಗಿದ್ದರು. ಅಲ್ಲೇ ಅವರು ದೈವಾಧೀನರಾಗಿದ್ದುದು. ಮಧ್ಯರಾತ್ರಿ ೨ ಘಂಟೆಗೆ ಚಳ್ಳಕೆರೆ ತಲುಪಿದ್ದೆ. ಅಲ್ಲಿ ನಮ್ಮ ಚಿಕ್ಕಪ್ಪನ ಮನೆ ಎಲ್ಲಿದೆ ಗೊತ್ತಿಲ್ಲ. (ಮೊದಲಿನಿಂದಲೂ ನಮ್ಮ ಮನೆಯವರೆಲ್ಲರೂ ನೆಂಟರಿಷ್ಟರಿಂದ ಬಹುದೂರವಾಗಿ ಇದ್ದೆವು). ಅಲ್ಲಿನ ಎಕ್ಸ್ ಟೆನ್ಷನ್‌ನಲ್ಲಿ ಅವರ ಮನೆ ಎಂದು ಮಾತ್ರ ತಿಳಿದಿತ್ತು. ಅಲ್ಲಿಗೆ ಹೋದರೆ ತನಗೆ ತಾನೇ ತಿಳಿಯತ್ತೆ, ಹೇಗೂ ಮನೆಯಲ್ಲಿ ಯಾರೂ ಮಲಗದೇ ದೀಪ ಹಾಕಿರ್ತಾರೆ ಅನ್ನುವ ಅನಿಸಿಕೆ. ಅಲ್ಲಿ ನೋಡಿದ್ರೆ ಎರಡು ಮನೆಗಳ ಮುಂಭಾಗದಲ್ಲಿ ಲೈಟ್ ಹಾಕಿದ್ದರು. ಯಾವುದು ಇವರ ಮನೆ? ಮೊದಲು ಸಿಕ್ಕ ಮನೆಯ ಬಾಗಿಲು ಬಡಿದಿದ್ದೆ. ಆ ಮನೆಯಾತ ತಕ್ಷಣ ಬಾಗಿಲು ತೆಗೆದು, ಡಾ|| ಪಶುಪತಿಯವರ ಮನೆ ಅಲ್ಲಿದೆ ಎಂದು ಹೇಳಿದ್ದರು. ನಂತರ ತಿಳಿದು ಬಂದ ವಿಷಯವೇನೆಂದರೆ ಬರುವವರಿಗೆಲ್ಲರಿಗೂ ಸಹಾಯಿಸಬಹುದೆಂಬ ದೃಷ್ಟಿಯಿಂದ ಆ

ಮನೆಯವರು ಲೈಟ್ ಹಾಕಿದ್ದರಂತೆ. ನಾನು ಬರುವೆನೆಂದು ಎಲ್ಲರೂ ಕಾಯುತ್ತಿದ್ದರು. ಮಕ್ಕಳೆಲ್ಲಾ ಮಲಗಿದ್ದರು. ಆದರೆ ನನಗೆ ಬೇಕಾದವರ ಮುಖ ಮಾತ್ರ ಕಾಣಲಿಲ್ಲ. ನನ್ನನ್ನು ಕಂಡ ಕೂಡಲೇ ವಿಷಯ ಗ್ರಹಿಸಿದ ನನ್ನ ತಾಯಿ, ನಿನ್ನಣ್ಣಂದಿರು ಇಂದು ಬೆಳಗ್ಗೆಯೇ ಅಸ್ತಿ ಸಂಚಯಕ್ಕಾಗಿ ಹರಿಹರಕ್ಕೆ ಹೋಗಿರುವರು, ಇನ್ನೇನು ಬರಬಹುದು ಎಂದಿದ್ದರು. ನನಗೆ ಮುಖವಲ್ಲ, ಅಸ್ತಿ ಕೂಡಾ ನೋಡುವ ಭಾಗ್ಯ ಸಿಕ್ಕಿರಲಿಲ್ಲ. ಸ್ವಲ್ಪ ಹೊತ್ತಿಗೇ, ಹರಿಹರಕ್ಕೆ ಹೋಗಿದ್ದ ಅಣ್ಣಂದಿರು ಬಂದಿದ್ದರು ಮತ್ತು 6 ನೇ ದಿನದಿಂದ ಕಾರ್ಯಗಳನ್ನು ಹರಿಹರದಲ್ಲೇ ಮಾಡುವುದೆಂದು ನಿಶ್ಚಯಿಸಿದ್ದರು. ಹಾಗೆಯೇ ಎಲ್ಲ ಕಾರ್ಯಗಳೂ ನಡೆದುಹೋಗಿತ್ತು.

www.ingramcontent.com/pod-product-compliance
Lightning Source LLC
LaVergne TN
LVHW101946220826
846093LV00006B/122

* 9 7 8 1 6 3 6 3 3 5 8 6 5 *